AF098721

திராவிட இயக்கம்: புனைவும் உண்மையும்

திராவிட இயக்கம்: புனைவும் உண்மையும்

மலர்மன்னன்

கிழக்கு

திராவிட இயக்கம்: புனைவும் உண்மையும்
Dravida Iyakkam: Punaivum Unmaiyum
by Malarmannan ©

First Edition: October 2012
200 Pages
Printed in India.

ISBN: 978-81-8493-743-5
Title No. Kizhakku 707

Kizhakku Pathippagam
177/103, First Floor,
Ambal's Building, Lloyds Road,
Royapettah, Chennai 600 014.
Ph: +91-44-4200-9601

Email : support@nhm.in
Website : www.nhm.in

Author's Email: malarmannan79@rediffmail.com
Cover Image: Wikimedia

Kizhakku Pathippagam is an imprint of New Horizon Media Private Limited

This book is sold subject to the condition that it shall not, by way of trade or otherwise, be lent, resold, hired out, or otherwise circulated without the publisher's prior written consent in any form of binding or cover other than that in which it is published and without a similar condition including this the rights under copyright reserved above, no part of this publication may be reproduced, stored in or introduced into a retrieval system, or transmitted in any form or by any means (electronic, mechanical, photocopying, recording or otherwise), without the prior written permission of both the copyright owner and the above-mentioned publisher of this book.

இந்நூலை எழுதுவதற்குப் பெரிதும் துணைசெய்த புதுக்கோட்டை ஞானாலயா ஆய்வு நூலகத்துக்கு நன்றி.

உள்ளே...

1. விடை தேடும் வினாக்கள்	...	9
2. 'திராவிட' எத்தனை திராவிடமோ!	...	12
3. 'திராவிட' என்னும் சொற்பிரயோகம்	...	18
4. திராவிடரும் அந்நியரே!	...	23
5. சமூகத் தளத்தில் 'திராவிட'	...	32
6. பந்திக்கு முந்தியவர்கள்	...	45
7. சரியாகச் சொன்னார், சங்கரன் நாயர்!	...	57
8. தமிழ்நாட்டு பிராமணர்	...	65
9. பிராமணர் சுயவிமர்சனம்	...	74
10. இருவர் எடுத்து வைத்த முதல் அடி	...	84
11. தட்டி எழுப்பிய கரம்	...	90
12. இணைந்த துருவங்கள்	...	99
13. நீதிக் கட்சி இழைத்த அநீதி	...	104

14. வென்றது கட்சி மட்டும்	...	109
15. அமைச்சரவைக்கு எதிர்க் கட்சி!	...	114
16. தோப்பே சாய்ந்தது	...	118
17. முன்னுக்குப் பின் முரண்	...	123
18. வைதிக பிராமணரின் நேயர்!	...	127
19. சென்னையில் புலி, கேரளத்தில் எலி	...	131
20. ஈ.வே.ரா. விரும்பிய விஷப் பரீட்சை	...	141
21. சாதிகளைச் சரணடைந்த சுய மரியாதை	...	152
22. ஹிந்திக்கு எதிர்ப்பா ஊக்குவிப்பா?	...	163
23. நீதிக் கட்சி அபகரிப்பு!	...	176
24. தலைவர்தான்; பெயரளவில்!	...	191
25. இயக்கம் என்பது யாதெனில்...	...	197

1. விடை தேடும் வினாக்கள்

திராவிட இயக்கத்துக்கு நூறு ஆண்டுகள் நிறைவு பெற இருப்பதாகவும் அதைக் கொண்டாட வேண்டும் என்றும் திராவிட முன்னேற்றக் கழக (திமுக) தலைவர் கருணாநிதி திடீர் என்று அறிவித்து, அதையொட்டி விமரிசையாக ஒரு தொடக்க விழாவையும் நடத்திவைத்ததும், அவரது அழைப்புக்கு 'திராவிட' என்பதைத் தமது பெயரில் வைத்திருக்கும் வேறு எந்தக் கட்சியும் செவி சாய்க்காததும் பல கேள்விகளைத் தோற்றுவித்துள்ளன.

கடந்த காலங்களில் திராவிட இயக்கத்தின் பொன் விழா, வைர விழா என்றெல்லாம் கொண்டாடாத திராவிட முன்னேற்றக் கழகம் இப்போது ஏன் திடீரென விழித்துக்கொண்டு திராவிட இயக்கத்தின் நூற்றாண்டைக் கொண்டாட முன்வரவேண்டும்?

திமுக தலைவர் எதைத் திராவிட இயக்கம் என்று அடையாளம் கண்டு காலக் கணக்கிட்டு அதற்கு 2012-ல் நூறு ஆண்டுகள் நிறைவு பெறுவதாகக் கூறுகிறார்?

உண்மையில் திராவிட இயக்கம் என்பதாக ஒன்று எப்போதாவது இருந்ததுண்டா?

அப்படியே ஒன்று இருப்பதாக வைத்துக்கொண்டாலும் அதன் நூற்றாண்டைக் கொண்டாட திராவிட முன்னேற்றக் கழகத்துக்கு எந்த அளவுக்கு வாரிசுரிமை உண்டு? கல்வி வியாபாரத்தில் ஈடுபட்டுள்ள

திராவிடர் கழகம் என்கிற அமைப்புக்கும்தான் அதில் பங்கேற்க எந்த அளவுக்கு பாத்தியதை உண்டு?

'திராவிட' என்ற சொல் எதைச் சுட்டுவதாக திமுக தலைவர் கருதுகிறார்?

இந்தக் கேள்விகளுக்கெல்லாம் விடை காண ஓர் ஆய்வை மேற்கொண்டதில் பல சுவாரசியமான உண்மைகள் தெரிய வந்தன.

'திராவிட இயக்கம்' என அதன் ஆதரவாளர்களும் மறுப்பாளர் களும்கூடக் கூறிவருவது எந்த அளவுக்குச் சரி?

ஆய்வின் பயனாக வெளிப்பட்ட உண்மைகளையெல்லாம் ஒன்று திரட்டி ஆழ்ந்து பரிசீலித்ததில் அறுதியிட்டுக் கூறும்படியான இறுதி முடிவு இவ்வாறாகத்தான் இருக்க முடியும் என்று தெரியவந்தது:

> உண்மையில், 'திராவிட இயக்கம்' என்பதாக ஒன்று என்றுமே இருந்ததில்லை. 'திராவிட அரசியல்'தான் உண்டு!

'திராவிட' என்ற ஒரு சொல்லைக் கெட்டியாகப் பிடித்துக் கொண்டு நடத்தி வருகிற அரசியல்! ஆனால் அந்தச் சொல்லை யும்கூடப் பெயரளவில் சூட்டிக்கொண்டு அவசியம் நேர்கிற போது மட்டும் அதை உரத்து உச்சரிப்பதுதான் திராவிட அரசிய லில் வழக்கம்.

அறுபது, எழுபது ஆண்டுகளுக்குமுன் இன பேதம் வளர்க்கும் வீரியத்துடன் ஒலித்த 'திராவிட' என்கிற சொல் இன்று நீர்த்துப் போய்விட்டது என்பதை உணராமல் திரும்பவும் அதற்குப் புத்துயிர் ஊட்ட முயற்சி செய்வது காலவிரயம் என்பதுகூடப் புரியாமல் போகலாமா?

திராவிட அரசியலை திராவிட இயக்கம் என்று பெருமை பேசு வது வெறும் புனைவு என்பதையும் வாதத்துக்காக அப்படி ஓர் இயக்கம் இருந்ததாகவோ இருப்பதாகவோ வைத்துக்கொண்டா லும் அதற்கு வாரிசுரிமை கொண்டாட இன்றைக்கு இருக்கிற திராவிட முன்னேற்றக் கழகத்துக்கோ, திராவிடர் கழகத்துக்கோ எந்த அளவுக்குத் தகுதி உள்ளது என்பதையும் பார்ப்போம். அத்

துடன், 'திராவிட இயக்கம்' என்கிற புனைவின் நூற்றாண்டைக் கொண்டாடுவதில் உள்ள பொருத்தமின்மைகளையும் விரிவாகவே பார்ப்போம்.

ஒரு குறிக்கோளை எய்துவதற்காக ஒன்றுதிரண்டு இடைவிடாது இயங்கிக்கொண்டிருக்கிற ஒரு மாபெரும் மக்கள் எழுச்சியே இயக்கம் என்கிற பெயருக்குப் பொருத்தமானது. அவ்வப்போது எழுந்து அடங்கும் சலசலப்புகளையும், அரசியல் கட்சிகளின் மறியல் போராட்டங்களையும், சாதிச் சங்கங்களின் கோரிக்கை விடுக்கும் செயல்பாடுகளையும் அவ்வாறு அழைப்பது பொருந்தாது.

ஆனால், நம் துரதிர்ஷ்டம், நம் நாட்டில் எந்த ஓர் அமைப்பையுமே இயக்கம் என மேலோட்டமாகக் குறிப்பிட்டுவிடுகிறோம். அப்படித்தான் திராவிட அரசியல், திராவிட இயக்கம் என்று அழைக்கப்படுவதும். அப்படிப்பட்ட நிலையிலும், உண்மையிலேயே அந்த அமைப்புக்கு, இயக்கம் என்று அழைக்கப்படுவதற்கான அம்சங்கள் இருக்கின்றனவா என்பதையும் விரிவாக ஆராய்வோம்.

2. ‘திராவிட’ எத்தனை திராவிடமோ!

தவ ஸ்தன்யம் மன்யே தரணிதர கன்யே ஹிருதயதஹ
பயஹ பாராவாரஹ பரிவஹதிஸாரஸ்வதமிவ
தயாவத்யா தத்தம் திராவிட சிசுஹு ஆஸ்வாத்ய தவ
யத்
கவீனாம் ப்ரௌடானா மஜனி கமநீயஹ கவயிதா

ஆதி சங்கரர் இயற்றிய சௌந்தர்ய லஹரியின் எழு பத்தைந்தாவது சுலோகம் இது. இதை மனனம் செய்து இடைவிடாது உருவேற்றிக்கொண்டிருந் தால் சிறப்பாகக் கவிதை எழுதும் ஆற்றல் உண் டாகும் என்பது நம்பிக்கை.

இந்த நம்பிக்கை சரியா, இல்லையா என்பதல்ல இப்போதைய பிரச்னை. இதில் ‘திராவிட சிசு’ என்று ஒரு குறிப்பு வருகிறதே. அதுதான் விவகாரம்.

உமையவள் ஊட்டிய பாலமுதம் அவளது உள்ளத்தி லிருந்தே கவிதை எனப் பெருக்கெடுத்து ஓடிவந்த தாகவும் அதை அருந்தியதால்தான் ‘திராவிட சிசு’ வானவர், கவிஞர்களுக்கெல்லாம் கவிஞராகத் திகழ்வதாகவும் கொண்டாடுகிறார் சங்கரர்.

சங்கரர் தம்மையே ‘திராவிட சிசு’ என்று சொல்லிக் கொண்டாலும் சரி, அல்லது பார்வதி தேவி ஊட்டிய பாலைப் பருகி, பதிகங்கள் பாடிப் பெருமை பெற்ற திருஞான சம்பந்தரை அவ்வாறு குறிப்பிட்டிருந் தாலும் சரி, இரண்டுமே இடிக்கிறது. ஏனென்றால் சங்கரர், சம்பந்தர் இருவருமே இன்று திராவிட இயக்கம் என்று சொல்லப்படும் ஒன்றின் வாரிசுளாகத்

தம்மை அடையாளம் காட்டிக்கொள்பவர்களின் கருத்துப்படி ஆரியப் பார்ப்பனர்கள்!

ஹிந்துஸ்தானத்தில் உள்ள அனைவரும் ஒரே சமூகம் என்ற உறுதியுடன் ஆறுவகை வழிபாட்டு முறைகளையும் ஒருங் கிணைத்து ஒன்றுபடுத்திய சங்கரர் நிச்சயமாக 'திராவிட' என் பதை பேதம் பார்த்துப் பிரித்துவைக்கும் உணர்வைத் தரக்கூடிய பொருளில் பயன்படுத்தியிருக்க மாட்டார். மொழியியலின் அடிப்படையில்தான் 'திராவிட' என்ற சொல்லை அவர் இங்கு கையாண்டிருப்பார் என்பதில் சந்தேகமில்லை. ஏனெனில் இங்கு அவர் குறிப்பிடுவது கவிதை இயற்றும் ஆற்றலை.

சங்கரர் இயற்றியது சமஸ்க்ருத சுலோகம். அதில் இடம் பெறுகிற 'திராவிட' என்கிற சொல் சமஸ்க்ருத மொழியைச் சேர்ந்ததாக அல்லாமல் வேறு எதுவாக இருக்க முடியும்?

பெரும்பாலும் ஒவ்வொரு பெயரும் ஒரு வேர்ச்சொல்லின் காரணப்பெயராக இருப்பது வழக்கம். மர்யாதா புருஷோத்தம் ராமச்சந்திர மூர்த்திக்கு உரிய 'ராம' என்ற பெயர் 'ரமே = ரம்மியமான' என்ற சொல்லிலிருந்து பிறந்தது. 'சிராத்தம்' என்ற சொல், சிரத்தையுடன் செய்யப்படவேண்டும் என்பதைக் குறிக்கும் 'சிரத்த' என்னும் சொல்லிலிருந்து தோன்றியது. இதேபோல 'திராவிட' என்ற சொல் 'த்ருஞ்ச்' அல்லது 'த்ரை' என்ற சொல்லிலிருந்து பிறந்தது. அது தரித்தல் என்பதைக் குறிப்பதாக இலக்கணம் சொல்கிறது.

அதாவது, திராவிடம் என்பதன் பொருள் 'சூட்டிக்கொள்ளப் பட்டது' என்பதாகும். குறிப்பிட்ட பகுதியில் குறிப்பிட்ட மொழிகளைப் பேசியோர் ஆதியில் தங்களுக்கு 'திராவிட' என்று பெயர் சூட்டிக்கொண்டார்கள் என்று இதைப் புரிந்துகொள்ள வேண்டும். ஆகவே ஒரே கலாசாரம், ஒரே சமய நம்பிக்கைகள், ஒரே தத்துவ நோக்கு கொண்ட ஒரே சமுதாயம், தனது இருப் பிடம், மொழி ஆகிய அடையாளங்களுக்காக 'திராவிட' என்கிற பெயரைத் தரித்துக்கொண்டிருக்கிறது.

திராவிட இயக்கத்துக்கு உரிமை கொண்டாடுகிறவர்கள் தனித் தமிழ்நாட்டம் உடையவர்களாகவும் இருக்கையில் 'திராவிட' என்ற சமஸ்க்ருதச் சொல்லை மட்டும் அவர்களால் எப்படிச் சகித்துக்கொள்ள முடிகிறது? அதைப் பயன்படுத்துவதில் மட்டும் அவர்களுக்கு ஏன் ஓர் அலாதியான ஆர்வம் பிறக்கிறது?

அவர்களிடையே, 'திருவிடம்' என்பதுதான் 'திராவிடம்' என்று ஆகிவிட்டது என்று சமாதானம் சொல்கிறவர்களும் இருக் கிறார்கள். ஆனால் மொழியியல் திரிபு இலக்கணத்தின்படி அவ்வாறு நீட்சி அடைவது சாத்தியமில்லை. 'திருவிடம்' என்பதில் உள்ள குறுக்கம் அந்தச் சொல்லை மேலும் சுருக்கி 'திருடம்' என்று வேண்டுமானால் திரிக்குமே தவிர 'திராவிடம்' என அது நீள்வதற்கு வாய்ப்பில்லை.

'திராவிட' என்ற சொல் சமஸ்க்ருதம்தான் என்பதற்கு ஒன்றல்ல, இரண்டல்ல, ஏராளமான சான்றுகள் இருக்கின்றன.

மனு ஸ்மிருதியில் 'திராவிட' என்ற சொல் கையாளப்பட்டுள்ளது. அங்கும் 'திராவிட' என்பது ஒரு தனி இனத்தைச் சுட்டுவதாக அல்லாமல் ஒரு வட்டாரத்தைக் குறிக்கவே பயன்படுத்தப் பட்டுள்ளது.

க்ஷத்திரிய வர்ணத்தில் உரிய காலத்தில் உபநயனம் செய்விக்கா மலும் காயத்ரி மந்திரம் கற்றுக்கொடுக்கப்படாமலும் போகு மானால் அந்தக் குழந்தையை க்ஷத்திரியனாகக் கொள்ள முடியாது என்றும் பதிலாக, விராத்திய க்ஷத்திரியன் என்கிற பெயரால் அழைக்கப்படவேண்டும் என்றும் மனு ஸ்மிருதியில் *(10:21)* சொல்லப்பட்டிருக்கிறது.

ஒரு க்ஷத்திரியன் அவ்வாறு விராத்திய க்ஷத்திரியன் ஆகிவிட்ட நிலையில், தன் க்ஷத்திரிய மனைவியின் மூலமாகவே பிள்ளை பெற்றாலும் அந்தப் பிள்ளை விராத்திய க்ஷத்திரியன் என்று அழைக்கப்படாமல் அந்தந்த வட்டாரங்களுக்கு ஏற்ப கல்லா, மல்லா, லிக்கிவி, நட, கரண, கஸா, திராவிட என்றெல்லாம் அழைக்கப்படும் என்கிறது மனு ஸ்மிருதி *(10:22)*. அதாவது அந்தக் குழந்தைகள் அவ்வாறு அடையாளம் காட்டப்படு வார்களே அன்றி வேறு இனம் ஆகிவிட மாட்டார்கள். க்ஷத்திரிய னுக்கு க்ஷத்திரிய மனைவி மூலமாகவே பிறக்கும் பிள்ளை, உரிய காலத்தில் உபநயனம் செய்விக்காத தந்தைக்கு மகனாகப் பிறப்பதால் அவன் வாழும் வட்டாரத்தை ஒட்டி 'திராவிட' என்று அழைக்கப்படுவான் என்றுதான் சொல்கிறது மனு ஸ்மிருதி.

இதேபோல் பிராமண, வைசியப் பிரிவுகளிலும் உரிய காலத்தில் உபநயனம், காயத்ரி மந்திரோபதேசம் தவறினால் வட்டாரப் பிரகாரம் பெயர் மாற்றம் ஏற்படும்.

இத்தகைய திராவிடர்களின் வழித்தோன்றல்களாகத் தம்மை அறிவித்துக்கொள்ள திராவிட இயக்க வாரிசுகளாகத் தங்களை வெளிப்படுத்திக்கொள்பவர்கள் தயாராக இருப்பார்களா?

பன்னிரண்டாம் நூற்றாண்டில் காஷ்மீரத்தில் சமஸ்க்ருத மொழியில் இயற்றப்பட்ட ராஜ தரங்கிணி என்ற நூல், தென்னாட்டு பிராமணர்களை 'திராவிட பிராமணர்கள்' என்று குறிப்பிடுகிறது.

தெற்கேயிருந்து வடக்கே சென்று வாழத் தொடங்கிய பிராமணர்களை இன்றளவும் திராவிட பிராமணர்கள் என்று சொல்லும் வழக்கம் வாராணஸி போன்ற தலங்களில் இருந்துவருகிறது.

மஹாராஷ்டிரத்தைச் சேர்ந்த தேஷாஸ்த பிராமணர்கள் 'திராவிட்' என்ற சொல்லைத் தங்கள் பெயருக்குப் பின்னொட்டாகப் பயன்படுத்தும் வழக்கமும் உள்ளது. கிரிக்கெட் ஆட்டத்தில் புகழ்பெற்று, தக்க தருணத்தில் ஓய்வும் பெற்ற ராகுல் திராவிட் ஒரு தேஷாஸ்த பிராமணர்.

ராஜஸ்தான், குஜராத் ஆகிய மாநிலங்களில் உள்ள சில பிராமணப் பிரிவினர் தமது பெயருக்குப் பின்னால் 'திராவிட்' என்ற பின்னொட்டைச் சேர்த்துக்கொள்கிறார்கள். ஆந்திரம் உள்ளிட்ட வட திசையில் உள்ள பிராமணர்களிடையேதான் இப்படி 'திராவிட்' என்கிற பின்னொட்டைப் போட்டுக்கொள்ளும் வழக்கம் இருந்துவருகிறது.

'திராவிட' என்று குறிப்பிடும் மனு ஸ்மிருதியும் சரி, 'திராவிட்' என்பதைப் பின்னொட்டாகப் போட்டுக்கொள்கிறவர்களும் சரி, 'திராவிட' என்பதை ஒரு வட்டாரம் என்றே பொருள் கொள்கிறார்கள்.

பவுத்தமும் சமணமும் வடக்கேயிருந்து வந்த சமயங்கள். இந்தச் சமயங்களைச் சார்ந்தவர்களும் 'திராவிட' என்ற சொல்லைப் பயன்படுத்தியிருக்கிறார்கள்.

தமிழறிஞர் சீனி வேங்கடசாமி 'சமணமும் தமிழும்' என்ற தலைப்பில் எழுதியுள்ள ஆய்வு நூலில், சமண சமயப் பிரிவுகளுள் ஒன்றான நந்தி கணத்தைச் சேர்ந்தவர்கள் 'த்ரமிள சங்கம்' என்பதாகவோ 'திராவிட சங்கம்' என்பதாகவோ ஒன்றை நிறுவியிருந்தார்கள் என்று குறிப்பிடுகிறார். இந்தச் சங்கம் கர்நாடகப் பகுதியில்தான் நிறுவப்பட்டிருந்தது. இதற்கு ஆதாரமாக அவர்

EC.Vol.V. Hassan Taluk, 131, Arsikera Tq, IEC. Vol IV. Gundlupet Tq.27 என்ற ஒரு சாசனத்தையும் பதிவு செய்கிறார்.

சமணர்களின் திராவிட சங்கம் ஐந்தாம் நூற்றாண்டில் தமிழ்நாட்டிலும் தொடங்கப்பட்டிருக்கிறது. வஜ்ஜிரநந்தி என்ற சமணத் துறவி மதுரையில் அதை நிறுவியதாக தேவசேனர் என்பவர் எழுதிய 'தர்சனாசாரம்' என்ற நூலில் காணப்படுவதாகவும், அந்தச் சங்கம் பத்தாம் நூற்றாண்டுவரை செயல்பட்டுவந்ததாகவும் மயிலை சீனி வேங்கடசாமி தெரிவிக்கிறார்.

வஜ்ஜிரநந்தி, தேவசேனர், தர்சனாசாரம் என்பவையெல்லாம் தமிழா? திராவிட சங்கம் தொடங்கியவரும் தொடங்கப்பட்டதாகத் தமது நூலில் பதிவு செய்தவரும் தமிழர்கள்தாமா?

சமஸ்க்ருதமும் பாலியும் 'திராவிட' என்பதை மொழியியல் அடிப்படையிலும் வட்டாரத்தைக் குறிக்கவும் பயன்படுத்தியுள்ளபோதிலும் பழந்தமிழ் இலக்கண, இலக்கிய நூல் எதுவும் 'திராவிட' என்ற சொல்லை மொழியையோ வட்டாரத்தையோ குறிப்பிடப் பயன்படுத்தாமல் போனது வியப்புதான். சரி, இனத்தைப் பிரகடனம் செய்யவாவது பழந் தமிழ்ப் புலவர்கள் அதனைப் பயன்படுத்தினார்களா என்றால் இல்லை! இது இன்னும் வியப்பு!

இதைக் காட்டிலும் பெருவியப்பு, 'திராவிட' என்ற சொல் தமிழாக இல்லாதபோதிலும் இங்குள்ள தமிழர்கள் சிலர் தமது ஜன்மப் பகையான சமஸ்க்ருதத்திலிருந்து அதை இரவல் பெற்றுக்கொண்டது மட்டுமின்றி, அது தங்களுடைய இனத்தைக் குறிப்பதாகவே சாதிப்பதும், இன அடிப்படையில் திராவிட இயக்கம் என்பதாக ஒன்று இருப்பதாகவும், அதற்குத் தாமே வாரிசு என்றும் பேசுவதுதான்!

தஞ்சை அரண்மனை சரஸ்வதி மஹால் நூலகத்தில் படிக்கக் கிடைத்த 'கஜ சாஸ்திரம்' என்ற சுவடியில் காணப்பட்ட தகவல்களின் அடிப்படையில் புராதன பாரத நாட்டில் இருந்த ஐம்பத்தாறு தேசங்களைப் பற்றிய விவரங்களை பி.வி. ஜகதீச அய்யர் என்பவர் சுமார் நூறு ஆண்டுகளுக்கு முன் ஒரு சிறு நூலாக இயற்றினார். ('புராதன இந்தியா என்னும் பழைய 56 தேசங்கள்', சந்தியா பதிப்பகம், சென்னை 83.) இந்த நூலின் இரண்டாம் பாகத்தில் திராவிட தேசத்தைப் பற்றிய ஒரு குறிப்பு உள்ளது. தற்சமயம் ஆந்திரப் பிரதேசத்தில் உள்ள கிருஷ்ணா நதிக்குத்

தெற்கிலும் சோழ தேசத்துக்கு வடக்கிலும் மேற்கே கர்நாடக எல்லை வரையிலும் பரவியிருந்ததுதான் திராவிட தேசம் என்று இந்தக் குறிப்பு தெரிவிக்கிறது. அதற்குத் தெற்கேதான் சோழ, பாண்டிய, சேர தேசங்கள் இருப்பதாகவும் கூறுகிறது. இதைப் பார்க்கும்போது தொண்டை மண்டலம் என்று அழைக்கப்படும் ஒரு சிறிய பகுதி மட்டுமே திராவிட தேசம் என்று அறியப் பட்டதாகத் தெரிகிறது.

பத்தொன்பதாம் நூற்றாண்டின் இறுதிவாக்கில் திராவிட தீபிகை, திராவிடப் பிரகாசிகை என்ற பெயர்களில் தமிழ்நாட்டிலிருந்து இதழ்கள் வெளிவந்தன. ஆனால் இவை மொழியையோ வட்டார இருப்பையோ சுட்டுவதற்காக மட்டுமே 'திராவிட' என்ற சொல்லைப் பயன்படுத்தின. இன பேதம் பாராட்டுவதற் காக அல்ல.

'திராவிட' என்கிற சமஸ்க்ருதச் சொல்லில் இத்தனை விவகாரங் கள் இருக்கின்றன. இவற்றில் எதிலுமே இடம் பெறாத இனம் என்கிற இல்லாத ஒன்றை இருப்பதாகச் சாதித்து அதனை முன்னிறுத்தி 'திராவிட இயக்கம்' என ஒன்றைக் கொண்டாடு வது ஒரு புனைவாக மட்டுமே இருக்க முடியும்.

3. 'திராவிட' என்னும் சொற்பிரயோகம்

'திராவிட' என்ற சொற்பிரயோகம் பல நூற்றாண்டு களாகவே சுவடிகளில் இருந்துவந்தாலும் 19-ம் நூற்றாண்டிலிருந்துதான் அது மொழியியல், இன வியல், சமூகவியல், அரசியல் தளங்களில் வெளிப் படையாகவும் அழுத்தமாகவும் பேசப்படலா யிற்று.

முற்றிலும் மொழியியலின் அடிப்படையில் தென் னிந்திய மொழிக் குடும்பம் என்ற மொழிகளின் தொகுப்பு இருப்பதாக முதலில் சொன்னவர், ஆங்கிலேயக் கிழக்கிந்திய ஆளுகையின்போது சென்னை ஆட்சியராக இருந்த ஃபிரான்ஸிஸ் ஒயிட் எல்லிஸ் (Francis Whyte Ellis, 1777-1819) என்பவர்.

இங்கிலாந்திலிருந்து கிழக்கிந்தியக் கம்பெனியில் வேலை பார்க்க வருபவர்கள் சமஸ்க்ருதம், ஹிந்துஸ்தானி, அரபி, பாரசீகம் ஆகிய மொழிகளை மட்டும் கற்றிருந்தால் பயனில்லை; முக்கியமாக சென்னை ராஜதானியில் பணியாற்றவேண்டு மானால் இங்கு வழங்கும் மொழிகளில் பயிற்சி இருந்தாகவேண்டும் என்று வலியுறுத்தி, புனித ஜார்ஜ் கோட்டையில் தென்மொழிகள் கற்பதற்கான கல்லூரியை 1812-ல் தொடங்கியவர் எல்லிஸ். அது புனித ஜார்ஜ் கோட்டைக் கல்லூரி என்றே அழைக்கப்பட்டது.

சென்னை ராஜதானியில் பாரசீகம், ஹிந்துஸ்தானி ஆகிய மொழிகளின் பயன்பாடு அதிகமில்லை

என்பதால் அவற்றுக்கு முக்கியத்துவம் அளிக்கத் தேவை யில்லை எனக் கருதிய எல்லிஸ், சமஸ்க்ருதத்துக்கு மட்டும் தமது கல்லூரியில் இடமளித்தார். அதற்குக் காரணங்கள் இரண்டு.

1. தென்மொழிகளில் காணப்பட்ட சமஸ்க்ருத மொழியின் தாக்கம்.
2. சென்னை ராஜதானியில் வேலை பார்க்க அனுப்பி வைக்கப்பட்ட ஆங்கிலேயர்களுக்கு இங்கிலாந்திலேயே சமஸ்க்ருதம் ஓரளவு கற்பிக்கப்பட்டிருந்தது.

சமஸ்க்ருத இலக்கணத்திலிருந்து, குறிப்பாக சொற்றொடர் அமைப்பு முறையிலிருந்து தென் மொழிகளின் சொற்றொடர் அமைப்பு வேறுபட்டிருந்தபோதிலும் அவற்றில் சமஸ்க்ருத மொழிச் சொற்களின் பயன்பாடு அதிகம் இருப்பதால் தென்மொழி களைக் கற்கையில் சமஸ்க்ருத மொழிக் கல்வியும் அளிப்பது உதவியாக இருக்கும் என்று எல்லிஸ் கருதினார் போலும்.

வெறும் அலுவல்ரீதியான தொடர்புகளுக்கு மட்டும் தென்மொழி களைக் கற்பிப்பதோடு இருந்துவிடாமல் அவற்றில் உள்ள இலக்கண-இலக்கியங்களிலும் பரிச்சயம் ஏற்படச் செய்ய வேண்டும் என்கிற விருப்பமும் எல்லிஸுக்கு இருந்தது. புனித ஜார்ஜ் கோட்டைக் கல்லூரியை நிறுவியபோதே சென்னை இலக்கியச் சங்கம் (Literary Society of Madras) என்ற ஒன்றையும் அவர் தொடங்கினார்.

தமிழ் மொழியில் உள்ள இலக்கண இலக்கியங்களைக் கற்ற தோடு ஹிந்து சமயக் கோட்பாடுகளிலும் மனம் பறிகொடுத்த எல்லிஸ், 1818-ல் சென்னையிலும் சுற்றுப்புறங்களிலும் தண்ணீர்ப் பற்றாக்குறையைத் தீர்க்க இருபத்தேழு கிணறுகளைத் தோண்டியபிறகு, 'வார, திதி, நட்சத்திர யோக கரணம் பார்த்து சுபதினத்தில் இதனோடு இருபத்தேழு துரவு கண்டு புண்யாஹ வாசனம் பண்ணுவித்தேன்' என்று ஹிந்து சம்பிரதாயச் சடங்கு களின் பிரகாரம் திறப்புவிழா நடத்தி அதனைக் கல்வெட்டில் சாசனமும் செய்துவைத்தார். தமிழ்நாடு தொல்லியல் துறையின் மதுரை திருமலை நாயக்கர் மஹால் அருங்காட்சியகத்தில் இந்தக் கல்வெட்டை இன்றைக்கும் காணலாம்.

அதிகார பலம் உள்ள ஓர் ஆங்கிலேய ஆட்சியாளர் எவ்விதச் சடங்குமின்றி அலுவல்முறைப்படி அவற்றைத் தொடங்கிவைத்

திருந்தாலும் யாரும் அவரைக் கேட்டிருக்கப் போவதில்லை. அப்புறம் ஏன் அப்படியொரு ஹிந்து சமயச் சடங்கின் பிரகாரம் கிணறுகளைத் திறந்து வைத்தார்? அந்தக் கிணறுகள் ஹிந்துக் களுக்கு மட்டுமானவை அல்லவே?

ஏனென்றால் இந்த மண்ணின் கலாசாரம் இன்னதென்று எல்லிஸ் உணர்ந்திருந்தார். தென்னிந்திய மொழிக் குடும்பம் என்பதாக ஒன்று தனித்தன்மையுடன் இருப்பதாலேயே இந்த மண்ணின் கலாசாரத்துக்கு அது அந்நியப்பட்டுவிடாது என்பதையும் அவர் அறிந்திருந்தார்.

ஹிந்து சமயத்தில் எல்லிஸுக்கு இருந்த ஈடுபாடு பற்றி அவ ருடைய நண்பரும் மொழியியல் ஆய்வாளருமான வில்லியம் எர்ஸ்கின் (William Erskin) பதிவு செய்துள்ள கருத்துகள் கவனிக்கத்தக்கவை. தென்னிந்திய மொழிகளைக் கற்றுத் தேர் வதிலும் ஹிந்துக்களின் வாழ்க்கை முறை, இலக்கியம் ஆகிய வற்றை அறிவதிலும் எல்லிஸ் குறிப்பிடத்தக்கவராக இருந்தார் என்கிறார் எர்ஸ்கின்.

மொழிகளைக் கற்பதில் எல்லிஸுக்கு இருந்த ஆர்வமும் ஆற்றலும் அபாரமானவை. ராமச்சந்திரக் கவிராயர் என்பவரிடம் தமிழ் கற்ற எல்லிஸ், வெகு விரைவிலேயே செய்யுள் இயற்றும் அளவுக்குத் தமிழில் புலமை பெற்றுவிட்டார். திருக்குறளின்மீது இருந்த அளவு கடந்த ஈடுபாடு காரணமாக, அதிலிருந்து பல குறள்களை ஆங்கிலத்தில் மொழிபெயர்க்கவும் செய்தார்.

தமிழ் மொழியின்மீது எல்லிஸுக்கு ஏற்பட்ட ஈர்ப்பு காலப் போக்கில் தமிழர் பண்பாடு, தமிழர்களின் சமய நம்பிக்கை ஆகியவற்றிலும் அவரை ஆழ்ந்த ஈடுபாடு கொள்ளச் செய்தது. ஐந்தெழுத்து மந்திரமான 'நமசிவாய'வைத் துதித்து எழுத்துக்கு ஒன்றாக ஐந்து செய்யுள்களை இயற்றினார். தமிழறிஞர் ரா.பி. சேதுப்பிள்ளை எழுதிய 'கிருஸ்தவத் தமிழ்த் தொண்டர்' என்ற நூலில் இத்தகவல் தெரிவிக்கப்பட்டிருப்பதோடு எல்லிஸ் எழுதிய ஒரு செய்யுளும் அதில் காணப்படுகிறது.

எல்லீசன் என்றே மக்களால் அன்புடன் கொண்டாடப்பட்ட எல்லிஸ், நாணயம் அடிக்கும் அதிகாரம் உள்ள பண்டாரகராகவும் இருந்ததால் திருக்குறள்மீது தனக்கு உள்ள ஈடுபாட்டைத் தெரி விக்கும் முகமாகத் திருவள்ளுவர் உருவம் பொறித்த இரட்டை

வராகன் தங்க நாணயத்தைச் சென்னை தங்கசாலையில் வெளியிட்டார்.

ஓர் ஆங்கிலேய ஆட்சியாளராக இருந்தபோதிலும், தென்னிந்திய என்ற மொழி அடையாளத்தை பிரித்தாளும் நடைமுறைக்கு இணங்க ஆங்கிலேய ஆட்சிக்குச் சாதகமாகப் பயன்படுத்தி, வடக்கு வேறு, தெற்கு வேறு என்று மக்களிடையே வேற்றுமை உணர்வைத் தோற்றுவிக்க அவர் முற்படவில்லை.

எல்லிஸ் 'தென்னிந்திய' என்ற சொற்பிரயோகத்தை மொழியியலின் அடிப்படையில் ஒரு மொழிக் குடும்பத்தைச் சுட்டவே பயன்படுத்தினார். மற்றபடி அவருக்கு உள்நோக்கம் எதுவும் இருக்கவில்லை. ஆனால் எல்லிஸின் காலத்துக்குப்பிறகு ஏறத்தாழ *40* ஆண்டுகள் கழித்து, *1856*-ல் 'திராவிட அல்லது தென்னிந்திய மொழிக் குடும்பத்தின் ஒப்பிலக்கணம்' (A Comparative Grammar of the Dravidian or South Indian Family of Languages) என்ற நூலை இயற்றிய பிஷப் டாக்டர் ராபர்ட் கால்டுவெல் (Bishop Dr. Robert Caldwell, 1818-1891) என்பவருக்கு 'திராவிட' என்ற சொல்லைப் பயன்படுத்துவதில் ஒரு நோக்கம் இருந்தது. தென் பாரதத்தில் உள்ள ஹிந்து சமுதாயத்தை இருகூறுகளாகப் பிரித்துவிட்டால் ஒரு பிரிவை எளிதில் கிறிஸ்தவர்களாக மதமாற்றம் செய்துவிடலாம். நம் நாட்டுக்கு அவர் வந்ததே ஹிந்துக்களைக் கிறிஸ்தவர்களாக மதமாற்றம் செய்வதற்காகத்தானே. எல்லிஸ் பயன்படுத்தாத 'திராவிட' என்ற சொல்லை கால்டுவெல் பயன்படுத்திக்கொண்டார்!

கால்டுவெல்லுக்கு வெறும் நாற்பது ஆண்டுகள் மட்டுமே முற்பட்ட எல்லிஸ், அதிலும் சமஸ்க்ருதம், தென்னிந்திய மொழிகள் ஆகியவற்றில் நல்ல பரிச்சயம் உள்ள எல்லிஸ், 'திராவிட' என்ற சொல்லை அறியாதவரா என்ன?

துரதிர்ஷ்டவசமாக எல்லிஸின் ஆய்வுக் கட்டுரைகள் சொற்ப அளவிலேயே காணக் கிடைக்கின்றன. அவற்றில் 'திராவிட' என்ற சொற்பிரயோகம் கண்ணில் படவில்லை. தெலுங்கு மொழி இலக்கணம் குறித்து ஏ. டி. கேம்ப்பெல் (A.D. Campbell) எழுதிய நூலுக்கு நீண்டதொரு முன்னுரை எழுதியுள்ள எல்லிஸ், சமஸ்க்ருதம், தெலுங்கு, தமிழ், கன்னடம் ஆகிய மொழிகள் குறித்தும் அவற்றுக்கிடையே உள்ள ஒற்றுமை வேற்றுமைகளைப் பற்றியும் விரிவாக விவாதிக்கிறார். ஆனால் அவ்வளவு

விரிவான ஆய்வில் 'திராவிட' என்ற சொல் ஓரிடத்திலும் காணப் படவில்லை. (Note to the Introduction & Grammar of the Teloogoo Language by A.D. Campbell, College of Fort St George, Madras 1816.)

'திராவிட' என்ற சொற்பிரயோகம் நீண்ட நெடுங்காலமாக இருந்துவருவதுதான் என்றாலும் பிஷப் கால்டுவெல்லைத் தவிர மற்றவர்களால் மக்களை வேறுபடுத்தவோ, துவேஷம் வளர்க் கவோ அது பயன்படுத்தப்படவில்லை.

பிஷப் கால்டுவெல்லின் போக்கு எவ்வாறாக இருந்தது என் பதற்கு இன்னொரு சான்றும் தரலாம்:

'கால்டுவெல்லின் நூல்களில் இங்கு பணியாற்றிக்கொண்டிருந்த பலர் என்ன செய்தார்கள் என்கிற பதிவு இல்லை. இங்கு இருக்கக் கூடிய சைவம் கால்டுவெல்லுக்குப் பிடிக்காததால் அவர் அதைச் சொல்லாமல் இருந்திருக்கலாம். ஆனாலும் சோமசுந்தர நாயகர், சி.வை. தாமோதரம் பிள்ளை, மனோன்மணீயம் மீனாட்சி சுந்தரம் பிள்ளை ஆகிய பலரை கால்டுவெல் ஒரு பொருட்டாகக் கருத வில்லை.' (அ. மங்கை கட்டுரை - மாற்றுவெளி, தகவல்: மும்பை யில் வாழும் தமிழ் எழுத்தாளர் புதிய மாதவி)

4. திராவிடரும் அந்நியரே!

வடக்கு அயர்லாந்தில் ஸ்காட்டிஷ் பெற்றோருக்கு மகனாகப் பிறந்த பிஷப் டாக்டர் ராபர்ட் கால்டுவெல், 1838-ம் ஆண்டு தமது 24-வது வயதில் சென்னைக்கு வந்து சேர்ந்தார். லண்டன் மிஷனரி சொசைட்டி என்ற கிறிஸ்தவ மத மாற்ற அமைப்பு, பாரதத்தின் தென்பகுதியில் உள்ள ஹிந்துக்களிடையே புராட்டஸ்டன்ட் பிரிவு கிறிஸ்தவ மதத்தை அறிமுகம் செய்து அவர்களைக் கிறிஸ்தவர்களாக மாற்றவேண்டும் என்ற நோக்கத்துடன் அவரை சென்னைக்கு அனுப்பி வைத்தது.

கால்டுவெல், க்ளாஸ்கோ பல்கலைக்கழகத்தில் பயின்றவர். மொழியியல் ஆய்வுகளில் அவருக்கு இயல்பாகவே ஆர்வம் இருந்தது. ஆனால் அவர் இங்கு வந்தது தென் மொழிகளில் ஆய்வு செய்ய வேண்டும் என்கிற ஆர்வத்தினால் அல்ல.

சென்னைக்கு வந்த கால்டுவெல் வெகு விரைவில் சொசைட்டி ஃபார் த ப்ராபகேஷன் ஆஃப் த காஸ்பெல் மிஷன் (Society for the Propagation of the Gospel Mission) என்ற அமைப்பில் சேர்ந்து கொண்டார். இந்த அமைப்பு கிறிஸ்தவ மதத்தைப் பரப்புவதில் அதி தீவிர செயல்முனைப்பும் திட்டமிட்டுப் பணியில் இறங்கி முன்னேறும் அணுகு முறையும் கொண்டதாக இருந்தது.

பொதுவாக கிறிஸ்தவ மதத்தைப் பரப்புவதற்காக வேற்று நாடுகளுக்குச் செல்லும் பிரசாரகர்கள், தாம்

செல்லும் நாடுகளில் மக்கள் பேசும் மொழியைக் கற்றுத் தேர்வதைத்தான் முதல் முயற்சியாக மேற்கொள்வார்கள். தென்னாட்டுக்கு வந்த கால்டுவெல்லும் இதன்படியே இங்கு வழங்கும் மொழிகளைக் கற்பதில் நாட்டம் செலுத்தினார்.

இயல்பாகவே மொழியியலில் ஆர்வம் கொண்டிருந்த கால்டு வெல், தென்னிந்திய மொழிக் குடும்பம் குறித்து எல்லிஸ் ஏற் கெனவே வெளியிட்டிருந்த கருத்துகளால் உந்தப்பட்டார். தான் எழுதிய தென் மொழிகள் இடையிலான ஒப்பிலக்கண நூலின் முதல் பதிப்பின் முன்னுரையில் எல்லிஸின் பெயரைக் குறிப் பிடவும் செய்தார். ஆனால் அடுத்து வந்த பதிப்புகளில் எல்லி ஸின் பெயர் காணப்படவில்லை. தனித் தன்மை வாய்ந்த திரா விட மொழிகள் என்கிற கருதுகோள் முற்றிலும் தமது கண்டு பிடிப்பு என்று நிறுவுவதில் அவருக்கு இருந்த நாட்டம், எல்லிஸை இப்படி இருட்டடிப்பு செய்துவிட்டது.

அமெரிக்காவில் உள்ள மிஷிகன் பல்கலைக்கழகத்தில் மானிட வியல், வரலாறு ஆகியவற்றைக் கற்பிக்கும் பேராசிரியர் தாமஸ் டிரவுட்மன் (Thomas R. Trautman) எழுதிய 'Languages and Nations: The Dravidian Proof in Colonial Madras' என்ற நூல் தமிழில் 'திராவிடச் சான்று: எல்லிஸும் திராவிட மொழி களும்' என்ற தலைப்பில் வெளியாகியுள்ளது. (தமிழாக்கம் இராம. சுந்தரம், வெளியீடு: சென்னை வளர்ச்சி ஆராய்ச்சி நிறுவனம், காலச்சுவடு பதிப்பகம்.) தமது ஒப்பிலக்கண நூலில் எல்லிஸ் குறித்து கால்டுவெல் எவ்வாறு பதிவு செய்துள்ளார் என்பதை டிரவுட்மன் தமது நூலில் சுட்டிக் காட்டுகிறார்:

> இத்துறையில் முதல் பாதிப்பை ஏற்படுத்தியவர் எல்லிஸ் என்னும் சென்னை அரசு ஊழியர் (எல்லிஸ் சென்னை ஆட்சியராகவும் கிழக்கிந்தியக் கம்பெனியின் நாணயங் களை அச்சிடும் அதிகாரம் படைத்த பண்டாரகராகவும் இருந்த உயர் அதிகாரி என்று தெரிந்திருந்தும் அவரை மிகச் சாதாரண தொனியில் ஓர் அரசு ஊழியர் என்று குறிப்பிடு கிறார், கால்டுவெல்). அவர் தமிழ் மொழி இலக்கியத்தில் நல்ல புலமையாளர். அவரது ஆர்வம் செறிந்த, ஆனால் மிகவும் சுருக்கமான ஒப்பீடு, இலக்கண வடிவங்கள் சாராது, திராவிட மொழிச் சொற்களை மட்டும் சார்ந்து அமைந்துள்ளது..

...எல்லிஸ் என்பதை மிகச் சுருக்கமாகக் குறிப்பிடும் கால்டு வெல், எல்லிஸின் ஒப்பீடு ஆர்வம் தருவது என்றாலும் அது இலக்கண வடிவம் சாராது, சொற்களோடு நின்று விடுகிறது என்கிறார். சமஸ்க்ருதக் கூறுகள் இல்லாத தெக்கண மொழிகளை அடையாளம் காட்டிய ஸ்டீவென் ஸனின் நூலைப் பற்றிக் குறிப்பிடும் கால்டுவெல், 'அது மொழி ஆய்வில் நிலைத்து நிற்கக்கூடிய அளவு ஆழ மானது அன்று, மேலோட்டமானது என்றாலும் இந்தப் பொருள்பற்றி இதுவரை வெளிவந்துள்ளவற்றில் இது மேம்பட்டது' என்கிறார். (தலையில் குட்டிவிட்டு ஆறு தல் அளிப்பதுபோல் முதுகில் லேசாகத் தட்டிக் கொடுக் கிறார்!)

தமது பணியைத் தொடங்கிய காலத்தில் எல்லிஸ், ஸ்டீ வென்ஸன் ஆகியோர் எழுத்துகளைத் தாம் சரிவர அறிந் திருக்கவில்லை என்று சொல்லும் கால்டுவெல், அவ்வகை எழுத்துகளை அறிய நேர்ந்தபோது இன்னும் மேலே செல்லவேண்டும் என்ற ஆர்வம் தலை தூக்கியதாகவும் இந்தத் துறையின் கண்டுபிடிப்பாளனாகத் தன்னைக் கருதிக்கொள்ளவில்லை என்றும், இதில் இன்னமும் ஆராயப்படவேண்டியவை ஏராளமாக உள்ளன என்றும் எழுதுகிறார்.

இவ்வகையில் எல்லிஸ், ஸ்டீவென்ஸன் ஆகியோரைக் குறைத்துக் கூறி அவர்கள் இட்ட அடித்தளத்தின் மேல் எழுந்த தம் பணியை கால்டுவெல் பெரிதுபடுத்திக்கொள் கிறார். இந்நூலின் மூன்றாம் பதிப்பின் (1913) முன்னுரை யில் இந்தக் குறிப்பு இடம் பெறவில்லை என்பதோடு எல்லிஸின் பணிகள் பற்றிய செய்தியும் இல்லை. கால்டு வெல், தமது நூலில் தாம் உடன்படாத மூன்று இடங்களில் மட்டுமே எல்லிஸைக் குறிப்பிடுகிறார்.

நாம் படிக்கும் கால்டுவெல்லின் இன்றைய வடிவம் இது. அதாவது தம் நூலுக்கு ஒரு முன்மாதிரியும் இல்லை; அப்படி ஏதும் இருப்பதாகக் கூறின் அது வரலாற்றுப் பிழை என்பதே இதன்வழியாக ஒருவர் பெறக்கூடிய செய்தி. மாறுபட்ட கருத்துகளை ஏற்பதில் கால்டுவெல்லின் பெருந்தன்மை இல்லாத போக்கையும் இங்கு காண் கிறோம். கால்டுவெல் நூலின் வெற்றியும், அதில் எல்லிஸ்

மற்றும் சிலர் பற்றிய குறிப்பின்மையும் அறிவியல்பூர்வ மாக திராவிட மொழிக் குடும்பத்தை நிலைப்படுத்திய முதலாமவர் கால்டுவெல்லே என்பதைப் பலர் மனத்தில் பதித்துவிட்டன. இவருக்கு நாற்பது ஆண்டுகளுக்கு முன்பே இது எல்லிஸால் நிறுவப்பட்ட ஒன்று என்பதை ஒருசிலரே அறிவர்.

எனினும், மேற்கத்திய உலகுக்கு திராவிட மொழிகள் என்கிற பாகுபாட்டை அறிவித்த பெருமை கால்டுவெல்லுக்கு உரியதுதானே! அவற்றை எல்லிஸ் தென்னிந்திய மொழிகள் என்றுதானே சுட்டிக்கட்டினார்!

திராவிட என்ற சொற்பிரயோகத்தை பிஷப் கால்டுவெல் கையாண்டதால் அவரைத் தங்கள் முன்னோடியாகக் கொண்டாடும் திராவிட ஆர்வலர்கள், கால்டுவெல் தெரிவித்துள்ள இன்னும் பல ஆய்வு முடிவுகளை அறிந்துள்ளனரா அல்லது வசதியாகப் புறந்தள்ளிவிட்டார்களா என்று தெரியவில்லை.

பாரத நாட்டுக்கு வடக்கே இன்றைய பாகிஸ்தானில் உள்ள பலுச்சிஸ்தான் பிரதேசத்தில் வழங்கப்படும் ப்ராஹுயி என்ற மொழியும் திராவிட மொழிக் குடும்பத்தைச் சேர்ந்ததே என்று கால்டுவெல் குறிப்பிடுகிறார். இதாவது பரவாயில்லை. மொழியின் அடிப்படையில் திராவிட என்பதைத் தனி இனமாக அடையாளம் காட்டிய கால்டுவெல், அந்த இனத்தின் மூல வேர் மத்திய ஆசியாவில் துருக்கிக்கும் பாரசீகத்துக்கும் இடையில் வாழ்ந்த துரானிய இனத்தைச் சேர்ந்தது என்கிற முடிவுக்கு வருகிறார்.

சென்னை ஹிக்கின்பாதம்ஸ் 1871-ம் ஆண்டு 'தென்னிந்திய மொழிகளின் நாட்டுப்புறப் பாடல்கள்' என்ற தலைப்பில் (The Folk Songs of Southern India) தமிழ், தெலுங்கு, கன்னடம், மலையாளம், துளு, படகா முதலான மொழிகளில் வழங்கும் நாட்டுப் பாடல்களைத் தொகுத்து ஒரு புத்தகத்தை வெளியிட்டது. (தொகுப்பாசிரியர் ராயல் ஏஷியாடிக் சொசைட்டி, சொசைட்டி ஆஃப் ஆர்ட்ஸ், தி ஆந்த்ரோபாலாஜிகல் சொசைட்டி ஆகியவற்றின் உறுப்பினர் சார்லஸ் ஈ. கோவர் (Charles E Gover).

தொகுப்பாசிரியர் கோவர் தமது முன்னுரையில் கால்டுவெல் லின் ஆய்வு முடிவுகளை மறுத்து ஒரு விரிவான விளக்கம்

தந்துள்ளார். இந்தப் புத்தகத்தை இணையத்திலிருந்து யார் வேண்டுமானாலும் தரவிறக்கம் செய்துகொள்ள முடியும்.

> துரானிய இனவழிப்பட்ட திராவிடர்கள் வட பாரதம் சேர்ந்து அங்கிருந்து தெற்கே விரட்டப்பட்டு ஒடுங்கிய தாக கால்டுவெல் குறிப்பிட்டதிலிருந்து அந்த மக்கள் கடல்வழியாகவோ நிலமார்க்கமாகவோ தமது மூதாதை இன மக்களுடன் தொடர்புகொள்ள இயலாமல் தனிமைப் பட்டுப் போனதோடு அதன் காரணமாகவே அவர்களது மொழிகளில் பிறமொழிக் கலப்புக்கு வாய்ப்பின்றி அவற்றின் தனித்தன்மையைப் பாதுகாத்துக்கொண்டிருக்க வேண்டும்.

> திராவிட தேசங்கள் எந்த இனத்தைச் சேர்ந்தவை என்கிற முக்கியமான விவரத்தைக் கண்டறிவதற்கான முழு ஆய்வு மேற்கொள்ளப்படாமலே இருந்துவந்த நிலையில், டாக்டர் கால்டுவெல்லின் அறிவார்ந்த நூலான 'திராவிட மொழிகளின் ஒப்பிலக்கணம்' வெளியானதிலிருந்து தமிழ் முதலான மொழி பேசுவோர் துரானிய இனத்தவர் என்று ஏற்கப்பட்டது. ஆனால் மொழியியலின் அடிப்படையில் சிறந்த ஜெர்மன் எழுத்தாளர்கள் மேற்கொண்டு தொடர்ந்த ஆய்வு, இவ்வாறான பகுப்பு பிழைபட்டது எனக் காட்டுகிறது. மூன்று முக்கியக் கிளைகளான தமிழ், தெலுங்கு, கன்னடம் முதலானவற்றுக்குப் பொதுவாக உண்மையான திராவிட ஆணிவேர் எதுவும் காணப்பட வில்லை. அவற்றுள் ஆரியத்துடன் தொடர்பு இல்லாத தென எந்தவொரு மொழியையும் தெளிவாகக் கூறுவதற் கில்லை. அறிவார்ந்த டாக்டர் (கால்டுவெல்) தமது நூலின் பிற்சேர்க்கையாகப் பல திராவிட மொழிச் சொற்களின் பட்டியலைக் கொடுத்து அவை செமித்திய மொழியியல் சார்ந்தவை என்றும் அதுவே அம்மொழிகளின் தோற்று வாய் துரானியம் என்பதற்கு வலுவான சாட்சியாக உள்ளது என்றும் நிறுவுகிறார். ஆனால் இப்போது இந்தச் சொற்கள் எல்லாமே ஆரியம் என்பது மிகத் தெளிவாக விளங்கு கிறது. அவற்றுள் சில சொற்கள் துரானிய மொழிகளைச் சேர்ந்த ஃபின்னிஷ் மொழிக் குழுவின் பிரதிநிதிகளாக இருப்பது உண்மையே. ஆனால் இந்தக் குழு ஆரியத்தின் இடையறாத தாக்கத்துக்கு உட்பட்டதாகும். அவற்றுள்

மிகப் பெரும்பாலானவை (ஜெர்மானிய ஆய்வாளர்) ஃபிக் தொகுத்துள்ள பட்டியலில் இடம்பெற்றுள்ளன. அவை யாவும் ஆரிய மூலவேரை அடிப்படையாகக் கொண்டவை என்றும் ஃபிக் உறுதி செய்கிறார். ஆனால் கால்டுவெல் லின் நூலை ஃபிக் அறிந்திருப்பதாகத் தெரியவில்லை.

கால்டுவெல்லின் சிறு பிழை பெரும் தவறுக்கு இடமளித்து விட்டது என்று கூறும் கோவர், படகர் நாட்டுப் பாடல்கள் தொகுப்பின் முடிவுரையில் அந்தப் பாடல்களின் சில பகுதிகளி லிருந்தே எடுத்துக்காட்டுகளைக் குறிப்பிட்டு திராவிடர்களின் இன வேர்க்கால்கள் செமித்திய ஆரிய இனங்களில் காணப் படலாமே தவிர, கால்டுவெல் கூறுவதுபோல் துரானியச் சார்பு ஸ்கைத்திய இனத்தில் அல்ல என்கிறார். இதனை நிறுவ, படகர் என்கிற பழங்குடிப் பிரிவினரை அவர் எடுத்துக்கொள்ளக் காரணம், அவர்களிடையே இனக் கலப்போ, பிற மரபுகளின் தாக்கமோ இருப்பது அரிது என்பதுதான். தமிழ், தெலுங்கு முதலான நன்கு வளர்ச்சி பெற்ற மொழிகளை ஆழ்ந்து ஆராய்ந்தால் அவற்றில் செமித்திய, ஆரியப் பிரதிபலிப்பு அதிகமாகவே இருக்கக் காணலாம் என்கிறார் கோவர்.

பிஷப் கால்டுவெல் 'திருநெல்வேலி சாணார்கள்' (The Tinnevelly Shanars : a sketch of their religion and their moral condition and characteristics : with special reference to the facilities and hindrances to the progress of Christianity amongst them) என்ற நாடார் வகுப்பினர் பற்றிய தமது நீண்ட கட்டுரையில் ஹிந்து சமயத்தை ஆரியம் - திராவிடம் எனப் பிளவுபடுத்தவேண்டும் என்பதற்காகவே, சாணார்கள் பேய், பிசாசுகளை வழிபடுபவர் கள் என்று தொடங்கி, மொத்தத் தமிழர்களும் வணங்குவது அவற்றைத்தான் என்றும் பிராமண தெய்வங்கள் மேனிலையைச் சேர்ந்தவை என்றும் விவரிக்கிறார்.

கோவர் இதை மறுத்து மொழியியல் அடிப்படையில் ஏராளமான எடுத்துக்காட்டுகளை முன்வைத்து, பேய், பிசாசு என்ற சொற்கள் பைசாசம் என்ற ஆரிய மொழியிலிருந்து வந்தவை என்றும், காளி, துர்கை முதலான தெய்வங்களும் கால்டுவெல் எந்தக் கருத்தில் பேய் வழிபாடு என்று கூறுகிறாரோ அந்தக் கருத்தில் வழிபடப்படுபவைதாம் என்றும் குறிப்பிடுகிறார். பேய் என்ற வேர்ச் சொல் மொழியியல் அடிப்படையில் வெளிச்சம், பகல்

ஆகியவற்றுக்கும் உரித்தானதே என்று சொல்லும் கோவர், ஒளியை வணங்கும் வழிபாடாக அதனைக் கருதலாம் என்கிறார்.

கால்டுவெல் திராவிடர்களுடன் சம்பந்தப்படுத்திப் பேசும் துரானிய மக்கள் நாகரிகமற்ற காட்டுமிராண்டிகள் (Barbarians) என்றாலும் கொடியவர்கள் (Savages) அல்லவாம். சாணார் பற்றிய கட்டுரையிலும் அவர் இதே போக்கைத்தான் கையாள்கிறார். சாதி அடிப்படையிலான ஹிந்து சமுதாயக் கட்டமைப்பில் பிராமணப் பிரிவை எப்படியாவது தனிமைப்படுத்திவிட்டு எஞ்சியுள்ள அனைத்துச் சாதியினரையும் ஒரே கட்டாகக் கட்டிவிட்டால் ஒட்டுமொத்தமாக அவர்களை எளிதாக மத மாற்றம் செய்துவிடலாம் என்கிற துடிப்பாகவே இந்த முயற்சியை எடுத்துக்கொள்ளலாம்.

'அவர்களிடையே (நாடார்களிடையே) கிறிஸ்தவ மதத்தை முன்னேற்றிச் செல்வதில் உள்ள வசதிகள், இடையூறுகள் பற்றிய விசேஷப் பார்வையில்' என்று அவர் தமது கட்டுரைக்குத் துணைத் தலைப்பு இட்டிருப்பதிலிருந்தே அவருடைய நோக்கம் தெளிவாகத் தெரிந்துவிடுகிறது. திராவிடரிடையே விழிப்புணர்வு ஊட்டுவது அல்ல, மாறாக அவர்கள் அனைவரையும் கொத்தாகக் கிறிஸ்தவ மதத்துக்கு மாற்றவேண்டும் என்பதுதான் அந்த நோக்கம்.

பிஷப் கால்டுவெல் சாணார் என்று குறிப்பிடும் நாடார்களிடமிருந்துதான் நிலமும் பணமும் பண்டங்களும் நன்கொடைகளாகப் பெற்று, சைவ நெறிச் செல்வரான மாறனார் என்ற நாயனார் வாழ்ந்து பெருமைப்படுத்திய இளையான்குடியை கிறிஸ்தவ மதக் கேந்திரமாக மாற்றிவிட்டார். இதற்குக் கைம்மாறாகத்தான் ஆய்வு என்ற பெயரில் அவர் உண்மைக்கு மாறான தகவல்களைப் பதிவுசெய்து நாடார்களை மிகவும் இழிவான கீழ்குலத்தினராகச் சித்திரித்திருக்கிறார்! நாடார்களை மட்டுமா, அவர்களை முன்னிறுத்தி, மொத்தத் தமிழர்களுமே அவர்களின் பாரம்பரிய வழியில் பேய், பிசாசுகளை வணங்குபவர்கள்தாம் என்றும் சிவன், விஷ்ணு முதலான மேனிலைக் கடவுள்கள் அவர்களது வழிபாட்டுக்கு உரித்தானவையல்ல என்றும் சொல்கிறார்.

திராவிடர்களும் அந்நியர்களே என்ற கால்டுவெல்லின் கருத்து எந்த அளவுக்கு வேரோடிவிட்டிருந்தது என்பதை தேவதாஸ் என்ற சென்னை உயர்நீதிமன்ற நீதிபதி 1925-ம் ஆண்டு நடந்த ஒரு

வழக்கில் அளித்த தீர்ப்பின்போது தெரிவித்த கருத்திலிருந்தே கண்டுகொள்ள முடிகிறது:

> தென்னிந்தியாவில் உள்ள திராவிடர்கள் துரானிய வம்சா வளியினர். ஆரியர்களின் வருகைக்கு வெகு காலம் முன் பாகவே அவர்கள் வந்து வசிக்கத் தொடங்கிவிட்டனர். இவர்கள் தமக்கென்று பிரத்தியேகமான சட்ட திட்டங் களும் பழக்க வழக்கங்களும் கொண்டிருந்தனர். அவை இன்றும் நடைமுறையில் உள்ளன. இப்பகுதியில் ஆரியர் கள் குடியேறியபோது தங்களுடைய சொந்தச் சட்டங் களைத் திணிக்க முயற்சி செய்தனர். ஆனால் அதில் அவர் களால் முழுமையாக வெற்றிபெற முடியவில்லை. ஆரியர் களின் செல்வாக்கைப் பரவலாக்கும் பொருட்டு இந் நாட்டு மக்களைக் குறிப்பிட சூத்திரர் என்ற சொல்லை மனு தாராளமாகப் பயன்படுத்துகிறார். ஆரியர் ஆக்கிரமிப் பதற்குமுன் உயர் நிலையில் இருந்து அதன்பின் வீழ்ச்சி அடைந்தவர்கள் அனைவருமே சூத்திரர்கள் என அவர் குறிப்பிடுகிறார். காலப் போக்கில் நீதிமன்றங்கள் மனுவை யும் அவரது கோட்பாடுகளையும் அதிகாரப்பூர்வமான விதிமுறைகள் என ஏற்றுக்கொண்டதால் இந்த நாட்டில் வாழும் மக்கள் அனைவருக்கும் அவை செல்லுபடியா கின்றவை எனக் கருதலாயின... (Brahmin and Non-Brahmin, M.S.S. Pandian, Permanent Black.)

1925-ம் ஆண்டு நடைபெற்ற வழக்கில் நீதிபதி ஒருவர் இப்படி வெளிப்படையாகத் தமது கருத்துகளை வெளியிட்டதற்கு கால்டுவெல்லின் தீவிரத் தாக்கமே காரணம். நீதிமன்றத்தில் இப்படி வெளிப்படையாக இன பேத உணர்வைத் தூண்டும் பிரசாரத்தை நடத்திய இந்த நீதிபதி முதல்முறையாக நீதிமன்றத் துக்கு நியமிக்கப்பட்ட கிறிஸ்தவ நீதிபதி!

ஹிந்துஸ்தானம் என்கிற ஒரு விசாலமான திறந்தவெளி யாருக் கும் பாத்தியதை இல்லாத புறம்போக்கு நிலம்; இங்கு வாழ்வோர் அனைவருமே ஏதோ ஒரு காலகட்டத்தில் இங்கு நுழைந்து குடிசை போட்டுக்கொண்டவர்கள்தாம்; ஆகையால் யாரும் யாரையும் அந்நியர் என்று இங்கிருந்து துரத்த முடியாது என்ற கருதுகோளை நிறுவி, தமது ஊடுருவலை நியாயப்படுத்துவதற் காகத்தான் இப்படியொரு பிரசாரம் நடைபெறுகிறது என்பதைக்

கூட உணராமல் கால்டுவெல்லை சிலபேர் ஆதர்சமாகக் கொள்ளும் பிடிவாதத்தை என்ன சொல்ல?

கால்டுவெல்லின் திராவிடக் கோட்பாட்டை அடித்தளமாகக் கொண்டு அவர் சொன்னதையெல்லாம் வேதவாக்காக ஏற்று திராவிட அரசியல் நடத்துபவர்கள், திராவிடர்கள் எனப்படுவோர் மத்திய, வட மேற்கு ஆசிய துரானியக் காட்டுமிராண்டிகளின் வழித் தோன்றல்கள் என்கிற அவரது கண்டுபிடிப்பையும் ஒப்புக்கொண்டவர் ஆவார்கள் என்று கருதுவோமா?

ஒருவேளை பிஷப் டாக்டர் கால்டுவெல்லின் அடியொற்றித்தான் ஈ.வே.ரா. தமிழ் மொழியைக் காட்டுமிராண்டி மொழி என்று சொன்னார் போலும்.

5. சமூகத் தளத்தில் 'திராவிட'

கந்தசாமி மகன் காத்தவராயன்.

காத்தவராயனின் தாத்தா கந்தப்பன் எல்லிஸ் துரையிடம் பணி செய்தவர். அது மட்டுமா, திருக்குறள் பிரதி ஒன்றை எல்லிஸிடம் கொடுத்தவரும் அவர்தானாம்.

இந்தக் காத்தவராயன்தான் பிற்பாடு தமது பெயரை அயோத்திதாசர் (1845-1914) என மாற்றிக்கொண்டார். பிறந்தது சென்னை ஆயிரம் விளக்குப் பகுதியில். பிழைப்பை முன்னிட்டுத் தமது 25-ம் வயதில் நீலகிரி சென்று வாழத்தொடங்கினார்.

சமுதாயக் கட்டமைப்பில் காலப்போக்கில் உருவாகிவிட்ட தீண்டத்தகாதோர் என்ற பிரிவில் பிறந்த அயோத்திதாசர், நீலகிரி வாழ் வனவாசிகளைத் திரட்டி 'அத்வைதானந்த சபை' என்ற பெயரில் ஓர் ஆன்மிக விழிப்புணர்வுச் சங்கத்தை நிறுவினார். ஆனால், வைணவ சம்பிரதாயத்தைப் பின்பற்றியதால் தன் பிள்ளைகளுக்கெல்லாம் ராமபிரானின் பல்வேறு பெயர்களைச் சூட்டி மகிழ்ந்தார். அவரது தொடக்க காலப் பெயரான காத்தவராயன் சிவ கணத்துக்கு உரியது. அவர் கடைப்பிடித்த சம்பிரதாயமோ வைணவம். தொடங்கியது என்னவோ அத்வைத சங்கம்!

தீண்டாமையை ஒழிக்கவேண்டும், தாழ்த்தப்பட்டோரை ஹிந்து ஆலயங்களில் அனுமதிக்க வேண்டும் என்ற பல கோரிக்கைகளைப் பட்டிய

லிட்டு காங்கிரஸ் மகாசபைக்கு அனுப்பி வைத்தார் அயோத்தி தாசர். அது கண்டுகொள்ளப்படவே இல்லை. அந்த ஏமாற்றமே ஹிந்து சமயத்திலிருந்து வெளியேறவேண்டும் என்ற தூண்டு தலை அவருள் தோற்றுவித்தது.

கிறிஸ்தவம், இஸ்லாம் ஆகிய இரு மதங்களிலுமே அடித்தள மக்கள் வறுமையிலும் அறியாமையிலும் உழல்வதையும் பிறரால் புறக்கணிக்கப்படுவதையும் கண்ட அயோத்திதாசர், அந்த மதங்களுக்கு மாறுவது எவ்வித சுய கௌரவத்தையும் தீண்டத்தகாதோருக்குத் தராது என்று கண்டுகொண்டார். இறுதியில் அவர் தமக்கும் தம் மக்களுக்கும் உகந்தது பவுத்தமே என்ற முடிவுக்கு வந்தார். சென்னையில் பிரம்ம ஞான சபையைச் சேர்ந்த ஆல்காட்டும் (Henry Steel Olcott, *1832-1907)* அவரைச் சேர்ந்த பிறரும் பவுத்த சமயத்தில் ஈடுபாடு கொண்டிருந்ததால் அயோத்திதாசர் ஆல்காட்டை அணுகி மதம் மாற உதவி வேண்டினார். அயோத்திதாசர் இலங்கை சென்று பவுத்தராக தீட்சை பெற்றுத் திரும்ப ஆல்காட் உதவினார். சென்னை திரும்பிய அயோத்திதாசர், மகா போதி சங்கத்தை நிறுவினார். பின்னர் அதிலிருந்து கருத்து மாறுபட்டு, சுயமாக சாக்கைய பவுத்த சங்கத்தை நிறுவிக்கொண்டார். தீண்டத்தகாதோர் அனை வரும் தங்களைப் பூர்வ பவுத்தர் என்றே அழைத்துக்கொள்ள வேண்டும் என்று அறிவுறுத்தினார்.

இடைப்பட்ட காலத்தில், அயோத்திதாசர், ஜான் ரத்தினம் என்ற தாழ்த்தப்பட்ட பிரிவைச் சேர்ந்த கிறிஸ்தவருடன் சேர்ந்து திரா விடக் கருத்தியலை ஏற்று 'திராவிட ஜன சபை' என்ற அமைப்பை நடத்தத் தொடங்கினார். ஜான் ரத்தினம் நடத்திவந்த 'திராவிடப் பாண்டியன்' என்ற இதழிலும் பங்கேற்றார். மக்கள் தொகைக் கணக்கெடுப்பின்போது தாழ்த்தப்பட்டோர் அனைவரும் தங்களை 'சாதியற்ற திராவிடர்' அல்லது 'சாதியற்ற தமிழர்' என்று பதிவு செய்துகொள்ளவேண்டும் என்று அப்போது அவர் வலியுறுத்தினார். ஆனால் பவுத்த மதத்தைத் தழுவியபின், திரா விடத்தை மறந்துவிட்டு, பூர்வ பவுத்தர் என்ற புதிய கருத்தியலை அவர் முன்வைக்கத் தொடங்கினார்.

அயோத்திதாசர் ஒரு வியப்பூட்டும் ஆய்வாளர். விபரீதமான ஆய் வாளரும்கூட! நிரூபணம் ஏதுமின்றித் தடாலடியாக ஒரு கருத்தைச் சொல்வார். இந்திர தேசம்தான் இந்து தேசம் அல்லது இந்தியா என்றானது என்பார். கேட்டால் கௌதம புத்தரின் பல

பெயர்களில் இந்திரன் என்பதும் ஒன்று என்பார். வடக்கே யிருந்து வந்த ஆரியர்கள், பூர்வ பவுத்தர்களிடமிருந்து அனைத்தையும் பறித்துக்கொண்டதாகக் கூறுவார். பவுத்தம்கூட வடக்கே யிருந்து வந்ததுதானே என்றால் இமயம் முதல் குமரிவரை பூர்வ பவுத்தம்தான் இருந்தது என்பார். ஹிந்து சமயத் தத்துவ மரபுகள், ஹிந்து சமயப் பண்டிகைகள் எல்லாவற்றுக்குமே பவுத்த சமயச் சாயத்தைப் பூசிவிடுவார்!

ஹிந்துக்களின் சங்கராந்திப் பண்டிகை உண்மையில் சங்கரர் + அந்தி; அதாவது புத்தருக்கு இன்னொரு பெயர் சங்கரர், அவர் நிர்வாணம் அடைந்த காலம்தான் சங்கராந்தி என்று விளக்கம் அளித்தார் அயோத்திதாசர்!

பௌத்த சங்கத்தின் தலைவர்களாக நியமிக்கப்படுபவர்கள்தான் சமஸ்க்ருதத்தில் பிராமண என்றும் பாலி மொழியில் 'அறஹத்' என்றும் தமிழில் 'அந்தணன்' என்றும் குறிப்பிடப்பட்டார்கள் என்று சொல்லும் அயோத்திதாசர், புத்தரின் பெயர்களில் ஒன்றான பிரம்மம் என்பதன் முகத்திலிருந்து அவர்கள் பிறந்ததாகவும் புத்தர் வகுத்த அற நெறிப்படி ஆட்சி செய்வோர் பிரம்மனின் தோள்களிலிருந்து பிறந்தவர்கள் எனவும் புத்த தர்ம வழியில் வணிகம் செய்வோர் பிரம்மனின் தொடைகளிலிருந்து பிறந்தனர் என்றும் உலக நலன் காக்க வேளண்மை செய்வோர் பிரம்மனின் பாதங்களில் பிறந்ததாகவும் கூறி, வர்ணாசிரமத்தை புத்தரின் பெயரால் அங்கீகரித்தார்!

தாழ்த்தப்பட்டோரைக்கூட இரண்டாகப் பிரித்தார் அயோத்தி தாசர். தாமாகவே தம்மைத் தாழ்த்திக் கொண்டவர்கள் ஒரு குழு வினர். பிறரின் சூழ்ச்சியால் தாழ்த்தப்பட்டவர்கள் மற்றொரு குழுவினர். அவரது கருத்துப்படி குறவர், வில்லியர், சக்கிலியர், தோட்டிகள் ஆகியோர் இயல்பாகவே அறிவின்றித் தாழ்ந்து போன சாதியினர். பறையர், சாம்பான்கள், வலங்கையர் முதலானவர்கள் தாழ்த்தப்பட்டவர்கள். அயோத்திதாசர் பறையர் பிரிவைச் சேர்ந்தவர்.

தமது ஆய்வின்படி, பவுத்த சங்கத் தலைவர்களான பூர்வ பவுத்தரை யதார்த்த பிராமணர் எனக் குறிப்பிட்டு, சமுதாயக் கட்டமைப்பில் உள்ள பிராமண சாதியாரை அவர்களிடமிருந்து வேறுபடுத்திக்காட்ட, வேஷ பிராமணர் என்ற புதிய சொல் லாக்கத்தையும் அறிமுகப்படுத்தினார் அயோத்திதாசர்.

அன்றைய சமூகக் கட்டமைப்பில் பிராமணர் உள்ளிட்ட அனைத்துச் சாதியினருமே தம்மைத் தீண்டத்தகாதோராக ஊருக்கு வெளியே தள்ளி வைத்திருந்ததால் அனைத்துப் பிரிவினரையுமே அயோத்திதாசர் சகட்டுமேனிக்குக் கடுமையாக விமரிசித்தார். அது நியாயமும்கூட.

சாதி என்ற சொல் சாதித்தல் என்பதிலிருந்துதான் பிறந்தது என்று சாதித்தவர் அயோத்திதாசர். ஆகையால் சாதி அமைப்பில் தவறில்லை; ஆனால் அது ஆதிக்க சக்திகளால் தமக்குச் சாதக மாக வளைத்துக்கொள்ளப்பட்டது என்றார் அவர். பூர்வ பவுத்தர் களான தாழ்த்தப்பட்டோர் நிலத்தின் உரிமையாளர்களாக இருக்கையில் அந்த நிலத்தை வேளாளர்கள் பறித்துக்கொண்டு தாழ்த்தப்பட்டோரை நிலமற்ற விவசாயக் கூலிகள் ஆக்கி விட்டார்கள் என்றார் அயோத்திதாசர். ஆக, அவரது கண்டனம் பிராமணர்கள்மீது மட்டுமின்றி, தம்மை உயர்வாகக் கருதிக் கொண்ட சகல சாதியர்மேலும் பாய்ந்தது.

தமிழ்நாட்டில் தாழ்த்தப்பட்டவர்கள் பல கொடுமைகளுக்கு ஆளாக்கப்படுவதும் உரிமைகள் மறுக்கப்படுவதுமான நிலை இருந்தபோதிலும் அவர்கள் அடிமைகள் எனக் கருதப்பட்ட தில்லை. ஏனெனில் அடிமைகளுக்குச் சொத்துரிமை இல்லை. ஆனால் தாழ்த்தப்பட்டோர் பலர் அயோத்திதாசர் காலத்திலேயே நிலபுலன் வீடு என உடைமைகளுக்குச் சொந்தக்காரர்களாக இருந்திருக்கிறார்கள். ஏன், அயோத்திதாசரேகூட உடைமை யாளராக இருந்தவர்தாம். அவரது காலம் பத்தொன்பதாம் நூற்றாண்டு முதற் பாதியின் இறுதியில் தொடங்கி இருபதாம் நூற்றாண்டின் தொடக்க ஆண்டுகள்வரை என்பதைக் கவனத்தில் கொள்ளவேண்டும்.

நாட்டுப்புறக் கலை ஆய்வுகளின் வாயிலாக அறியப்பட்டுள்ள கே.ஏ. குணசேகரன், *1955*-ம் ஆண்டு பிறந்தவர். 'வடு' என்ற தலைப்பில் அவர் எழுதியுள்ள சுய சரிதை பல செய்திகளைப் பதிவு செய்துள்ளது.

குணசேகரனின் பாட்டனார் சிறு வயதில் திண்ணைப் பள்ளிக் கூடத்தில் எட்ட அமர்ந்து பாடம் கற்க அனுமதிக்கப்பட்டிருக் கிறார். அவரால் மரபு வழியில் கால்நடை மருத்துவம் பயில முடிந்திருக்கிறது. சகல சாதியினரும் அவரை அணுகித் தம் கால் நடைகளுக்குச் சிகிச்சை பெற்று வந்துள்ளனர். அதன் காரண

மாகவே சமுதாயத்தில் அவருக்கு ஒரு கௌரவம் இருந்துள்ளது. மேலும், அவரால் பல இடங்களில் நில புலன்கள் வாங்கிப் போடவும் மா, தென்னை, புளி என வளர்த்து வருவாய் ஈட்டவும் முடிந்திருக்கிறது.

'ஊருக்குள்ள அரசாங்கக்காரவுக யாராவது வந்து ஊருல ரெண்டு பேருகிட்ட கையெழுத்து வாங்குனாலும் தாத்தாகிட்டயும் கையெழுத்து வாங்காம போக மாட்டாங்களாம். ஏன்னா வெவரமாப் படிச்சு எழுதறதிலே தாத்தா ரொம்பக் கெட்டிக் காரருன்னு ஊர்ல பேசிக்குவாங்க' என்று எழுதுகிறார், குண சேகரன். 'பறைச் சாதியிலே பொறந்திருந்தாலும் படிச்ச தெறமை சாலிங்கறதால உயர்சாதிக்காரங்களால அவரை ஒதுக்க முடியலே' என்று மேலும் எழுதுகிறார் அவர்.

குணசேகரனின் தாத்தாவால் ஒரு மகனை மலேசியாவுக்கு அனுப்ப முடிந்திருக்கிறது. இரு மகன்களை ஆசிரியர் பயிற்சிக் கல்வி பெற பசுமலைக்கு அனுப்பவும் முடிந்திருக்கிறது.

குணசேகரனின் அப்பா அழகன் என்கிற வேத மாணிக்கம் ஆசிரியருக்குப் படித்ததோடு பட்டாளத்திலும் பணியாற்றிவிட்டு வந்து ஆசிரியராக வேலை பார்த்திருக்கிறார். குணசேகரனின் அம்மா பாக்கியவதியும்கூட எட்டாம் வகுப்புவரை படித்து வேலை வாய்ப்பும் பெற்றிருக்கிறார். ஆனால் அப்பாதான், 'வேலைக்குப் போகவேண்டாம், வீட்டைப் பார்த்துக்கொள்' என்று மனைவியைத் தடுத்துவிட்டிருக்கிறார்.

குணசேகரனின் அப்பா படித்தவராகவும் ஆசிரியர் வேலை பார்ப்பவராகவும் இருந்ததால் படிப்பறிவு இல்லாத மேல் சாதியாருக்கு மனு எழுதிக்கொடுத்தும் விண்ணப்பப் படிவங்கள் நிரப்பிக்கொடுத்தும் சமூகத்தில் கௌரவமாக வாழ முடிந்திருக்கிறது.

'அவரு (பாட்டனார்) வாங்கிப் போட்டிருந்த நெலங்களும் அவரோட அப்பா வழி வந்த நெலங்களும் எங்களுக்கு இன்னும் சொத்துகளா இருக்கு' என்று பதிவு செய்கிறார் குணசேகரன். ஆக அவரது பாட்டனாரின் அப்பாவிடமும்கூட பத்தொன்பதாம் நூற்றாண்டிலேயே சொத்துகள் இருந்துள்ளன.

ஒருபுறம் புறக்கணிப்பு, அவமரியாதை, வன்கொடுமைகள், அத்துமீறல்கள் ஆகியவை இருக்கும்போதே மறுபுறம் இத்

தகைய வாய்ப்புகளும் தாழ்த்தப்பட்டோருக்குச் சாத்தியமாகி யிருக்கிறது.

குணசேகரன் பிறந்த ஆண்டு 1955 என்பதால், அவருடைய பாட்டனார் நிச்சயமாக இருபதாம் நூற்றாண்டின் தொடக்கத்திலோ அல்லது பத்தென்பதாம் நூற்றாண்டின் இறுதியிலோ பிறந்திருக்க வேண்டும் என யூகிக்கலாம். அந்தக் காலகட்டத்தில் தாழ்த்தப்பட்டவர்களோ மற்ற சாதியினரோ, யாராக இருந்தாலும் கல்வி கற்று முன்னேறும் உரிமை இழந்தவர்களாக இருக்கவில்லை என்பதற்கு 'வடு' ஒரு சான்றாக முக்கியத்துவம் பெறுகிறது.

தாழ்த்தப்பட்ட பிரிவைச் சேர்ந்த அயோத்திதாசருக்கும் தமிழ் மொழியைச் சிறப்பாகவும் சமஸ்க்ருதம், பாலி, ஆங்கிலம் ஆகிய மொழிகளை ஓரளவும் கற்றுத் தேறத் தடை ஏதும் இருக்கவில்லை. கிறிஸ்தவராக மதம் மாறி மிஷனரிகளின் உதவியில் முன்னேறவேண்டிய அவசியமும் அவருக்கு ஏற்படவில்லை.

அயோத்திதாசரால் சித்த மருத்துவத்தில் தேர்ச்சி பெறவும் முடிந்தது. சிறந்த தமிழறிஞரும் தொழிற்சங்க முன்னோடியும் தேசபக்தருமான திரு.வி. கலியாணசுந்தர முதலியார், தமது சிறுவயதில் அயோத்திதாசரிடம் சிகிச்சை பெற்றதாக 'வாழ்க்கைக் குறிப்புகள்' என்ற நூலில் குறிப்பிடுகிறார். முதலியார் என்பது உயர் சாதிகளில் ஒன்று. அயோத்திதாசருக்கு மட்டும் இம்மாதிரியான வாய்ப்புகளும் கௌரவங்களும் எப்படிச் சாத்தியமாயின? தடைக் கற்கள் எல்லாம் அவருக்கு மட்டும் எப்படிப் படிக்கட்டுகள் ஆயின?

தாழ்த்தப்பட்டோருக்கே கல்வி கற்கவும் விருப்பமான தொழிலில் ஈடுபட்டுச் சம்பாதித்துக் காடு கரை எனச் சொத்துகள் வாங்கிப் போடவும் வாய்ப்பு இருந்திருக்கையில் மற்ற சாதியினர் இவ்வாறு முன்னேற என்ன இடையூறு இருந்திருக்க முடியும்?

சங்க காலம் தொட்டு, பக்தி இலக்கியம் தவழ்ந்த காலம்வரை மட்டுமின்றி, நாயக்கர், மராட்டியர் ஆளுகைக் காலம் என எப்போதும் எல்லாச் சாதியிலும் பல்வேறு துறைகளிலும் படித்துத் தேறும் விருப்பம் உள்ளவர்களுக்குத் தடை ஏதும் இருந்ததில்லை என்று இதைப் புரிந்துகொள்ள வேண்டாமா?

வேதகிரி முதலியார், வீரராகவ முதலியார், சேனாதிராயர், கந்தப் பிள்ளை, தாச்சி அருணாசல முதலியார், சிவக் கொழுந்து தேசிகர், புலிக் குட்டி ராமலிங்கத் தம்பிரான், பொன்னுசாமித் தேவர், தேவகோட்டை சின்னையா செட்டியார், முருகேசப் பண்டிதர், சென்னை வீராசாமிச் செட்டியார், அண்ணாமலை ரெட்டியார், முடிச்சூர் அப்பாவு முதலியார், சுன்னாகம் நாகநாத பண்டிதர் இப்படிப் பிராமணர் அல்லாத பல்வேறு சாதியினர் 19-ம் நூற்றாண்டில் பல்வேறு துறைகளில் சிறந்து விளங்கினர். இந்தப் பட்டியல் முடிந்துவிடவில்லை. பெயர்களை அடுக்கத் தொடங்கினால் பக்கங்கள் வளரும்.

இவர்கள் அனைவரும் தம் கல்வி கேள்வி அறிவினால் பிரபலம் அடைந்த பிராமணரல்லாத வெவ்வேறு சாதிகளைச் சேர்ந்த நிபுணர்கள். இத்தகையவர்களின் பட்டியலே மிக நீளமாக இருந்தால், அவர்களுக்குச் சிறிது மாற்றுக் குறைவாகவும் சராசரியாகவும் படித்துத் தேறிய பிராமணரல்லாத சாதியினரின் எண்ணிக்கை எவ்வளவு இருக்கும்? பிராமணரல்லாதார் படித்து முன்னேற பிராமணர் தடையாக இருந்தனர் எனில் பிராமண ரல்லாத பல்வேறு சாதியினர் இவ்வளவு பேர் படித்துத் தேர்ச்சி பெறுவது எப்படிச் சாத்தியமானது?

வசதியும் விடாமுயற்சியும் உள்ளவர்கள் எந்தச் சாதியினராக இருப்பினும் கல்வியறிவு பெற எவ்விதத் தடையும் இருக்க வில்லை என்பதை இதிலிருந்து தெரிந்துகொள்ள முடிவதோடு, வசதியும் முயற்சியும் இல்லையேல் பிராமணரே ஆனாலும் கல்வி கற்க வாய்ப்பிருக்கவில்லை என்பதும் புலனாகிறது.

அயோத்திதாசர் அனைத்துப் பிரிவினரையும் பூர்வ பவுத்தர் களாகவே காட்சிப்படுத்தத் தொடங்கிய பின்னரும் 'திராவிட' என்ற சொற்பிரயோகத்தை அவ்வப்போது பயன்படுத்தி வந்தார். ஆனால் பூர்வ பவுத்தத்தின் ஒரு கூறுபோல் அது வெளிப்பட்டது. பிற்காலத்தில் தம்மை 'திராவிடர்' என்று வர்ணித்துக்கொண்ட வர்களின் கண்ணோட்டத்துடன் அல்ல.

அயோத்திதாசரின் திகைப்பூட்டும் ஆய்வுப் பார்வையில் பறை யரே அசல் திராவிடர்கள். பிராமணர்களோ பாரசீகத்திலிருந்து வந்து சேர்ந்தவர்கள். இடைப்பட்ட சாதியினர் அனைவரும் பிராமணர்களுடன் இணக்கமாகச் சேர்ந்துகொண்டு பின்னர் அவர்களுடன் இரண்டறக் கலந்துவிட்டவர்கள்.

அயோத்திதாசர் பறையரைத் திராவிடராகக் கண்டார் என்றால் தனித் தமிழ் ஆர்வலரும் சைவ சித்தாந்த சமயப் புலவருமான சுவாமி வேதாசலம் என்னும் மறைமலை அடிகள் (1876-1950), வேளாளரே திராவிடர் என்று விளக்கம் அளித்தார்.

மறைமலை அடிகளின் தந்தையார் சோழிய வேளாளர் பிரிவைச் சேர்ந்தவர். தாயார் சேனைத் தலைவர் செட்டியார் சாதியைச் சேர்ந்தவர். மறைமலை அடிகள் தம்மை எப்போதும் ஒரு வேளாளராகவே முன்னிலைப்படுத்தி வந்தார். ஏனெனில் சமூகக் கட்டமைப்பில் அன்னையின் சாதி சிறிது மாற்றுக் குறைவானது!

வேளாளர் சைவ சித்தாந்தத்தைக் கடைப்பிடித்து சிவ வழிபாடு செய்து உயர்ந்த நிலையில் இருக்கையில் ஆரியரான பிராமணர்கள் இந்திரன் போன்ற சிறு தெய்வங்களையும் அரசர்களான ராமன், கிருஷ்ணன் ஆகியோரையும் வழிபட்டனர் என்கிறார் மறைமலை அடிகள். போரிடுவதன் மூலம் வேளாளரை வெற்றி கொள்ள முடியாது என்பதைப் புரிந்துகொண்ட பிராமணர்கள் சமாதான முறையில் அணுகியும், வேளாளர் வழிபாடு, சடங்கு சம்பிரதாயங்களை நகல் செய்தும் சாதிக் கட்டமைப்பில் தலையாய இடத்தைக் கைப்பற்றிக்கொண்டனர் என்று 'வேளாளர் நாகரிகம்' என்ற தமது நூலில் இவர் குறிப்பிடுகிறார்.

வேளாளர்கள் ஆரியக் கலப்பற்ற தூய தமிழர்கள் என்றும் அவர்களின் சமயம் சைவ சித்தாந்தம் என்றும் மறைமலை அடிகள் இடைவிடாது வலியுறுத்திவந்தார். ஆனால் மெய்கண்டாரின் 'சிவஞான போதம்' என்ற நூல்தான் தமிழர்கள் கடைப்பிடித்த சைவ சித்தாந்தக் கோட்பாடுகளை முறைப்படி ஒழுங்கு செய்த தொகுப்பு. இது ரௌரவ ஆகமம் என்கிற சமஸ்க்ருத சாஸ்திரத்தில் உள்ள 12 சூத்திரங்களின் தமிழ் மொழிபெயர்ப்புதான். இந்த சமஸ்க்ருத சூத்திரங்கள்தாம் சைவ சித்தாந்தத் தத்துவத்துக்கே அடித்தளம். *(Sivagnana Bhodham with English Translation by J M Nallaswami Pillai http://www.shaivam.org/english/sen-san-sivagnana-botham-jmnp.htm)*

தனித் தமிழ்ச் சைவத்தின் மூலம் எது என்பதை மறைமலை அடிகள் மறைத்தது ஏன்? ஹிந்து சமயத்தின் ஓர் அங்கமே சைவம்; தமிழும் சமஸ்க்ருதமும் ஒரே கலாசாரத்தின் இரு கூறுகள் என ஒப்புக்கொள்ள அவர் தவறியது ஏன்?

மறைமலை அடிகளுக்கு பிராமணர்மீது இருந்த துவேஷம் மிகவும் கடுமையானது என Brahmin and Non-Brahmin என்ற தமது நூலில் குறிப்பிடும் எம்.எஸ்.எஸ். பாண்டியன், அதற்குச் சான்றாக மறைமலை அடிகளின் நாட்குறிப்பிலிருந்து ஒரு பகுதியை எடுத்தாள்கிறார். நெல்லூருக்குச் சென்றிருந்த மறை மலை அடிகள் அங்கு 1923 மார்ச் 22-ம் தேதி இப்படி எழுதுகிறார்: 'இப்பகுதிகளில் பிராமணர்களின் செல்வாக்கு மிக அதிகம். ஓ, எப்போது பிராமணர்கள் இந்தியாவில் அவர்கள் இருந்த தடம் கூடத் தெரியாதவாறு ஒரேயடியாகப் பூண்டோடு ஒழிக்கப் படுவார்களோ!'

மறைமலை அடிகளின் கூற்றுப்படி, தமிழ் நாட்டில் முதன் முதலில் காடு திருத்தி நாடு செய்தவர் வேளாளர்கள்தாம். உழவுத் தொழிலால் சிறப்படைந்து, நாகரிக வாழ்க்கையை வகுத்தளித்த நன்மக்கள் வேளாளர்களே.

'வேளாளர்கள் ஏனைய மக்களை நோக்கிச் செய்யும் ஈகையும் விருந்தோம்பலும் மக்கள் வேள்வி (மானுட யாகம்) எனவும், சிற்றுயிர்களைப் பாதுகாக்கும் பொருட்டு அவர்கள் மேற் கொண்டுள்ள கொல்லாமை உயிர் வேள்வி (பூத யாகம்) எனவும், மறைந்த முன்னோருக்குச் செய்யும் நன்றிக் கடன் தென்புலத்தார் வேள்வி (பித்ரு யாகம்) எனவும், இறை வழிபாட்டின் பொருட்டுச் செய்வது கடவுள் வேள்வி (தேவ யாகம்) எனவும், தமக்கும் பிறருக்கும் அறிவை விளக்கி முயற்சியைப் பயன்பெறச் செய்யும் சான்றோர் முறையிலான கலை வேள்வி (பிரம யாகம்) எனவும் ஆன்றோரால் வகுக்கப்பட்டன' என்று விளக்கும் மறைமலை அடிகள், இந்த ஐவகை வேள்விகளையும் நியமித்தவர்கள் வேளாளர்களே என்று சொல்கிறார்.

'வேளாளர்கள் தமக்குள் நுண்ணறிவால் சிறந்தவர்களை அறிவு நூல்களை ஓதுவதற்கும், திருக்கோயில்களில் கடவுள் வழிபாடு செய்து வைக்கவும் ஒரு வகுப்பினராகத் தம்மிலிருந்தே பழைய நாளிலிருந்தே பிரித்துவைத்திருந்தார்கள்' என்றும் இவர்கள்தான் தமிழ்நாட்டு அந்தணர்கள் என்றும் கூறுவதோடு, இவர்களைத் தான் இக்காலத்தில் ஆதி சைவர் (சிவாசாரியர்), குருக்கள், பட்டர் கள், நம்பியார்கள் என்றெல்லாம் அழைக்கிறார்கள் என்றும் ஒரு போடு போடுகிறார். அதாவது தமிழ்நாட்டில் உள்ள பழங்கால ஆலயங்களில் பரம்பரை பரம்பரையாக அர்ச்சகர்களாக இருந்து

வருவோரும் அறிவு நூல்களை ஓதுவோரும் வேளாளர்களில் நுண்ணறிவால் சிறந்தவர்கள்தான் என்பது அடிகளின் கருத்து.

மறைமலை அடிகளின் ஆய்வு மேலும் தொடர்கிறது: 'ஓது தற்கும் கடவுள் வழிபாடு ஆற்றுதற்கும் தம்மினின்று ஓர் அந்தணக் குடியை அவர்கள் வகுத்து வைத்தது போலவே, போர் செய்தற்குரிய ஆற்றலும் குடிகளைப் பாதுகாத்தற்குரிய அறிவு வலியும் உடைய வேளாண் மக்களைப் பிரித்து அரசாளுதற்கு வைத்தார்கள்.'

பழந் தமிழ் அரசர்கள் பலர் 'வேள்' என்ற பின்னொட்டுப் பெய ருடன் விளங்கியதையும் 'வேளிர்' என்னும் குலப் பெயரையும் அடிகள் இதற்குச் சான்று காட்டுகிறார். இதேபோல தாம் விளை வித்த பொருள்களுக்கு விலை நிர்ணயித்து விற்பனை செய் வதற்கு வேளாளர் தம்மிலிருந்தே வைசியப் பிரிவை உரு வாக்கினர் என்கிறார். நாலாவதாக சூத்திரர் என்று ஒரு பிரிவு வரு கிறதே, அது உருவானதற்கும் அடிகளிடம் விளக்கம் தயாராக உள்ளது:

> கொலை புலை நீக்க மாட்டாராய் (அதாவது பிராணி களைக் கொன்று அவற்றின் இறைச்சியை உண்பவர்கள்) அறவொழுக்கத்திற் தாழ்ந்து நிற்போரான மற்றைத் தமிழ்க் குடிகளைத் தமது உழவுத் தொழிலுக்கும் தமக்கு உதவியாகும் பல கைத் தொழில்களைப் புரியும்படி ஏவி, அவர்களைப் பதினெண் வகுப்பினராகப் பிரித்து வைத்தவர்களும் வேளாளர்களேயாவர். அப்பதினெண் வகுப்பினரானவர், கைக்கோளர், தச்சர், கொல்லர், கம்மாளர், தட்டார், கன்னார், செக்கார், மருத்துவர், குயவர், வண்ணார், துன்னர், ஓவியர், பாணர், கூத்தர், நாவிதர், சங்கறுப்பார், பாகர், பறையர் என்பவரேயாவர். இப்பதினெண் வகுப்பினரும் தத்தமக்குரிய தொழில் களைச் செய்துகொண்டு வேளாளர் ஏவல் வழி நின்று, அவர்க்கும் அவரது உழவுத் தொழிலுக்கும் பயன்படு வாராயிருந்து வாழ்ந்து வருதலைத் தமிழ் நாட்டில் உள்ள வேளாள நத்தங்களில் இன்றும் நேரே காணலாம்.

ஆக, தமிழ் நாட்டில் வர்ணாசிராமத்தைத் தோற்றுவித்து அதை நடைமுறைப்படுத்தியவர்கள் தமிழர்களான வேளாளர்களே என்கிற முடிவுக்கு வருகிறார், மறைமலை அடிகள்.

அரசராக ஆட்சிப் பொறுப்பேற்ற 'க்ஷத்திரிய' வேளாளர்களுக்கு வேள், வேளிர் என்ற சொற்களைச் சுட்டிக் காட்டிய மறைமலை அடிகள், மற்ற வர்ண வேளாளர்களுக்கு ஒரு சான்றும் தர வில்லை!

தமிழ் நாட்டு வேளாளர்களே வட நாட்டிலும் பரவிப் படர்ந்து அங்கும் காடு திருத்தி நாடு நகரங்களை உருவாக்கி வர்ணாசிரம அடிப்படையிலான தமது நாகரிகத்தைக் கடைப்பிடித்து வருகையில்தான் இமய மலைக்கு அப்பால் உழவுத் தொழில் என்றால் இன்னதென்றே அறியாதவர்களாக, ஆடு மாடுகளை மேய்த்துக்கொண்டும் அவற்றை அறுத்துத் தின்றுகொண்டும் இருக்க இடந் தேடி வந்த ஆரியர்களுக்கு வேளாளர் இரக்கத் துடன் புகலிடம் தந்து ஆதரிக்கப்போய், சூழ்ச்சிக்காரர்களான அந்த 'சதிகாரர்கள்' காலப்போக்கில் புகுந்த இடத்தில் மேலாதிக்கம் செலுத்தத் தொடங்கிவிட்டார்கள் என்பது மறை மலை அடிகளின் கணிப்பு.

ஈ.வே.ரா. தொடங்கிய சுய மரியாதைச் சங்கம், வைணவக் கடவுள்களையும் வைணவர்களையும் கண்டித்துப் பிரசாரம் செய்தவரை அதனுடன் உற்சாகமாக உறவாடிய மறைமலை அடிகளின் தனித் தமிழ் இயக்கம், சுய மரியாதைச் சங்கம் சிவனையும் இழித்துப் பேச ஆரம்பித்ததும் அந்த உறவைத் துண்டித்துக்கொண்டுவிட்டது!

யாழ்ப்பாணத்தில் ஆரிய பிராமணர் செல்வாக்கு அறவே இல்லை என்று 'பஞ்சமர்' என்ற நாவலை எழுதிய டேனியலும் இன்னபிற ஈழத்து எழுத்தாளர்களும் ஆய்வாளர்களும் கூறியுள்ளனர். மாறாக, வேளாளர் மேலாதிக்கம்தான் பிற சாதியினரையெல் லாம் தமக்குக் கீழானவர் என்ற பார்வையுடன் நடத்துவதாகத் தெரிவித்துள்ளனர். ஆரிய பிராமணரின் செல்வாக்கு இல்லாத நிலையில் சாதி அடிப்படையிலான இந்த ஏற்றத்தாழ்வு உணர்வு எப்படி வேளாளரிடையே ஊடுருவியது என்பது குறித்து மறை மலை அடிகள் விளக்கம் ஏதும் அளித்ததாகத் தெரியவில்லை.

மறைமலை அடிகள் தொடங்கிய 'பொது நிலைக் கழகம்' பிராமணர் அல்லாத அனைத்துச் சாதியினரும் சைவ நெறியில் சமரச நோக்குடன் சகோதர உணர்வுடன் பழகவேண்டும் என வலியுறுத்தியதால் தமிழ்ச் சைவ வேளாளர்கள் தமது மேல்சாதி உணர்வைக் கைவிட விருப்பமின்றி அடிகளின் சீர்திருத்தம்

தேவையற்றது என விலகிக்கொண்டனர் என்றும் அதனால் பொது நிலைக் கழகம் நீடிக்கவில்லை என்றும் ராகவன் என்ற ஆய்வாளர் தமது Makers of Modern Tamil என்ற நூலில் குறிப்பிடுகிறார்.

மறைமலை அடிகள் பயன்படுத்திய திராவிடம் முற்றிலும் தமிழர் களையும் முதன்மையாக தமிழ் சைவ வேளாளர்களையும் குறிப்பதாகவே உள்ளது. திராவிட என்பதைத் தமிழர் என்ப துடன் இனங்கண்டாலும், அவர் 'தமிழர்' என்ற பதத்தையே பெரும்பாலும் பயன்படுத்தினார். மேலும், தொடக்கத்தில் பிராமண வெறுப்பு என்கிற பொதுக் கருத்தால் ஈ.வே.ரா.வுடன் இழைந்த மறைமலை அடிகள், திராவிடம் பேசும் ஈ.வே.ரா.வின் ஹிந்து விரோத ஆயுதத்தின் குறி சுத்த சைவத்தின்மீதும் திரும்பு வது கண்டு விரைந்து விலகிவிட்டார். ஈ.வே.ரா. சைவர்களைப் பற்றி அப்படி என்னதான் கூறிவிட்டார்?

ஒரு பானைச் சோற்றுக்குப் பதமாக ஒரேயொரு சோற்றுப் பருக்கை:

> பொதுவாகத் தமிழ் மக்களை ஆரியப் படுகுழியில் தள்ளி என்றும் தலை தூக்காது இருக்கத் தக்கவண்ணம் ஆரியர் களுக்குத் துணை புரிந்துவந்தவர்கள், வருபவர்கள் சைவர் களே ஆவார்கள். அவர்களும் அவர்களது சைவ சமூகமுமே தமிழ்நாட்டில் ஆரியத்தை வளர்த்து ஆரியர்களுக்குத் தமிழர்களை அடிமை ஆக்கிற்று. இன்றும் பெரும்பாலும் சைவர்தான் ஆரியர்க்கு அனுமார், சுக்ரீவன், விபீஷணர் களாக இருந்துவருகிறார்கள். (ஈ.வே.ரா. தலையங்கம், குடியரசு 29-5-1938)

ஆகவே மறைமலை அடிகளையும் அவர் பின்னால் நின்ற சிலரையும் தவிர்த்து, சைவர்களாகவோ வைணவர்களாகவோ தங்களை வெளிப்படுத்திக்கொள்ள விரும்பாத, ஆனால் பிராமணர் அல்லாத உயர் சாதியினர் எனத் தம்மைக் கருதிக் கொண்டவர்கள், தங்ளை அடையாளப்படுத்திக்கொள்ள சமூகத் தளத்தில் முதன்முதலாக 'திராவிட' என்ற சொற் பிரயோகத்தைப் பயன்படுத்திய அயோத்திதாசர் என்ற தாழ்த்தப்பட்ட பிரிவைச் சேர்ந்தவரிடமிருந்துதான் 'திராவிட' என்பதை இரவல் வாங்க வேண்டியிருந்தது!

சுவையான ஒரு பிற்குறிப்பு:

மறைமலை அடிகளின் தனித் தமிழ் இயக்கப் பிரசாரமும் சைவ சித்தாந்த விரிவுரையும் மிகச் சிறிய சைவ வட்டத்துக்கு உள்ளேயே முடங்கிப் போய்விட்டமைக்கு ஒரு சுவையான காரணம் உள்ளது. மறைமலை அடிகள் வந்து உரை நிகழ்த்த வேண்டுமானால் அதற்குப் பல நிபந்தனைகள் இருந்தன:

1. ஒவ்வொரு சொற்பொழிவுக்கும் அடிகளுக்கு ரூ. 200 கொடுத்துவிடவேண்டும்.

2. அடிகளுக்கும் அவரோடு வருகிறவர்களுக்கும் சீரான இடத்தில் தங்கும் வசதி செய்து தரப்படவேண்டும்.

3. ஒரு சைவச்சமையல்காரரையும் கூப்பிட்ட குரலுக்கு வந்து அடிகள் ஏவும் வெளி-உள் வேலைகளுக்கு ஓர் எடுபிடி சிப்பந்தியையும் அளிக்கவேண்டும்.

4. தங்கியுள்ள இடத்தில் மேஜை நாற்காலி, வெளிப்புற அறை, பிரம்பு நாற்காலிகள், இரண்டு பெஞ்சுகள் ஆகியவை இருப்பதோடு வெந்நீர் வைப்பதற்கு பாய்லர், சமைப்பதற்குப் பாத்திரங்கள் அளிக்கவேண்டும்.

5. உயர்ந்த ரக அரிசி, துவரம் பருப்பு, உளுத்தம் பருப்பு, மஞ்சள் பொடி, மிளகு, தனியா, பூண்டு, பெருங்காயம், ஜவ்வரிசி, முந்திரிப் பருப்பு, திராட்சை, வாதாம் பருப்பு, சைனா சர்க்கரை மிட்டாய், போரா சர்க்கரை, சுத்தமான பசும் பால், வெண்ணெய் ஆகியவை தினமும் காலையும் மாலையும் இருக்கின்ற நபர்களுக்குப் போதுமானவையாக அளிக்கவேண்டும்.

6. தினமும் காலை புத்தம் புதிய காய்கறிகள் அளிக்க வேண்டும்.

7. மலர்கள், சந்தனம், ஊதுவத்தி, ஆகியவை தினசரி பூஜைக்குக் கொடுக்கவேண்டும்.

இத்தனையும் ஏற்பாடு செய்து உபசரித்தால் மறைமலை அடிகள் தனித் தமிழின் அவசியம், சைவத்தின் மாண்பு, சைவ வேளாளர் பெருமையும் ஆரிய பிராமணர் சிறுமையும் ஆகியவை குறித்துப் பேருரை ஆற்றுவார். (இத்தகவலை ராகவன் எழுதிய Makers of Modern Tamil என்ற நூலில் காணலாம்.)

6. பந்திக்கு முந்தியவர்கள்

மெக்காலேயின் ஆங்கிலக் கல்வித் திட்டம் 1835-க்குப் பிறகுதான் நாட்டில் நடைமுறைக்கு வந்தது. அத்திட்டத்தின்படி சென்னை ராஜதானி யில் கல்வி கற்போரின் எண்ணிக்கை வங்காளம், பம்பாய் ஆகிய ராஜதானிகளில் படித்துவந்தவர் களின் எண்ணிக்கையைவிட மிகவும் குறைவாக இருந்ததோடு சென்னை மாணவர்களுடைய ஆங் கில மொழி அறிவின் தரமும் வங்காளம்-பம்பாய் ராஜதானி மாணவர்களுடன் ஒப்பிடுகையில் குறைவாகவே இருந்ததாக லூயிஸ் சிட்னி ஸ்டூவர்ட் ஓ'மாலி (Lewis Sydney Steward O'Malley) என்பவர் Modern India and the West (Oxford University Press, 1941) என்ற தமது நூலில் குறிப்பிடுகிறார்.

அன்றைய சென்னை மாநிலம் என்பது ஹைதராபாத் நிஜாம் ஆளுகைக்கு உட்பட்ட தெலுங்கானா பிரதேசம் நீங்கலான முழு ஆந்திரப் பிரதேசம், தமிழ்நாடு, மலையாள மொழி வழங்கும் மலபார், கன்னடம் வழங்கும் தென் மேற்கு கர்நாடகம் ஆகி யவை உள்ளிட்ட மிக விசாலமான பகுதியாக இருந் தது. இன்றைக்கு ஒடிஷா மாநிலத்தில் உள்ள கஞ்சாம் மாவட்டம் சென்னை ராஜதானியின் வடக்கு எல்லைப்புற மாவட்டமாக இருந்தது.

இவ்வளவு பெரிய, ஓரியா உள்ளிட்ட ஐந்து மொழி கள் வழங்கும் பிரதேசத்தின் அரசியல், சமூக தளங் களில் தெலுங்கர்களுள் ரெட்டி, கம்மா போன்ற வர்கள் முன்னிலை பெற்றிருந்தனர். அவர்களில்

பெரும்பாலானவர்கள் பெரும் நிலச்சுவாந்தாரர்களாகவும், ஜமீந்தார்களாகவும், தொழிலதிபர்களாகவும், வர்த்தகப் பிரமுகர்களாகவும் இருந்தனர். தெலுங்கு பிராமணர்கள் கல்வி கற்பதில் முதலிடம் வகித்ததால் படிப்பாளிகள் என்ற அளவில் முக்கியத்துவம் பெற்றனர்.

தமிழ்ப் பகுதியிலும் இதே நிலைதான் இருந்தது. பிள்ளைமார்களும் முதலியார்களும் பெரும் நிலக் கிழார்களாக இருந்தமையால் சமூக அந்தஸ்தில் முதல் நிலை வகித்தனர். கிராமங்களில் அரசின் பிரதி நிதியாக இருந்து சகல அதிகாரங்களையும் தன்னிடம் வைத் திருக்கக் கூடிய கர்ணம் என்கிற பதவியை வேளாளர்கள்தான் வகித்தனர்.

சென்னை ராஜதானியில் இருந்த மலபார் என்கிற மலையாளம் வழங்கும் பகுதியில் கேரளத்து பிராமணர்களான நம்பூதிரிகளுக்கு இணையாகத் தமிழ் பேசும் பிராமணர்களான பட்டர்களும் இருந்தனர். இவர்கள் நில உடைமையாளர்களாக இருந்த போதிலும் நிலத்தை நாயர் சாதியாரிடம் குத்தகைக்கு விட்டு அவர்கள் கொடுக்கும் கணக்குப்படி வருவாய் பெறுவதில்தான் ஆர்வம் காட்டிவந்தனர். பட்டர் வீட்டுப் பிள்ளைகள் வேத பாட சாலைக்குப் போவதை நிறுத்திவிட்டு ஆங்கிலப் பள்ளிக்கூடங் களுக்குச் செல்ல ஆரம்பித்தனர். அவர்களுக்கு இணையாக நாயர் சாதியினரும் ஆங்கிலக் கல்வி கற்க முனைந்தது குறிப்பிடத்தக்கது. மலபார் மாவட்டத்தைப் பொருத்தவரை நாயர்களும் தாம் உயர்சாதியினர் என்ற பெருமிதத்துடன் பட்டர்களுக்குச் சமமாகத் தங்களை பாவித்துக்கொண்டு நடமாடினர். அவர்கள் பெற்ற ஆங்கிலக் கல்வியும் அவர்களைத் தலை நிமிர்ந்து நடமாடச் செய்தது. நாயர் வீட்டுப் பெண்கள்கூடப் பள்ளிக்குச் சென்றனர். சென்னை ராஜதானியிலேயே மலபார்தான் எழுத்தறிவில் முன்னணியில் இருந்தது.

தென்மேற்கு கர்நாடகப் பிரதேசத்தில் இருந்த மாத்வ பிராமணர்கள் சமூகத்தில் ஆதிக்கச் சக்தியாக இருக்கவில்லை. இவர்களை உடுப்பி பிராமணர் என்று குறிப்பிடுவது வழக்கம். இவர்கள் உணவு விடுதிகளை நடத்துவதில்தான் பிரசித்தி பெற்று விளங்கினர். இங்கு வசிக்கும் பிராமணர்களில் பெரும்பாலானவர்கள் கௌட தேச சரஸ்வத் பிராமணர் என்ற பிரிவினர். பை என்று அழைக்கப்படும் இவர்கள் சமுதாயத்தில் மேலாதிக்கம் செலுத்தியவர்கள் அல்லர். சென்னை ராஜதானியின் மற்ற பகுதிகளில் வாழ்ந்த பிராமணர்

களைக் காட்டிலும் இவர்கள் ஆங்கிலக் கல்வி பயில்வதில் பின்தங்கியே இருந்தனர். இப்பகுதியில் க்ஷத்திரியர் எனத் தம்மைக் குறிப்பிடும் 'பன்ட்' என்ற வகுப்பாரே சமூகத்தில் அதிகாரம் செலுத்துவோராக இருந்தனர். ஹெக்டே, ஷெட்டி, பல்லாளா முதலிய பிரிவினரே 'பன்ட்' என்ற பொதுப் பெயரால் அழைக்கப்படுகின்றனர்.

ஆங்கிலேயக் கிழக்கிந்தியக் கம்பெனி ஆளும் வர்க்கமாக மாறிய தொடக்க காலத்தில் வணிக சாதியினர் மட்டுமே அவசியம் கருதியும் பின்னர் ஆதாயம் காரணமாகவும் ஆங்கிலேய ஆட்சி யாளர்களுடன் தொடர்பு கொண்டிருந்தனர். ஆங்கிலேய ஆட்சி யாளருடன் தொடர்புகொள்வது, சாதி ஆசாரங்களின் குறுக்கீடு களால் பிராமணர்களுக்கு இயலாததாகவே இருந்தது.

தமிழ்நாட்டு பிராமணர்கள் மெக்காலே ஆங்கிலக் கல்வி முறை யில் பயில்வதைத் தொடக்கத்தில் இழிவாகவே கருதியிருக் கிறார்கள். தமிழ், சமஸ்க்ருதம் ஆகிய மொழிகளின் இலக்கண, இலக்கியங்களைக் கற்பதிலேயே அவர்கள் ஆர்வம் காட்டி வந்தார்கள் என்பதை உ.வே. சாமிநாத ஐயரின் 'என் சரித்திரம்' நூலிலிருந்து அறியலாம். பிராமணரான சுப்பிரமணிய பாரதியார் கூட ஆங்கிலக் கல்வித் திட்டத்தின்படிக் கல்வி பயிலத் தந்தை யார் தம்மை அனுப்பியமைக்காக மிகவும் மனம் நொந்து போயிருக்கிறார். இதுதான் பத்தொன்பதாம் நூற்றாண்டின் இறுதிப் பத்தாண்டுக் கால நிலைமை.

ஆங்கிலேயக் கிழக்கிந்தியக் கம்பெனி வேரூன்றிய தொடக்க காலத்திலேயே பெரும்பாலான பார்ப்பனர்கள் ஆங்கிலம் கற் பதை விரும்பவில்லை. அதனை மிலேச்ச பாஷை என்று புறக் கணித்தார்கள். ஆங்கிலம் கற்கத் துணியும் பார்ப்பனரை இழி வாக மதித்தனர்.

> நெல்லையூர் சென்றுஅவ் வூணர் கலைத் திறன்
> நேருமாறெனை எந்தை பணித்தனன்
> புல்லை யுண்கென வாளரிச் சேயினைப்
> போக்கல் போலவும், ஊன்விலை வாணிகம்
> நல்லதென்றொரு பார்ப்பனப் பிள்ளையை
> நாடுவிப்பது போலவும் எந்தைதான்
> அல்லல் மிக்கதோர் மண்படு கல்வியை

ஆரியர்க்கிங்கு அருவருப்பாவதை,
நரியுயிர்ச்சிறு சேவகர், தாதர்கள்,
நாயெனத் திரி ஒற்றர், உணவினைப்
பெரிதெனக் கொ(ண்)டு தம்முயிர் விற்றிடும்
பேடியர், பிறர்க்கு இச்சகம் பேசுவோர்
கருதும் இவ்வகை மாக்கள் பயின்றிடும்
கலை பயில்கென என்னை விடுத்தனன்
அருமை மிக்க மயிலைப் பிரிந்தும் இவ்
அற்பர் கல்வியில் நெஞ்சு பொருந்துமோ?

என்று மெக்காலே ஆங்கிலக் கல்வி முறையைத் தமது சுயசரிதையில் பலவாறு இழித்தும், ஆங்கிலக் கல்வி பயில்வோரைப் பழித்தும் எழுதுகிறார் சுப்பிரமணிய பாரதியார். அவர் ஊணர் என்று குறிப்பிடுவது ஆங்கிலேயரை. அதற்கு அந்நியர் என்று பொருள்.

தமிழிலும் சமஸ்க்ருத்திலும் உள்ள இலக்கியச் சிறப்புகளும் வானியலில் தேர்ந்த பாஸ்கரரின் கணித சாத்திர மேன்மையும் பாணினி இலக்கணமும் சங்கரரின் தத்துவ ஞானமும், சேரன் தம்பி சிலம்பை இசைத்ததும், தெய்வ வள்ளுவன் வான்மறை செய்ததும், பாண்டிய, சோழர்கள் தர்மம் வளர்த்ததும், அசோகன் புவித்தலம் காத்ததும், மிலேச்சரின் தீயகோல் வீழ்த்தி வென்ற சிவாஜியின் வெற்றியும் ஆங்கிலப் பள்ளிக்குச் செல்வோர் அறிய மாட்டார்கள் என்று உறுதிபடக் கூறுகிறார் பாரதியார்.

தமக்கு நலம் செய்வதாக நினைத்துக்கொண்டு தம்மை ஆங்கிலப் பள்ளிக்கூடத்துக்குத் தந்தையார் அனுப்பிவைத்ததாகவும் அதனால் அவருக்கு ஓர் ஆயிரம் செலவானதாகவும் தமக்கோ பல்லாயிரம் தீதுகள் சேர்ந்ததாகவும் பாரதியார் சொல்கிறார்.

பிராமணர்களில் தேசிய விழிப்புணர்வு இருந்தோரிடையே மெக்காலே கல்வித் திட்டத்தின்படிக் கல்வி கற்பதில் ஈடுபாடு இருக்கவில்லை. மேலும் அத்தகைய கல்விக்குச் செலவும் அதிகமாகவே ஆகியிருக்கிறது என்பது, 'செலவு தந்தைக்கோர் ஆயிரஞ் சென்றது' என்று பாரதியார் தமது சுய சரிதையில் எழுதியிருப்பதிலிருந்து தெரியவருகிறது. பத்தொன்பதாம் நூற்றாண்டின் இறுதிப் பத்தாண்டுகளில் ஆயிரம் ரூபாய் என்பது மிகமிகப் பெரிய தொகை! ஆக, பிராமணர்களில் மிகவும் வசதியானவர்களும், கடன் வாங்கும் சக்தியுள்ளவர்களும்,

செல்வந்தர் அல்லது ஏதேனும் அறக்கட்டளையின் பரிவினால் உபகாரச் சம்பளம் பெறக்கூடிய அளவுக்கு கெட்டிக்காரர்களாக உள்ள மாணவர்களும்தான் அரசாங்க வேலை வாய்ப்பு பெற உதவும் மெக்காலே கல்வித் திட்டப் பள்ளியில் படிக்க முடியும் என்ற நிலை இருந்திருக்கிறது.

சொல்லப் போனால் ஆங்கிலமும் பிரெஞ்சும் கற்று ஆங்கிலேய அதிகாரிகளுக்கு துபாஷிகளாக (துவி பாஷி - இரு மொழிகள் அறிந்தோர்) சேவகம் செய்ய முந்திக்கொண்டவர்கள் பார்ப்பனர் அல்லாத பிற உயர் சாதியினர்தாம். இத்தகையவர்கள் பெரும் பாலும் வாணிபத்தில் ஈடுபட்டிருந்ததால் நம் நாட்டில் கடை விரித்த அந்நியர்களின் தொடர்பில் அவர்களது மொழியைக் கற்பது அவர்களுக்கு எளிதாகவும் இருந்தது. அன்றைக்கு ஆங்கிலேயக் கிழக்கிந்தியக் கம்பெனியிலும் பிரெஞ்சுக் கிழக் கிந்தியக் கம்பெனியிலும் மேலிடத்துக்கு நெருக்கமாக இருந்த துபாஷிகளில் மிகப் பெரும்பான்மையினர் பார்ப்பனர் அல்லாதார்தான். ஆனந்தரங்கப் பிள்ளை, சுங்குராமச் செட்டி யார், பச்சையப்ப முதலியார், மணலி முத்துக்கிருஷ்ண முதலி யார், அவர் மகன் வெங்கடகிருஷ்ண முதலியார், ‘பௌனி’ நாராயணப் பிள்ளை இப்படிப் பல பிராமணர் அல்லாதார்தான் அன்றைய ஆட்சியாளர்களுக்கு நெருக்கமாக இருந்து சமூகத்தில் செல்வாக்கு மிக்கவர்களாக விளங்கினார்கள்.

இருபதாம் நூற்றாண்டின் தொடக்க ஆண்டுகளிலும் பிரிட்டிஷ் ஆட்சியாளர்களுக்கு இணக்கமாக இருந்து செல்வாக்குடன் விளங்கியவர்கள் பிராமணர் அல்லாத மேல் சாதியினரான முதலியார், பிள்ளை, ஆந்திரப் பிரதேசத்துச் செட்டி, நாயுடு, கம்மா போன்றவர்கள்தாம்.

ஆங்கிலம் கற்று, அரசாங்க வேலையில் சேருவதில் உள்ள ஆதாயங்களைக் கண்டு அந்தப் பந்தயத்தில் பார்ப்பனர்கள் வென்றது பிற்காலத் திருப்பம்தான்.

பெரும்பாலான பிராமணரல்லாதாரும் வெள்ளைக்காரனிடம் கை கட்டிச் சேவகம் செய்வதைக் கௌரவக் குறைச்சலாகக் கருதி, அவரவர்க்கு என்று இருந்த தொழில்களில்தான் நேரடி கவனம் செலுத்திவந்திருக்கிறார்கள். அன்றைய நிலையில் தாழ்த்தப்பட்டவர்கள்தான் சமூக அங்கீகாரம் இல்லாத காரணத் தால் கிறிஸ்தவ மிஷனரிகளின் மதமாற்றங்களுக்கு இணங்கிப்

புதிய அடையாளம் கிடைக்கப் பெற்றவர்களாய் மிஷனரிகளின் ஆதரவோடு ஆங்கிலக் கல்விப் பள்ளிகளில் சேரும் வாய்ப்பைப் பயன்படுத்திக்கொண்டார்கள். உண்மையில் அந்த வாய்ப்பு அவர்களுக்கு விடுதலைக்கான ஒரு பெரிய வரப் பிரசாதமாகவே இருந்தது.

வெள்ளைக்கார துரைமார்களின் வீடுகளிலும் வெளிநாட்டு மிஷனரிகளின் வீடுகளிலும் வேலை வாய்ப்பு பெற்று அதன் மூலமாக தாழ்த்தப்பட்டோர் தமக்கென ஒரு சமூக அடை யாளத்தைப் பெற முடிந்தது. இது தவிர ஆங்கிலேயக் கிழக் கிந்தியக் கம்பெனியாரின் பட்டாளத்தில் பெருமளவில் சேர்ந்து புதிய சமூக அந்தஸ்து பெறவும் இயன்றது.

தாழ்த்தப்பட்டோர் கிறிஸ்தவ மதத்துக்கு மாறியது அந்த மதத் தின் இறையியல் கோட்பாடுகளை அறிந்து அவற்றின்மீது கொண்ட நம்பிக்கையால் அல்ல. தங்களுக்கும் ஒரு சமூக அந்தஸ்து கிடைக்கும் என்கிற நம்பிக்கைதான் அவர்களை மதம் மாறச் செய்தது.

கிறிஸ்தவ மதத்துக்கு மாறியபிறகும் தாழ்த்தப்பட்டோரின் படி நிலைக்கு மேலே இருந்த கோனார், மறவர், வன்னியர் முதலான சாதியாரின் மேலாதிக்கம் அவர்கள்மீது நீடிக்கவே செய்தது. மேலும் கிறிஸ்தவ மதத்துக்கு மாறிய பிற சாதியினர் அவர்களைத் தொடர்ந்து தீண்டத்தகாதவர்களாகவே நடத்தினார்கள். ஆனால் கிறிஸ்தவ மதத்துக்கு மாறியதால் கல்விக் கண் திறக்கும் விழிப் புணர்வும் கிறிஸ்தவர்கள் தொடங்கிய மருத்துவமனைகள், தேவாலயங்கள், பள்ளிக்கூடங்கள் எனப் பல்வேறு இடங்களில் வேலைவாய்ப்பும் அவர்களுக்குக் கிடைக்கவே செய்தன.

மெக்காலே கல்வித் திட்டத்தின்படி சென்னையில் ஓர் உயர் நிலைப் பள்ளி தொடங்கப்பட்டதே 1841-ல்தான். கல்லூரிகளும் 1853-க்குப் பிறகுதான் தொடங்கப்பட்டன. உயர்நிலைப் பள்ளிக் கல்வி கல்லூரிக் கல்வியாகக் கருதப்பட்டு, சென்னைப் பல்கலைக்கழகத்தின்கீழ் இருந்தது. 1857-ம் ஆண்டு செப்டெம்பர் மாதம் 5-ம் நாள் இயற்றப்பட்ட ஒரு சட்டத்துக்குப் பிறகுதான் சென்னைப் பல்கலைக்கழகம் முறையான கல்லூரிக்கான அமைப்பாகச் செயல்படத் தொடங்கியது என்று கே. கே. தத்தா என்ற ஆய்வாளர் Dawn of Renascent India என்ற நூலில் தெரிவிக்கிறார்.

தொடக்கத்தில் பிராமணர், பிராமணர் அல்லாதார் இருவருமே ஆங்கிலக் கல்வித் திட்டப் பிரகாரம் கல்வி கற்பதில் ஆர்வமற்றுத் தான் இருந்திருக்கிறார்கள். அதன் பிறகு வாழ்வாதாரத்துக்கு அது மிகவும் உபயோகமாக இருக்கும் என்பதை பிராமணர்கள் புரிந்துகொண்டு பள்ளிக்கூடம் செல்லத் தொடங்கினார்கள். அதற்குக் காரணம் வயிற்றுப் பிழைப்புக்கு என அவர்களுக் கென்று இருந்த தொழில்கள் புரோகிதம், சமையல் போன்றவை மட்டுமே. பிராமணரில் பெரும் நிலச்சுவாந்தாரர்களாக இருந்தோர் மிகக் குறைவே.

சோழ மன்னர்கள் காலத்திலும் பல சிற்றரசர்கள் காலத்திலும் பிராமணர்களுக்கு ஏராளமான நிலங்கள் மானியமாக வழங்கப் பட்டது உண்மைதான். இது தஞ்சை மாவட்டத்தில்தான் அதிகம். அந்த மாவட்டத்திலும், திருநெல்வேலி மாவட்டம் கள்ளிடைக் குறிச்சியிலும் வசதியான பிராமண நிலச்சுவாந்தாரர்கள் கூடுதலான எண்ணிக்கையில் இருந்தனர். ஆனால் நேரடியாகக் களத்தில் நின்று வேளாண்மை செய்ய மனமின்றியும் உடம்பு வணங்காமலும் குத்தகைக்கு விட்டு நிலத்தின் பயனை மட்டும் அனுபவிப்பதில் மிகப் பெரும்பாலான பிராமணர்கள் சுகம் கண்டதால் தலை முறைக்குத் தலைமுறை அவர்களுக்குரிய நிலம் குறைந்து கொண்டே வந்தது. பதினெட்டாம், பத்தொன்பதாம் நூற்றாண்டு களில் பல பிராமணக் குடும்பங்களில் மெக்காலே கல்வி கற்கப் போய்த் தீரவேண்டிய கட்டாயம் ஏற்பட்டுவிட்டது.

வசதிக்குக் குறைவில்லாத பிராமணக் குடும்பங்களிலோ, ஆங்கிலக் கல்வி சமூக அந்தஸ்தை மேலும் அதிகரிக்கச் செய்யும் என்கிற ஆசை, பிள்ளைகளை மெக்காலே கல்வித் திட்டத்தின்படி நடக்கும் பள்ளிகளுக்கு அனுப்பி வைத்தது. இவ்வகை பிராமணர்கள் பெரும்பாலும் சட்டம் படித்து வழக்கறிஞர்கள் ஆனார்கள்.

சமுதாயத்தில் பங்காளிச் சண்டைகளும் போட்டி பொறாமைப் பூசல்களும் மலிந்து கிடந்ததால் வழக்கறிஞர் தொழில் அமோக மாக நடந்தது. அதனால் பிராமண வழக்கறிஞர்கள் பலர் பெரும் பணக்காரர்களாக தோட்டம், துரவு, பங்களா, வண்டி வாகனம் என்று பிரபுக்களைப்போல் வாழ்ந்தனர்.

வசதியான பிராமணக் குடும்பங்களைப் பின்பற்றி பிராமணர் களுக்கு அடுத்த படிநிலையில் உள்ள முதலியார்களும் பிள்ளை

மார்களும் தங்கள் பிள்ளைகளை மெக்காலே கல்வி கற்க அனுப்பத் தொடங்கினார்கள். சில பகுதிகளில் பிராமணர்களையும் முந்திக்கொண்டு அடுத்த படிநிலை சாதியினர் மெக்காலே கல்வி கற்க விரைந்ததும் உண்டு. திருநெல்வேலிப் பிள்ளைமார் குடும்பங்கள் சில அப்படி பிராமணர்களை முந்திக்கொண்டன. தொண்டை மண்டலத்து முதலியார் குடும்பங்கள் சிலவும் இப்படி பிராமணர்களை முந்திக்கொண்டு மெக்காலே கல்வி முறையில் விழுந்தன.

எனவேதான் பத்தொன்பதாம் நூற்றாண்டின் இறுதிக் காலத்திலும் இருபதாம் நூற்றாண்டின் தொடக்கத்திலும் சென்னை ராஜதானியின் மலபார் பகுதியில் ஒரு டாக்டர் டி.எம். நாயர், தமிழ் நாட்டுப் பகுதியில் ஒரு டாக்டர் நடேச முதலியார், ஆந்திரப் பகுதியில் ஒரு பிட்டி தியாகராயச் செட்டி என்று பிராமணர் அல்லாத உயர் சாதிகளில் கல்வி கேள்விகளில் சிறந்த சிலர் வர முடிந்தது.

ஆனாலும் பரவலாகப் பார்க்கையில் மெக்காலே கல்விமுறைப் படிக் கற்பதில் அடுத்தடுத்த படிநிலைகளில் உள்ள மற்ற சாதியாரை முந்திக்கொண்டது பிராமணர்கள்தாம் என்பது பள்ளிக்கூடங்களில் படித்த மாணவர்களின் எண்ணிக்கையையும் அதை அடுத்து அரசாங்கத் துறைகளில் பல்வேறு நிலைகளில் வேலைக்கு அமர்ந்தவர்களின் எண்ணிக்கையையும் சாதிவாரியாகப் பிரித்துப் பார்க்கையில் தெளிவாகிறது.

1878-ல் சென்னை உயர் நீதிமன்ற நீதிபதியாக வாழ்க்கையில் உயர்ந்த டி. முத்துசாமி ஐயர், வறிய நிலையில் சிரமப்பட்டுப் படித்து முன்னேறியவர். தெரு விளக்கின் அடியில் உட்கார்ந்து பாடங்களைப் படித்தவர் என்று சொல்வார்கள். முத்துசாமி ஐயர் இளம் வயதில் மாதம் ஒரு ரூபாய் சம்பளத்தில் திருவாரூரில் ஒரு நாட்டுக் கர்ணத்திடம் உதவியாளராக வேலை பார்த்து வந்தார். அவரது புத்திசாலித்தனத்தைக் காணும் வாய்ப்பைப் பெற்ற தாசில்தார் முத்துசாமி நாயக்கர் அவரை நாகப்பட்டினத்திலும் சென்னையிலும் படிக்க வைத்து முன்னுக்குக் கொண்டு வந்தாராம். 1870-க்கும் முன்பே ஒரு நாயக்கரால் தாலுகாவுக்கே அதிபதியாக, ஒரு குறுநில மன்னர் போல வாழ முடிகிற தாசில்தாராக அரசுப் பதவி வகிக்க முடிந்திருக்கிறது. இப்படி எத்தனை முத்துசாமி நாயக்கர்களோ! (Indian Social Reformer, January 26, 1895)

அரசு அலுவலகங்களில் பிராமணர்கள் அதிக அளவிலும் முக்கியப் பதவிகளிலும் இருப்பது தனக்கே ஆபத்து என்றுதான் பிரிட்டிஷ் ஆட்சியும் காலப் போக்கில் அஞ்சத் தொடங்கியது. பிராமணர்கள் அரசுப் பணிகளை ஏற்பதில் மற்ற சாதியினரை முந்திக்கொண்டதுபோலவே சுதேசி உணர்விலும் விடுதலை வேட்கையிலும் முன்னோடிகளாக இருந்ததால் அப்படியொரு நியாயமான அச்சம் பிரிட்டிஷ் ஆட்சியாளர்களுக்கு ஏற்பட்டது. பிராமணர் அல்லாத சாதியினர் எவருடைய வற்புறுத்தலும் இன்றி அரசாங்கமே எல்லா அரசுத் துறைகளிலும் பிராமணர் அல்லாதாருக்கு அதிக வாய்ப்பு அளிக்கவேண்டும் என்று சுற்றறிக்கை அனுப்பும் அளவுக்கு நிலைமை மாறியது. ஆட்சிபீடத்தில் அமர்ந்திருப்பது பிரிட்டிஷ்காரர்கள்தான் என்றாலும் நிர்வாகம் பிராமணர் கையில்தான் இருக்கிறது என்று பேச்சு அடிபடும் அளவுக்கு அரசு அலுவலகங்களில் பிராமணர் எண்ணிக்கை அதிகரித்திருந்தது.

1879-லேயே தஞ்சை மாவட்டத்தின் ஆங்கிலேய கலெக்டர் ஏ. டூவெர் (A.Duvere) பஞ்ச நிலவர ஆய்வு ஆணையராக இருந்த ஸர் ஜேம்ஸ் கேய்ர்ட் (Sir James Caird) என்பவருக்கு எழுதிய கடிதத்தில், அரசு அலுவலங்களில் பிராமணர் எண்ணிக்கை அதிகரித்து வருவது குறித்துக் கவலை தெரிவித்திருப்பதை யூகென் எஃப். இர்ஷிக் (Eugen F. Irschick), தன் நூலான Politics and Social Conflicts in South India: The Non-Brahmin Movement and Tamil Separation 1916-1929 (University of California, Berkeley) என்பதில் பதிவு செய்துள்ளார். பிராமணர்கள் ஆங்கிலேயரை உள்ளூர வெறுப்பவர்கள் என்றும் அவர்களை முக்கிய பொறுப்புகளில் அமர்த்தியிருப்பது சரியல்ல என்றும் தஞ்சாவூர் மாவட்ட கலெக்டர் எச்சரித்துள்ளார்:

> கிழக்கத்திய உலகைச் சேர்ந்த உயர்நிலையினர் எல்லாரையும் போலவே பிராமணரின் அறிவும் கூர்மையானதுதான். ஆனால் முன்பும் சரி, இப்போதும் சரி, அது உயர்ந்த தரமுடையது என்று சொல்ல மாட்டேன். அவர்கள் வார்த்தை ஜாலங்கள் செய்து இரட்டை அர்த்தத்தில் பேசத் தெரிந்தவர்கள். விஞ்ஞானக் கண்ணோட்டம் உள்ளவர்கள் அல்லர். அவர்களின் ஆய்வுப் பார்வை குறுகலானது. அசலானதும் அல்ல. உடனடியாகக் கிட்டும் பயன் என்ன என்பதுதான் அவர்களின் கவலையாக இருக்கிறது.

துரதிர்ஷ்டவசமாக, இன்றைக்குள்ள பிராமண அதிகாரி களுடன்தான் ஆங்கிலேய மேலதிகாரிகளால் தொடர்பு கொள்ள முடிகிறது. (அரசுப் பணிகளில் இருக்கும்) இந்த பிராமணர்கள், பழைய கால சம்பிரதாயங்களைக் கடைப் பிடிக்கும் மற்ற பிராமணர்களைக் காட்டிலும் தரக் குறை வானவர்கள். எனினும் ஐரோப்பிய பரிபாஷையுடன் இணங்கிப்போகும் அவர்களது புத்திக் கூர்மை, அவர் களுக்கு உரிய தகுதி இல்லாவிடினும் அவர்களை மேலான பதவிகளுக்கு உயர்த்திவிட்டிருக்கிறது.

நம்முடைய நிர்வாகத்தின் மிகப் பெரிய துரதிர்ஷ்டம், இப்படிப்பட்டவர்களை நாம் ஏற்கெனவே பெருமளவுக்கு நமது எஜமானர்களாக உயர்த்தி வைத்திருப்பதோடு இந்தப் போக்கைத் தொடர்ந்தும் வருகிறோம்.

சாதியுணர்வு தீவிரமாக உள்ள ஒரு சமுதாயத்தில் ஒவ்வொரு சாதியினரும் அவரவர் சாதியின்மீது அதிக அளவு ஈடுபாடு கொள் வது தவிர்க்க இயலாத குறைபாடே. அரசுத் துறைகளில் இரண் டாம் நிலை வரையிலான பதவிகளில் பெரும்பாலும் பிராமணர் களே இருந்துவந்த நிலையில் ஒவ்வொரு துறையிலும் பல்வேறு பொறுப்புகளுக்கும் பொருத்தமான நபர்கள் தேவைப்படும் போது பிராமண அதிகாரிகள் பிராமண சாதியினரையே தேர்ந் தெடுப்பது வழக்கமாகியிருக்கக்கூடும். பிராமண அதிகாரி களுக்கு பதிலாக வேறு சாதியைச் சேர்ந்த அதிகாரிகளாக இருப் பின் அவர்களும் சாதி அபிமானம் காரணமாகத் தம் சாதி யினரையே தேர்வு செய்திருக்கக்கூடும்.

அன்றைக்கு அரசுப் பணித் தேர்வாணைக் குழு (Public Service Commission) போன்ற அமைப்பு போட்டித் தேர்வுகள் நடத்தி வெற்றி பெறுபவர்களுக்கு வேலை வாய்ப்பு அளிக்கும் ஏற்பாடு எதுவும் இல்லை. தேவைப்படும்போது ஆட்களை நியமித்துக் கொள்ளும் வழக்கமே எல்லா அரசுத் துறைகளிலும் கடைப் பிடிக்கப்பட்டது. இது உறவினர், வேண்டியவர், சுய சாதியினர் என்றெல்லாம் பார்த்து ஆட்களை நியமித்துக்கொள்ள அதிகாரி களுக்கு வசதியாக இருந்திருக்கும்.

அரசு அலுவலகங்களில் பிராமணர் எண்ணிக்கை கூடுதலாகிப் போனதற்கு மேலும் இரு காரணங்கள் இருந்தன:

ஒன்று, பதவிக்குரிய கல்வித் தேர்ச்சி உள்ளவர்கள் பிற சாதிகளில் இல்லாமை.

இன்னொன்று, ஆங்கிலேயரான மேலதிகாரிகளில் பலருக்கு பிராமணர்கள் கெட்டிக்காரர்களாகவும் சொன்ன வேலையைச் செய்யும் பணிவான சுபாவம் உள்ளவர்களாகவும் இருப்பார்கள் என்கிற எண்ணம் மனத்தில் வேரூன்றியிருந்தது. எனவே பிராமணர்களையே பணியில் நியமித்துக்கொள்வதில் ஆர்வம் கொண்டிருந்திருப்பார்கள்.

அரசுப் பணிகளில் அமர ஆங்கிலக் கல்வி கற்றிருப்பது மிகவும் அவசியமாக இருந்த காலம் அது.

1901 முதல் 1921 வரையிலான இருபது ஆண்டுகளில் சாதிவாரியாக ஆண்கள் கல்வி நிலை பற்றிய பட்டியலைப் பார்த்தால் பிராமணர்கள் எந்த அளவுக்கு முன்னணியில் இருந்தனர் என்பது தெரிய வரும்.

சாதி	1901 %	1911 %	1921 %
தமிழ் பிராமணர்	73.6	71.9	71.5
தெலுங்கு பிராமணர்	67.3	68.2	59.7
நாயர்	39.5	41.9	42.9
செட்டியார்	32.0	39.1	39.5
கிறிஸ்தவர்	16.2	20.4	21.9
நாடார்	15.4	18.1	20.0
பலிஜா, கவரை நாயுடு	14.3	20.9	22.3
வேளாளர்	6.9	24.6	24.2
கம்மா	4.8	12.2	13.6
கப்பு, ரெட்டி	3.8	9.0	10.2
வேலமா	2.5	3.6	7.0

புள்ளி விவரங்கள், மக்கள் தொகை கணக்கெடுப்பு ஆணையத் திடமிருந்து பெறப்பட்டவை (Politics and Social Conflict in South India by Eugene F Irschick, University of California).

பிராமணர்களுக்கு அடுத்தபடி வருபவர்களாக நாயர்கள்தான் இருந்திருக்கிறார்கள். ஆனால், அவர்களுடைய சதவீதம் பிரா மணர்களின் சதவீதத்தைக் காட்டிலும் மிகவும் பின்தங்கி உள்ளது. நாயர்கள் மலபாரில் மட்டுமே மிகப் பெரும்பான்மையினராக இருந்தவர்கள். மலபார் மாவட்டத்துக்கு மட்டுமான புள்ளிவிவ ரத்தைப் பார்த்தால் கல்வி கற்ற நாயர்களின் சதவீதம் அதிகமாக இருக்கும். பொதுவாக முதலியார், பிள்ளை போன்ற வேளாள சாதியினர் அதிக எண்ணிக்கையில் கல்வி கற்கும் முனைப்பில் இருந்துள்ளனர். தமிழ், தெலுங்கு பிராமணர், வேளாளர் ஆகி யோரின் சதவீதம் அடுத்தடுத்த மக்கள் தொகைக் கணக்கெடுப்பில் சற்றே குறைந்துள்ளபோதிலும், பிற பிராமணரல்லாதார் அனை வரின் சதவீதங்களும் நன்றாகவே அதிகரித்துள்ளன.

உண்மை நிலவரம் இவ்வாறு இருக்கையில், மெக்காலே கல்வி முறையில் கல்வி கற்று அதன் பலனையும் பெறுவதில் எங்களை நீங்கள் முந்திக்கொண்டீர்கள் என்று வேண்டுமானால் பிராமணர் அல்லாதோர் பிராமணர்களிடம் குறைப்பட்டுக்கொள்ள முடி யுமேயன்றி எங்கள் வளர்ச்சிக்கு நீங்கள் தடையாக இருக்கிறீர்கள் என்று எப்படிக் குற்றஞ் சாட்ட முடியும்?

எங்களைப் போலவே நீங்களும் பெருமளவில் மெக்காலே கல்வி முறையில் பயின்று அரசாங்க வேலைகளைத் தேடிக் கொள்வதை யார் வேண்டாம் என்றது என்று பிராமணர்கள் திருப்பிக் கேட் டிருந்தால் பிராமணர் அல்லாதோர் அதற்கு என்ன பதில் கூறி யிருக்க முடியும்?

வாணிபம், தொழில்கள் முதலானவற்றில் ஈடுபட்டுத் தலை நிமிர்ந்து நின்றவர்கள் பிராமணர் அல்லாத சாதியினர்தாம். அவர் களுடன் பிராமணர்களை ஒப்பிட்டால் மலைக்கும் மடுவுக்கும் உள்ள வேறுபாடு நிலவியது தெரியவரும். இதற்காக பிராமணர் கள் நாங்கள் வாணிபத்திலும் பல்வேறு தொழில்களிலும் ஈடு பட்டு முன்னேறவிடாமல் பிராமணரல்லாதார் தடுக்கின்றனர் என்று முறையிட்டால் அது எவ்வளவு அபத்தமாக இருக்கும்?

இந்த உண்மை நிலையை பிராமணர் அல்லாதாரில் சிலர் உணர்ந்தே இருந்தார்கள். இதைச் சொல்லும்போது நமக்கு உடனே நினை வுக்கு வருபவர், ஸர் செட்டூர் சங்கரன் நாயர்.

7. சரியாகச் சொன்னார், சங்கரன் நாயர்!

ஸர் செட்டூர் சங்கரன் நாயர் (1857-1934) சென்னை ராஜதானியில் இடம்பெற்றிருந்த மலபார் பகுதியில் பாலக்காடு அருகே ஒத்தப்பாலம் என்கிற சிற்றூரில் பிறந்தவர். பிரிட்டிஷ் ராஜாங்கம் வழங்கும் உயர்ந்த விருதான நைட் கமாண்டர் ஆஃப் இண்டியன் எம்ப்பையர் (Knight Commander of Indian Empire - KCIE) என்கிற விருதைப் பெற்றவர்.

சென்னையில் புகழ் பெற்ற வழக்கறிஞராக விளங்கிய சங்கரன் நாயர் 1897-ம் ஆண்டு அமராவதியில் நடைபெற்ற அகில இந்திய காங்கிரஸ் மகாசபை மாநாட்டுக்குத் தலைமை வகித்தவர். அகில இந்திய காங்கிரஸ் மகாசபையின் தலைவராகப் பொறுப் பேற்ற ஒரே மலையாளி என்ற பெருமையைப் பெற்றவர். 1920-ல் காந்தி ஒத்துழையாமை இயக் கத்தை கிலாஃபத் கிளர்ச்சியுடன் இணைத்து நடத்தியபோது கேரளத்தில் முகமதியர்கள் ஹிந்துக் கள் மீது நடத்திய வன்முறை வெறியாட்டத்தைக் கண்டு மனம் பதறி 'காந்தியும் அராஜகமும்' (Gandhi and Anarchy) என்ற தலைப்பில் ஒரு சிறு நூலை எழுதினார். அதில் கேரளத்து முகமதிய மாப்பிளா மார் ஹிந்துக்கள்மீது நடத்திய அத்துமீறல்களையும் மதமாற்றத்தையும் பதிவு செய்தார்.

சங்கரன் நாயர் 1915 வரை சென்னை உயர் நீதிமன்ற நீதிபதியாகப் பதவி வகித்தார். கலெக்டர் ஆஷ் கொலை வழக்கை விசாரித்த மூன்று நீதிபதிகளில் ஒருவராக இருந்தார்.

'காந்தியும் அராஜகமும்' என்ற நூலை எழுதுவதற்குமுன் 1915-ல் சங்கரன் நாயர், 'தகுதி வாய்ந்த திராவிடர்கள்' (Dravidian Worthies) என்ற தலைப்பில் ஒரு நூலை எழுதினார். டாக்டர் சி. நடேச முதலியாரின் திராவிடர் சங்கம் அதனை வெளியிட்டது. அதில் அவர் இவ்வாறு எழுதிருந்தார்:

> பிராமணர் அல்லாதார் கல்வி கற்பதில் கவனம் செலுத்துவதில்லை. அவர்களிடையே ஒற்றுமை இல்லை என்பதோடு ஒருவர்மீது ஒருவர் பொறாமை கொண்டும் பிளவுற்றிருக்கிறார்கள். அவர்களுடைய ஆர்வமெல்லாம் தங்களுடைய பரம்பரைத் தொழிலைத் தொடர்வதில்தான் உள்ளது. அதிகபட்சம் வெள்ளைக்காரத் துரைமார்களுக்கு மொழிபெயர்த்துச் சொல்லும் துபாஷிகளாக வேலை கிடைத்தாலே போதுமானது என்று அதிலேயே திருப்தி அடைந்துவிடுகிறார்கள். பிராமணரல்லாத முதலாளி, பிராமணரல்லாத தொழிலாளியை இழிவாகவே நடத்துகிறார். பிராமணரல்லாத சாதியினர் தங்களைத் தகுதி வாய்ந்தவர்களாக உயர்த்திக்கொள்ளத் தவறியதால் அரசாங்கத் துறைகளில் பணியாற்றக் கிடைத்த வாய்ப்புகளையெல்லாம் அவர்களாகவே தவறவிட்டனர். மனு தர்மத்தின்மீது அவர்களுக்கு உள்ள மயக்கம் அவரவர் செய்துவரும் தொழில்களில் தொடர்ந்து ஈடுபட்டிருப்பதே முறை என்று அவர்களை எண்ண வைத்துவிட்டது. பிராமணரல்லாதார் தமது பின்தங்கிய நிலைக்கு பிராமணர்களைக் குற்றம் சொல்லிப் பயனில்லை. அவர்கள் தங்களைத் தாங்களேதான் இதற்குக் குற்றம் சாட்டிக்கொள்ளவேண்டும்.
>
> ஒற்றுமையுடன் ஒருங்கிணைந்து இயங்கினாலன்றி சமுதாயத்தில் பிராமணர் அல்லாதார் தமக்குரிய இடத்தைப் பெற இயலாது.

சங்கரன் நாயர் பிராமணரல்லாதார் நலனைக் கருத்தில் கொண்டு இவ்வாறு எழுதியபோதும் பணியிலிருந்து ஓய்வு பெற்றபின் பிராமணரல்லாதாரின் கட்சி என்று அறியப்பட்ட நீதிக் கட்சியில் சேரவில்லை. இவ்வளவுக்கும் அரசியலில் ஈடுபாடு உள்ளவர்தான் அவர். நீதிக் கட்சியில் சேரக் கருதாத சங்கரன் நாயர், ஹிந்து மகாசபையில் சேர்ந்திருந்தார் என்ற குறிப்பும் உள்ளது.

தமிழ், தெலுங்கு சமூகங்களில் பிராமணர்கள், மற்ற பிரிவினரின் குடும்பங்களில் திருமணம் முதலான குடும்பச் சடங்குகளை நடத்திவைக்கும் புரோகிதர்களாக இருந்துவருகிறார்கள் என்று தமது ஆய்வு நூலில் தெரிவிக்கிறார் இர்ஷிக். பிராமணர்களிலேயே வைதிக பிராமணர் என்றும் லௌகிக பிராமணர் என்றும் இரு பிரிவுகள் இருப்பதாகவும் வேதங்களை ஓதுதல், வேதங்களைக் கற்பித்தல், யாகம் செய்தல் போன்ற ஆன்மிகம் சம்பந்தமான பணிகளைச் செய்பவர்கள் வைதிக பிராமணர்கள் என்றும், ஆட்சியாளர்களுக்கு ஆலோசனை வழங்குவது போன்ற காரியங்களில் ஈடுபடுபவர்கள் லௌகிக பிராமணர்கள் என்றும் இந்நூல் விளக்குகிறது. லௌகிக பிராமணர்களை வைதிக பிராமணர்கள் இளப்பமாகவே கருதுவது வழக்கம் என்றும் இர்ஷிக் கூறுகிறார்.

இர்ஷிக் தெரிவிக்கும் இன்னொரு தகவல் மிகவும் முக்கியமானது. தமிழ்நாட்டில் வேளாளர்களிடந்தான் அதிக அளவு நிலம் இருந்ததாகவும் அவர்களே கிராமக் கர்ணங்களாக இருந்து வந்தார்கள் என்றும் அவர் குறிப்பிடுகிறார். குறிப்பாக, திருநெல்வேலியில் பிள்ளைமார்கள் என அறியப்படும் வேளாளர்கள் பிராமணர்களைக் காட்டிலும் ஒருபடி மேலானவர்களாகவே தங்களைக் காட்டிக்கொள்வதாக அவர் அவதானிக்கிறார். தஞ்சாவூர் பிள்ளைமார்களும் இதேபோன்ற நிலக் கிழார்களாக சமூகத்தில் செல்வாக்குடன் திகழ்வதாகக் கூறுகிறார். வேளாளன் கைச் சாட்டைக் குச்சிதான் அரசனின் செங்கோல் என்று கூறும் அளவுக்கு வேளாளர்களுக்குச் சமுதாயத்தில் செல்வாக்கு இருந்தது. இதற்கு ஆசைப்பட்டே அவர்களுக்குக் கீழே உள்ளவர்களாகக் கருதப்பட்ட சாதியினரும் தங்களை வேளாளர்களாக மாற்றிக்கொண்டார்கள் என்கிறார் இர்ஷிக்.

பழந் தமிழ்ச் சமுதாயத்தில் மறவர்களும், நாடார்களும், கொங்கு வேளாளரும் சில பகுதிகளில் வன்னியரும்கூட அரசாட்சி செய்துள்ளமைக்கு ஆதாரங்கள் உள்ளன. நாயக்க மன்னர்கள் வந்தபின் அவர்களின் மேலாதிக்கத்தில் பாளையப்பட்டுகள் தலையெடுத்துச் செல்வாக்குடன் விளங்கினார்கள். பொருளாதாரத்துக்கு அடிநாதமான வாணிபம் செட்டியார்களிடம் இருந்தது. அவர்களில் சில பிரிவினர் உற்பத்தியாளர்களாகவும், தாம் உற்பத்தி செய்யும் அத்தியாவசியப் பண்டங்களைத் தாமே விற்பனை செய்பவர்களாகவும் இருந்துள்ளனர். வேளாளர்களோ முன்னரே

குறிப்பிட்டதுபோலப் பெருமளவு நிலங்களுக்குச் சொந்தக்காரர் களாகவும் குத்தகைதாரர்களாகவும் இருந்து வந்துள்ளனர்.

கோவை மாவட்ட நிர்வாகத்தில் இருந்த எஃப்.ஏ. நிக்கோல் ஸன், கோவை மாவட்டத்தின் முதுகெலும்பாக இருப்பவர்கள் வேளாளர்கள்தான் என்று தமது கோயமுத்தூர் மாவட்ட ஆய் வறிக்கையில் குறிப்பிடுகிறார். (Manual of Coimbatore District, 1887, FA Nicholson)

மதுரை மாவட்டத்தில் வேளாளர்களிடம்தான் அதிக நிலம் உள்ளது என்றும் பாளையப்பட்டு தெலுங்கு நிலச்சுவாந்தார் களாக இருந்த ரெட்டியார்களை அவர்கள் விரட்டிவிட்டதாக வும், பிரிட்டிஷ் ஆட்சி வேளாளர்களுக்கே அதிக நன்மை பயப்ப தாக அமைந்துவிட்டது என்றும் 1868-ல் ஜே.எச். நெல்சன் ஓர் அறிக்கையில் தெரிவிக்கிறார். (The Madura Country: A Manual, 1868, JH Nelson)

தமிழ்நாட்டின் பிற மாவட்டங்களிலும் நில உடைமையில் வேளாளர் கையே ஓங்கியிருந்தது என்கிறார் இர்ஷிக்.

வேளாண்மையே பிரதானமாக உள்ள ஒரு நாட்டில் அதிக அளவில் நிலத்தைக் கையகப்படுத்திக் கொண்டவர்களிடம்தான் அதிகாரம் தானாகவே வந்து சேரும் என்பதை விளக்கத் தேவை யில்லை. மேலும், என்னதான் அரசாட்சி என்பதாக தலைக்கு மேலே ஒன்று இருந்தாலும் கிராமங்கள் சுயாட்சிகளைப்போலத் தம்மைத் தாமே நிர்வகித்துக்கொள்ளும் நடைமுறை இருக்கை யில் அதிக நிலம் படைத்த பிரிவினருக்கு சமூகத்தின் மற்ற பிரிவுகள் யாவும் தலை வணங்கித்தான் தீரவேண்டும். சடங்குகள் செய்துவைக்கிற, இறைவனுக்கும் தங்களுக்கும் நடுவில் நின்று தங்களின் பிரார்த்தனைகளை முறையிடும் பிராமணனுடைய சுயம் துவண்டுவிடாதிருக்க வேளாளர் உள்ளிட்ட அனைத்துப் பிரிவினரும் 'சாமீ' என்று அவனை அழைத்து அல்ப சந் தோஷத்தை அளித்திருக்கலாம். ஆனால் அதுவே அதிகார உரிமையைத் தந்ததாகிவிடுமா?

இத்தகைய சமுதாயத்தில் பிராமணனுடைய இடம், மற்ற சாதி யினருக்கு மதம் சம்பந்தமான குடும்பச் சடங்குகளைச் செய்து வைத்து தட்சிணையும் தானமும் வாங்கிக்கொண்டு போவ தாகவே இருந்திருக்கிறது. மத சம்பந்தமான சடங்குகள் செய்து வைத்தல், நாள் நட்சத்திரம் பார்த்தல், கோவில் காரியங்கள்

முதலான விஷயங்களில் மட்டுமே பிராமணனின் வார்த்தைக்கு மரியாதையும் செவிசாய்ப்பும் இருந்திருக்கின்றன. அவனது அதிகாரம், சடங்குகள் நடந்தேறுகிறவரையிலும் கோவில் விசேஷங்கள் நிறைவேறுகிற வரையிலும்தான். மேலும் அந்த அதிகாரம், சமயச் சடங்கு சம்பிரதாயங்கள் என்ற வரம்புக்கு உட்பட்டே செல்லுபடியாகும்.

ஒரு சில பிராமணர்கள் தாம் கற்ற அல்லது அரையும் குறையுமாகக் கேட்ட சாஸ்திர சம்பிரதாயங்களைத் தங்கள் தலைக்குப் பின்னால் ஓர் ஒளிவட்டமாகக் காண்பித்துக்கொண்டு அரசவைகளிலும் ஜமீன் தர்பார்களிலும் செல்வாக்குடன் விளங்கியதுண்டு. ஆனால் முழு பிராமணச் சாதியும் அந்தச் செல்வாக்கில் குளிர் காய்வது சாத்தியமில்லை. ஒரு சில உள்வட்ட பிராமணர்கள் வேண்டுமானால் செல்வாக்குடன் நடமாடியிருக்கலாம். மற்றபடி அரசியல் அதிகாரமோ, பொருளாதார வலிமையோ, நில உடைமை மேலாதிக்கமோ இல்லாத பிராமணர்கள், மக்களிடம் நிலவும் கண்ணுக்குப் புலனாகாத வெறும் மத நம்பிக்கை என்னும் சரடை மட்டும் தமக்குச் சாதகமாகக்கொண்டு சமுதாயத்தில் பிற சமூகத்தவரை அதிகாரம் செலுத்தியதாகவே வைத்துக்கொண்டாலும் அத்தகைய அதிகாரத்தால் அவர்களுக்கு எந்த அளவு ஆதாயம் கிட்டியிருக்கும்?

பிராமணர்களுக்கு மதச் சடங்குகள் செய்யும் அதிகாரம் இருந்தமையால் சமுதாயத்தில் நிச்சயமாக அவர்களுக்கு மரியாதை இருந்துள்ளது. ஆனால் அந்த மரியாதை ஒரு கிறிஸ்தவ பாதிரியாருக்கோ, முகமதிய முல்லாவுக்கோ உள்ள சர்வ வல்லமை வாய்ந்த அதிகாரத்தைப் போன்றதல்ல. இருப்பினும் பிராமணர்கள் அந்த மரியாதையையே ஒரு பெரிய வாய்ப்பாகக் கொண்டு தலைக் கனத்துடன் நடமாடிக்கொண்டிருந்திருக்கிறார்கள். உண்மையில் அதிகார பலம் என்பது அவர்களின் கையில் இருக்கவில்லை. வறட்டு கௌரவமும் வறட்டு அதிகாரமும் மட்டுமே அவர்களுக்குச் சாத்தியமாகியிருந்தது.

கிராமங்களில் உள்ள அரசு ஊழியர்கள் சர்வ வல்லமை படைத்தவர்களாக இருந்தது உண்மைதான். பிராமணர்கள் கிராமக் கர்ணமாக இருந்த இடங்களில் மற்ற சாதியாரை அதிகாரம் செலுத்தி, அவர்களிடமிருந்து பொருள்களை அபகரித்துக்கொண்டு வாழ்ந்ததாக ஒரு குற்றச்சாட்டு உண்டு. ஆனால் கிராம உத்தியோகஸ்தர்களாக அதிகாரம் செலுத்தியவர்கள் பிராமணர்கள் மட்டும்தான்

என்பதில்லை; எல்லாச் சாதியினருமே அத்தகைய பணியில் இருந்து வந்திருக்கிறார்கள்.

நும்பல் என்பது, செங்கல்பட்டு ஜில்லாவில் ஒரு ஜாகிர் கிராமம். அங்கு கிராம அமீனாவாக இருந்த முனுசாமிப் பிள்ளை பற்றி தமது வாழ்க்கைக் குறிப்புகளின் வாயிலாக நமக்கு அறிமுகம் செய்து வைக்கிறார் திரு.வி. கலியாண சுந்தர முதலியார் (திரு.வி.க. வாழ்க்கைக் குறிப்புகள், முதல் தொகுதி). முனுசாமிப் பிள்ளையின் அதிகாரம் அமீனா அளவில் நின்றதில்லை. ஏறக்குறையப் பத்து கிராமங்கள்வரை பரவி நின்றதாம். அவ்வட்டாரத்தில் ஒரு முடி சூடா மன்னனாக அவர் விளங்கினார்.

திரு.வி.க. வின் வாழ்க்கைக் குறிப்பு இன்னொரு சுவையான தகவலையும் தருகிறது.

சென்னை ராயப்பேட்டையில் முத்து முதலி தெருக் கோடியிலே ஒரு பள்ளிக்கூடம். அதன் பெயர் ஆரியன் பிரைமரி பாடசாலை. பள்ளியை நடத்தியவர் ராஜகோபால நாயக்கர் என்ற பிராமண ரல்லாதவர். அந்தப் பள்ளியில்தான் 1891-ம் ஆண்டு திரு.வி.க. சேர்க்கப்பட்டார். தமிழ் கற்பித்த அந்த ஆரம்பப் பாடசாலைக்கு என்ன பொருளில் ஆரியன் என்ற பெயரை ராஜகோபால நாயக்கர் வைத்திருந்திருப்பார்?

ஆங்கிலேயக் கிழக்கிந்தியக் கம்பெனியின் ஆளுகை தொடங்கிய போது நீதி பரிபாலனம் செய்கையில் பெரும்பாலானவர்களாக இருக்கும் ஹிந்துக்களுக்கு அவர்களின் சட்ட திட்டங்களின்படியே நியாயம் வழங்குவதுதான் முறை என்று ஆங்கிலேய ஆட்சி யாளர்கள் உணர்ந்தனர். அதற்கான சட்டப் புத்தகங்களை அவர்கள் தேடியபோது அவையெல்லாம் சமஸ்கிருதத்தில் இருப்பது தெரியவந்தது. உடனே சமஸ்கிருதப் பண்டிதர்களுக்கு அடித்தது யோகம். அந்தப் பண்டிதர்கள் பிராமணர்களாக இருந்தனர்.

அன்று பிராமணரல்லாத ஆனால் தங்களை உயர் சாதியினராகக் கருதிக்கொண்டவர்கள் தமிழுடன் சமஸ்கிருதமும் கற்றவர் களாக இருந்தபோதிலும் பிராமணர்களுக்கு மதச் சடங்குகளை நடத்திவைப்பவர்கள் என்கிற தகுதி இருந்ததால் அவர்களுக்கே சட்ட விதிமுறைகளை விளக்கும் வாய்ப்பு கிட்டியது. ஹிந்துக் கள் சம்பந்தப்பட்ட வழக்குகள் வருகையில் ஆங்கிலேய நீதிபதி களின் கீழே அமர்ந்து விளக்கம் அளிப்பவர்களாக பிராமண சமஸ்கிருதப் பண்டிதர்கள் பணி செய்தனர்.

கிழக்கிந்தியக் கம்பெனி ஆட்சி இருந்தவரை மட்டுமே இந்த நடைமுறை இருந்தது. 1857-ல் முதல் இந்திய சுதந்தரப் போருக்குப்பிறகு, கிழக்கிந்தியக் கம்பெனி அகற்றப்பட்டு, இந்தியா முழுமையும் பிரிட்டிஷ் ஆட்சியின்கீழ் வந்தது. அதைத் தொடர்ந்து, இந்தியாவில் மெக்காலே கல்வி முறை அமலுக்கு வந்தது.

அந்தக் கட்டத்தில் மெக்காலே கல்வி முறையில் படித்து முன்னேறி அரசாங்க அலுவலகங்களில் பல்வேறு பதவிகளில் அமர்ந்த பிராமணர்கள், திடீரென அதிகாரம் வரப் பெற்றவர்களாக சமுதாயத்தில் முக்கியத்துவம் அடைந்து ஆதிக்கம் செலுத்தத் தொடங்கினர். ஆனால், மொத்த பிராமண சாதியினரும் சமுதாயத்தில் ஆதிக்கம் செலுத்தும் வாய்ப்பைப் பெற்றுவிட்டனர் என்று சொல்லிவிட முடியாது.

ஒரு பிராமணர், அரசாங்க அதிகாரி என்ற முறையில்தான் மற்றவர்கள்மீது அதிகாரம் செலுத்த முடிந்திருக்கிறதேயன்றி தாம் ஒரு பிராமணர் என்னும் சாதியின் அடிப்படையில் அல்ல. ஆனாலும் எங்கெல்லாம் அதிகாரம் உள்ள பதவிகளில் பிராமணர்கள் இருந்தார்களோ அங்கெல்லாம் அவர்கள் தமது உறவினர்களையும் அரசு வேலைகளுக்கு உள்ளே இழுத்து வந்துள்ளனர்.

பிராமணர் என்ற ஒரே சாதியார் எல்லாப் பதவிகளையும் ஆக்கிரமித்துக்கொள்வதும் ஒரு குடும்பத்தைச் சேர்ந்தவர்களே ஒரு துறையில் நிரம்பி இருப்பதும் தமக்கு ஆபத்தாகிவிடலாம் என்று கருதிய ஆங்கிலேய ஆட்சி, பிராமணர் அல்லாத மற்ற சாதியினர் அரசுத் துறைகளிலும் நீதி பரிபாலனத்திலும் அதிக அளவில் இடம் பெறுவதை ஊக்குவிக்கத் தயாராயிற்று. பிராமணரல்லாதாருக்கு அரசுத் துறைகளில் அதிக அளவு வேலை வாய்ப்பளிக்க வேண்டும் என்று 1854-லேயே சென்னை ராஜதானி அரசு தனது துறைகள் அனைத்துக்கும் சுற்றறிக்கை அனுப்பியது. (During 1853, the British Government found the virtual monopoly of a single caste in public service. The Revenue establishment in Nellore District was controlled by 49 Brahmins, all from the same family. - Ambasankar Commission Report Vol. I.

Collectors should be careful to see that the subordinate appointments in their districts are not monopolised by members of a few influential families. Endeavour should always be made to divide the principal appointments in each district among several castes. - Proceedings of the Board of Revenue dated March 9, 1854).

இதே விதமான சுற்றறிக்கை 1857, 1907 ஆகிய ஆண்டுகளிலும் அனுப்பப்பட்டது. 1806-ம் ஆண்டு வேலூரில் முதன்முதலாக கிழக்கிந்தியக் கம்பெனி சிப்பாய்களே கிளர்ச்சி செய்ததும், 1857-ல் அதைக் காட்டிலும் தீவிரமாக நடந்த முதல் இந்திய சுதந்தரப் போரும், 1905 ஹிந்து-முகமதிய மத அடிப்படையிலான வங்கப் பிரிவினையை ஒட்டி நடந்த கிளர்ச்சிகளும் ஆங்கிலேய அரசை எச்சரிக்கை செய்துவைத்திருந்தன என்பதன் அடையாளமே இந்தச் சுற்றறிக்கைகள். மற்றபடி வேலை வாய்ப்பில் அனைவருக்கும் சம வாய்ப்பு அளிக்கவேண்டும் என்கிற பெருந் தன்மை அல்ல. சிப்பந்திகள் வெவ்வேறு பிரிவினராக இருந்தால் எந்தவொரு சதிச் செயலிலும் ஒற்றுமையாக ஈடுபட மாட்டார்கள் என்கிற நம்பிக்கையே எல்லாச் சாதியினரையும் பணியில் அமர்த்தவேண்டும் என்பதில் ஆங்கிலேய ஆட்சியாளர்களைத் தீவிரம் கொள்ளச் செய்தது.

8. தமிழ்நாட்டு பிராமணர்

தொல்காப்பியம்தான் நமக்குக் கிடைத்திருக்கிற பழந்தமிழ் நூல்களிலேயே மிகவும் பழமையானது.

அதற்கு முன்னும் பல நூல்கள் இருந்திருக்க வேண்டும். ஆனால் அவை நமக்குக் கிடைக்க வில்லை. தொல்காப்பியமே அடிக்கடி 'என்மனார் புலவர்' என்று கூறும்.

தொல்காப்பியம், இருப்பதற்குள் மிகப் பழம்பெரும் நூல் என்பதால் தமிழ்ச் சமூகத்தையும் பண்பாட்டை யும் தெரிந்துகொள்ள உதவும் ஆவணமாக அதனைக் கொள்ளலாம் என்று சொன்னால், பெரும்பாலும் அனைவருமே ஏற்றுக்கொள்வர். ஈ.வே.ரா. மட்டும், 'தொல்காப்பியன் ஆரியக் கூலி. ஆரிய தர்மத்தையே தமிழ் இலக்கணமாகச் செய்துவிட்ட மாபெரும் துரோகி' என்று சொன்னாலும், (தமிழும் தமிழரும்-ஈ.வே.ரா.), ஈ.வே.ரா.வைக் கொண் டாடும் அவருடைய சீடர்களேகூட அவர் பேச்சைக் கேட்டுத் தொல்காப்பியத்தைத் தூக்கி எறிந்துவிட மாட்டார்கள் என்று உறுதியாக நம்பலாம்.

தொல்காப்பியம் தமிழ் இலக்கணத்தை வகுப்ப தோடு, தமிழ்ச் சமூக அமைப்பையும் பண்பாட்டுக் கூறுகளையும் விவரிப்பதாக உள்ளது.

தொல்காப்பியத்தின் காலம் எது என்பதில் மாறு பட்ட கருத்துகள் உள்ளன. குறைந்தபட்சம் ஈரா யிரம் ஆண்டுகளுக்கு முற்பட்டது என்று ஏற்றுக் கொள்வோம்.

தமிழ்ச் சமூகம் பார்ப்பனர், அரசர், வணிகர், வேளாளர் என்று நான்கு வகையாகப் பிரிக்கப்பட்டிருந்ததாக தொல்காப்பியம் தெரிவிக்கிறது. தொல்காப்பியம் வகுக்கும் நால்வகைப் பிரிவினர் தவிரச் சமூகத்தில் வேறுபல பிரிவினரும் உண்டு. கைவினைஞர்களும் கலைஞர்களும் இருக்கிறார்கள். இவர்களை எந்தப் பிரிவோடு சேர்ப்பது?

பொற்கொல்லர், கல்தச்சர் முதலானோர் தம்மை விசுவகர்ம கோத்திரம் எனக் கூறிக்கொள்வார்கள். மற்ற கைவினைஞர்களையும் கலைஞர்களையுங்கூட அவ்வாறே வகைப்படுத்தி வணிகர் பிரிவில் சேர்த்துவிடலாம். ஏனெனில் அவர்கள் சேவையை விற்பதாகக் கொள்ளலாம்.

வேளாண்மைத் தொழில் செய்யும் வேளாளர்களையே சமூகம் முழுமைக்கும் தலைமையாகக் கொள்வது தமிழ் மரபு. உழு துண்டு வாழ்வாரே வாழ்வார் மற்றெல்லாம் தொழுதுண்டு பின் செல்பவர் என்று சந்தேகத்துக்கு இடமின்றிச் சொல்கிறது வள்ளுவரின் குறள்.

தமிழ்ச் சமூகத்தில் பார்ப்பனர், சமயம் தொடர்பான கடமை களையும் செயல்களையும் மேற்கொள்வதோடு பிற சமூகப் பணிகளிலும் ஈடுபடுபவர்களாக இருந்திருக்கிறார்கள் என்ப தற்கு ஆதாரங்கள் உள்ளன. ஆனால் சமூகத்தில் அதிகாரம் செலுத்துபவர்களாக, ஒட்டுமொத்த சமுதாயத்தையும் தமது சொல்லுக்குக் கட்டுப்படுத்துபவர்களாக அவர்கள் இருந்ததற்கு ஓர் ஆதாரமும் எங்கும் காணோம். சமூகத்தில் அதிகாரம் செலுத் தும் வாய்ப்பு அரசியல் மேலாதிக்கம், பொருளாதார மேலாதிக் கம் ஆகிய இரண்டின் மூலமாகவும் வருகிறது. இத்தகைய வாய்ப்பு தமிழ்நாட்டுப் பார்ப்பனருக்கு இருந்ததாக ஓர் ஆதார மும் இல்லை. சமயச் சடங்கு சார்ந்த விவகாரங்கள் மட்டுமே அவர்களின் அதிகார எல்லைக்குள் இருந்திருக்க முடியும்.

சமூகத்திலிருந்து தங்களைத் தனிமைப்படுத்திக்கொண்டு தமிழ் நாட்டுப் பார்ப்பனர் இருந்துவிடவும் இல்லை. அக்ரஹாரம் என்று பிற்காலத்தில் சொல்லப்பட்ட பார்ப்பனச் சேரி ஊருக்கு உள்ளேயே, இன்னும் சொல்லப்போனால் ஆலயத்துக்கு அருகி லேயேதான் இருந்தது. நெசவாளர் தெரு, குயவர் தெரு என்றெல் லாம் அடையாளப் பெயர் இருந்தது போலத்தான் அதுவும்

இருந்திருக்கிறதே அன்றி அதற்கென்று விசேஷ மகத்துவம் ஏதும் இல்லை.

பார்ப்பனச் சேரிகளில் பிற வகுப்பார் நுழையத் தடை இருந்ததாக எதிலும் குறிப்பு இல்லை. பார்ப்பனச் சேரிகளில் தெருவைச் சுத்தமாக வைத்திருக்கவேண்டும் என்பதற்காக நாய்களும் கோழிகளும் அனுமதிக்கப்படவில்லை என்று குறுந்தொகை 277-வது பாடலும் பெரும்பாணாற்றுப்படையின் 299-300 -வது பாடல்களும் தெரிவிக்கின்றன. பார்ப்பனச் சேரிகளில் பிற சாதியினர் நுழைய அனுமதி இல்லாத கட்டுப்பாடு இருந்திருக்குமாயின் அதுபற்றிய குறிப்பும் பழந்தமிழ் இலக்கியங்களில் இடம் பெறத் தவறியிருக்காது.

தமிழ்நாட்டுப் பார்ப்பனர்கள் அவரவர் வீட்டிலும் வெளியிலும் தமது தாய்மொழியான தமிழில்தான் பேசிக்கொண்டார்கள். பெரும்பாலான பார்ப்பனர்கள் சமஸ்கிருதமோ தேவநாகரி எழுத்துகளோ அறிந்தவர்களாக இருந்ததில்லை. சமஸ்கிருதத்தில் உள்ள மந்திரங்களையும் சுலோகங்களையும் படிக்க அவர்கள் கிரந்த எழுத்துகளையே பயன்படுத்துபவர்களாக இருந்தனர். மேலும், பார்ப்பனர் அனைவருமே மறைகள் பயின்று ஓதுபவர்களாக இருந்ததில்லை. கோவில் அர்ச்சகர்கள்கூட அர்ச்சனைக்குரிய வாசகங்களை மட்டும் மனப்பாடம் செய்து ஒப்பிக்கிறவர்களாகவே இருந்திருக்கிறார்கள்.

அரசின் சார்பில் தூது செல்லும் பணியில் பார்ப்பனர் இருந்துள்ளனர் என்ற தகவலை புறநானூற்றின் 305-வது பாடலிலிருந்தும் அகநானூற்றின் 327-வது பாடலிலிருந்தும் பெறலாம். இதன் அடிப்படையில் தூதுவர் பணிசெய்த பார்ப்பனர், அரசின் பிற துறைகளிலும் பணி செய்திருக்கலாம் என்று யூகிக்க முடியும்.

ஆவூர் மூலங்கிழார் இயற்றிய ஒரு பாடல் (பாடல் 24) அக நானூறு தொகுப்பில் இடம் பெற்றுள்ளது. கவிதையின் தொடக்க வரி 'வேளாப் பார்ப்பான் வாளரந் துமித்த வளை..' என அமைந்துள்ளது. வேள்வி செய்யாத பார்ப்பனன் கூரிய அரத்தால் அறுத்து எடுத்த வளை என்று இதற்குப் பொருள். வேதம் ஓதி வேள்விகள் செய்யும் பணியில் ஈடுபடாத பார்ப்பனர்கள், சங்கை அறுத்து வளையல் செய்வது போன்ற தொழில்களைச் செய்து வந்திருக்கிறார்கள் என்பது இதிலிருந்து தெரிகிறது.

கூரிய அரத்தால் சங்கை அறுத்து வளையல் செய்வதற்குக் கடுமையான உடலுழைப்பு தேவைப்படும். இதைப் பார்ப்பனர்கள் செய்திருக்கிறார்கள். சமுதாயத்துக்கு உடலுழைப்பு ஏதும் வழங்காமல் வெறும் மந்திர உச்சாடனங்கள் செய்து பிறரிடம் பொருள் பறித்தே வயிறு வளர்த்ததாக பிராமணர்மீது சுமத்தப்படும் குற்றச்சாட்டை மூலங்கிழார் தரும் தகவல் பொய்யாக்கிவிடுகிறது.

'அறு வகைப்பட்ட பார்ப்பனப் பக்கமும் ஐவகை மரபின் அரசர் பக்கமும் இரு மூன்று மரபின் ஏனோர் பக்கமும்' என்று தொல்காப்பியம் தனது பொருளதிகாரம் புறத்திணை இயலின் 16-வது விதியில் குறிப்பிடுவதிலிருந்து பார்ப்பனர்கள் தமிழ்ச் சமூகத்தின் ஓர் அங்கமாகவே இருந்தனர் என்பதை அறியலாம்.

தொல்காப்பியர் காலத்துக்கு முன்பே பார்ப்பனர்கள் வேறு எங்கிருந்தேனும் தமிழ்நாட்டுக்கு வந்துசேர்ந்து, காலப் போக்கில் தமிழ்ச் சமுதாயத்தில் கலந்து அதன் ஓர் அங்கமாகி விட்டனர் என்ற நிலை இருந்திருக்குமானல் தமிழ்ச் சமூக அமைப்புபற்றி விரிவாகப் பேசும் தொல்காப்பியம் அந்தச் செய்தியை 'என்மனார் புலவர்' என்ற அடிப்படையிலாவது பதிவு செய்யத் தவறியிருக்காது. எனவே தமிழ்ச் சமூகம் உருப்பெற்ற தொடக்க முதலே பார்ப்பனரும் அதன் பிரிக்க முடியாத ஓர் அங்கமாக இருந்துள்ளனர் என்று புரிந்துகொள்ளலாம்.

தொல்காப்பியம் வர்ணாசிரம முறைப்படியே தமிழ்ச் சமூகத்தை அடையாளம் காண்பதால் அதை இடைச் செருகல் என்று தள்ளுபவர்கள் இருக்கிறார்கள். ஆனால் முன்னுக்குப்பின் முரணாக வரும் கருத்துகளைத்தான் இடைச் செருகல் என்று கூற முடியும். தொல்காப்பியத்தில் அப்படி இருப்பதாகத் தெரியவில்லை.

சமீப காலத்தைக் கருத்தில் கொண்டாலும் பார்ப்பனர்கள் தமிழ்ச் சமூகத்தின் ஓர் அங்கமாகவே இருந்துவந்துள்ளனர். தமிழ்ச் சமூகத்தின் கலை, இலக்கியம், பண்பாடு, சமூக சீர்திருத்தம், அரசியல் எனச் சகல கோணங்களிலிலும் அவர்களின் பங்களிப்பு கணிசமாக இருந்துவந்துள்ளது. குறிப்பாகத் தமிழ் மொழிக்குப் பார்ப்பனர்கள் ஆற்றியுள்ள தொண்டு அபாரமானது.

'காவிரி வாய்ப்படவும் கறையான் வாய்ப்படவும் இருந்த கடைக் கழக (கடைச் சங்கம்) நூல் ஏட்டுச் சுவடிகளை ஊரூராகவும்

தெருத் தெருவாகவும் திரிந்து தேடியும், விறகுத் தலையன்போல் தலையிற் சுமந்து கொணர்ந்தும், அல்லும் பகலும் கண்பார்வை கெடக் கூர்ந்து நோக்கிப் படித்தும் அரிய ஆராய்ச்சிக் குறிப்பு களும் ஒப்புமைப் பகுதிகளும் வரைந்தும், ஆராய்ச்சியாளர்க்குப் பேருதவியாகவும் பிறர்க்குப் பெரும்பயன்படவும் வெளி யிட்டவர், தென்கலைச் செல்வர், பெரும் பேராசிரியர், பண்டா ரகர் உ. வே. சாமிநாதய்யரே' என்று தேவநேயப் பாவாணர் 'தமிழ் வரலாறு' என்ற நூலில் (பக்கம் 294) இதற்குச் சாட்சியம் அளிக்கிறார்.

இவ்வளவுக்கும் அரசோ பல்கலைக்கழகமோ அளித்த நிதி உதவியைக் கருத்தில்கொண்டுதான் அவர் இந்த முயற்சியை மேற்கொண்டார் என்றும் கூறுவதற்கில்லை. எந்தவோர் அமைப்பின் உதவியும் இன்றி, போதிய வசதிகள் இல்லாத போதிலும் தமது தாய்மொழியான தமிழ்மீதுள்ள சொந்த ஆர்வம் காரணமாகவே. உ.வே. சாமிநாத அய்யர் அந்தக் கடினமான பணியைப் பிரதிபலன் கருதாது மேற்கொண்டார்.

ஆங்கிலக் கல்வித் திட்டம், ஆதாயம் உள்ள கல்வித் திட்டம் என்று தெரியத் தொடங்கியபிறகும் தமிழையே கற்றுத் தேர்ந்து தமிழுக்கும் தமிழ்ச் சமூகத்துக்கும் பல்வேறு வகைகளில் தொண்டு செய்த பார்ப்பனர்களை விவரிக்கத் தொடங்கினால் பட்டியல் நீண்டுகொண்டே போகும்.

தமிழன் இன்னொரு தமிழனுடன் தமிழில்தான் பேசவேண்டும் என்று வலியுறுத்திவந்த சுப்பிரமணிய பாரதியும் தனித் தமிழில் எழுதவேண்டும் என்று வற்புறுத்தி வந்த சுப்பிரமணிய சிவாவும் பார்ப்பனர்களே. தமிழ் மொழியின் கவிதை, உரைநடை ஆகிய வற்றில் மறுமலர்ச்சியை ஏற்படுத்தியவர்களில் கணிசமான பங்கு வகித்த பார்ப்பனர்கள் பலர் உண்டு.

தமிழ் மொழியின் வளர்ச்சிக்குத் தமிழ்ப் பார்ப்பனர்களின் பங்களிப்பு குறிப்பிடத்தக்க அளவு இருந்தும் தமிழ் மொழியை அவர்கள் நீச பாஷை என்று கருதியதாக ஒரு பிரசாரம் கடந்த நூற்றாண்டில் சுயமரியாதைச் சங்கம், திராவிடர் கழகம் ஆகிய அமைப்புகள் தோன்றிய காலத்தில் மும்முரமாக மேற் கொள்ளப்பட்டது. தமிழர்களுக்குப் பார்ப்பனர்மீது நிரந்தரமாக துவேஷம் இருந்துவரவேண்டும் என்பதற்காகவே எவ்வித ஆதாரமும் இன்றி அவர்களை 'வந்தேறிகள்' என்று தூற்றுவதும்

தொடர்ந்தது. ஊரார் வீட்டுச் சுவர்களிலெல்லாம் 'பார்ப்பானே வெளியேறு' என்கிற வாசகம் தெருவோடு போகிறவர்களின் முகத்தில் அறைந்தது.

பார்ப்பனர் தமிழ்ச் சமூகத்துடன் ஒட்டாதவர்கள் என்று கற்பிப்பதற்காகவே இல்லாத பல தவறான கூற்றுகளும் எவ்வித ஆதாரமும் இன்றிப் போகிற போக்கில் தெரிவிக்கப்படுவது பிரசார உத்திகளில் ஒன்று. பார்ப்பனர்கள் நாட்டார் தெய்வங்களை வழிபடமாட்டார்கள், அவற்றைக் கேவலமாக எண்ணிப் புறக்கணித்துவிடுவார்கள் என்பது அவற்றில் ஒன்று. பார்ப்பனர்கள் சமூகத்தின் பிற வகுப்பாரிடமிருந்து தம்மை அந்நியப் படுத்திக்கொள்பவர்கள் என்பதை நிறுவுவதற்காக மேற் கொள்ளப்படுகிற முயற்சி இது.

உண்மையில் தமிழ்நாடு முழுவதும் ஏராளமான பார்ப்பனக் குடும்பங்களுக்கு நாட்டார் தெய்வங்களே குல தெய்வமாகவும் இஷ்ட தெய்வமாகவும் இருந்துவருகின்றன. நாட்டார் தெய்வ வழிபாடுகளில் பங்கேற்கும் வழக்கம் பார்ப்பனரிடையே தொன்று தொட்டே நிலவி வருகிறது.

பிரசித்தி பெற்ற கலை-இலக்கிய விமர்சகர் வெங்கட் சாமிநாதன் தஞ்சை மாவட்டம் உடையாளூரைச் சேர்ந்தவர். 'எங்கள் ஊர்க் காரர் அனைவருக்கும் குல தெய்வம் செல்ல மாகாளி அம்மன். குடும்பத்தில் பிறக்கும் குழந்தைகளுக்கு முதலில் முடி இறக்குவது செல்ல மாகாளி கோவிலில்தான். முதல் பொங்கல் படையல் அவளுக்குத்தான். பூசை வைப்பது பூசாரிதான். எங்கள் குடும்பங்களில் வீட்டுக்கு ஒரு 'செல்ல' என்று தொடங்கும் பெயர் உள்ள நபர் இருப்பார்' என்கிறார்.

புதுக்கோட்டை புவனேஸ்வரி பீடமும் அங்குள்ள ஜட்ஜ் சுவாமிகள் அதிஷ்டானமும் பார்ப்பனர்களால் நிறுவப்பட்டு, நிர்வகிக்கப்பட்டு வருவதுதான். அங்கு உள் பிரகாரத்திலேயே மற்ற தெய்வங்களுக்கு இணையாக மட்டுமின்றி பிரமாண்டமான ஆகிருதியுடனும் பொற்பனை முனீசுவரர் கற்சிலை பிரதிஷ்டை செய்யப்பட்டு அவருக்கு முறைப்படி வழிபாடுகளும் உற்சவங்களும் சிறப்பாக நடைபெற்று வருகின்றன.

புதுக்கோட்டை அருங்காட்சியகக் கண்காணிப்பாளர் முத்து ஸ்ரீநிவாசன் ஸ்ரீவில்லிப்புத்தூர் அருகே உள்ள நதிக்குடி கிரா

மத்தைச் சேர்ந்த வடகலை சம்பிரதாய வைணவப் பார்ப்பனர். முத்து என அவர் தமது பெயருக்குமுன் வைத்துள்ள முன்னொட்டு அவரது தகப்பனார் பெயரைக் குறிப்பதா என்று கேட்ட போது, ‘இல்லை, எங்கள் குல தெய்வம் முத்துக் கருப்பசாமி. அதைத்தான் முத்து என்கிற சொல் சுட்டுகிறது’ என்றார்.

பெண்களுக்கும்கூட முத்து என்பது அடைமொழியாக இருக்கும் என்று சொன்ன அவர், தம் சகோதரியின் பெயர் ‘முத்து அலமேலு’ என்று தெரிவித்தார். முத்துக் குட்டி போன்ற பெயர்களும் முத்துக் கருப்பசாமியை முன்வைத்துத் தம் குடும்பங்களில் சூட்டப்படுவதுண்டு என்றார். தமது குடும்பங்களில் பிற தலங்களில் வழிபாடு செய்துவிட்டு ஊர் திரும்புகையில் தவறாமல் முத்துக் கருப்பசாமியையும் வழிபட்டாலன்றி தல யாத்திரை முற்றுப்பெற்றதாகக் கொள்வதில்லை என்பது அவர் அளித்த மேலதிகத் தகவல்.

காலஞ்சென்ற எழுத்தாளர் சுந்தர ராமசாமியின் மனைவி கமலா ராமசாமி, தமது நினைவுகளின் பதிவாக ‘நெஞ்சில் ஒளிரும் சுடர்’ என்ற தலைப்பில் ஒரு நூல் எழுதியிருக்கிறார். தமது சொந்த கிராமத்தில் ஆண்டுதோறும் மாடசாமி கோவில் கொடையில் தங்கள் தந்தையார் கலந்துகொள்வதோடு அவர் திருநீறு இட்டுவிட்டபிறகுதான் சாமி மலையேறும் என்கிற தகவலைத் தெரிவித்துள்ளார்.

எழுத்தாளரும் நாடகாசிரியருமான கூத்துப் பட்டறை ந. முத்துசாமியின் சொந்த ஊர் மயிலாடுதுறைக்கு அருகில் உள்ள புஞ்சை கிராமம். அங்குள்ள செண்டாடும் ஐயனார் தமது குல தெய்வம் என்று இவர் குறிப்பிடுகிறார். இதேபோல் தஞ்சையில் உள்ள சிறை காத்த ஐயனாரைக் குல தெய்வமாகக் கொண்ட பார்ப்பனக் குடும்பங்கள் பல உள்ளன.

சென்னை தரமணியில் வசிக்கும் ஒரு பிராமணர் சுதர்சன ஹோமம், ம்ருத்யஞ்ச ஹோமம் முதலான வேள்விகளை முறைப்படிச் செய்துவைக்கிறார். அவரது பெயரே முனீஸ்வர சாஸ்த்ரிகள்! இவரது குல தெய்வம் முனீசுவரன். சென்னை மடிப்பாக்கத்தில் வசிக்கும் எம்.ஆர். சுப்பிரமணியன், காமாட்சி மணி என அறியப்படுபவர். குருப் பெயர்ச்சி, சனிப் பெயர்ச்சி முதலான சமயங்களில் சிறப்பு பூஜைகள் செய்பவர். ‘எங்கள் குடும்பங்களில் நடைபெறும் எந்த சுப நிகழ்ச்சியானாலும்

முதலில் முனீசுவரனுக்குப் பொங்கலிட்டு வழிபட்டபிறகுதான் மற்ற சடங்குகளைத் தொடங்குவோம்' என்கிறார் இவர்.

'எனக்குத் தெரிந்த பல பிராமணக் குடும்பங்களுக்குக் குல தெய்வ மாக இருப்பது வீரபத்திரன்' என்று மேலும் தகவல் தருகிறார் சுப்பிரமணியன்.

அஷ்ட சாஸ்தா என வழங்கும் எட்டு சாஸ்தாக்கள் பல்வேறு ஊர்களிலும் பிராமணர் உள்ளிட்ட அனைத்துச் சாதியினராலும் வணங்கப்படுகின்றனர். சாத்தான் எனப்படும் நாட்டார் தெய்வமே சாஸ்தா எனப்படுகிறது. திருவள்ளூர் மாவட்டம் வேப்பம்பட்டில் அஷ்ட சாஸ்தாக்களுக்குமான ஆலயத்தினை பிராமணர்களும் மற்றவர்களும் இணைந்து எழுப்பிவருகிறார்கள். ஆலயம் எழுப்புமாறு அறிவுறுத்தியவர் மறைந்த காஞ்சி காமகோடி சந்திரசேகரேந்திர சரஸ்வதி சுவாமிகள்.

கலை-இலக்கிய-ஆன்மிகப் பேச்சாளரான 'இசைக்கவி' ரமணன், தமது குலதெய்வம் 'தருவை சாஸ்தா' என்று கூறுகிறார். தருவை என்பது அவரது சொந்த கிராமம். நெல்லை, குமரி மாவட்டங்களில் கிராமத்துக்கு கிராமம் ஒரு சாஸ்தா கோவிலைக் காணலாம். சாஸ்தாவுக்கு உருவம் ஏதும் இருக்காது. வெறும் கல்தான் காணப்படும். அந்தந்த கிராமத்தின் பெயரால் ஒவ்வொரு சாஸ்தாவும் அழைக்கப்படுவார். பிராமணர் உள்ளிட்ட கிராம மக்கள் அனைவருக்குமே அந்தந்த கிராம சாஸ்தா குல தெய்வம். தூத்துக்குடி வட்டாரத்தில் பிராமணர் உள்ளிட்ட பல சாதியாருக்குக் குல தெய்வமாக விளங்குவது நெல்கிடந்தான் என்கிறார் 'இசைக்கவி' ரமணன். தமது சம்பந்தியின் குல தெய்வம் திருப்பரங்குன்றத்து சப்த கன்னிமார் என்கிறார் அவர்.

நாட்டார் தெய்வங்களையே குல தெய்வமாகக் கொண்டாடும் வழக்கம் பிற சாதியாரிடம் உள்ளதுபோல் பார்ப்பனரிடையேயும் இருந்துவருவதற்கு இன்னும் பல பிராமணர்களின் பெயர் விவரங்களைத் தந்துகொண்டே இருக்க முடியும்.

உண்மையில் நாட்டார் தெய்வங்களைப் பேய், பிசாசு, பூதம், சாத்தான் என்றெல்லாம் இழிவு செய்து அவற்றை வணங்க லாகாது என்று பிரசாரம் செய்தவர்களும் இன்றளவும் அவ்வாறு செய்து ஹிந்துக்களின் கிராமிய தெய்வங்களைச் சிறுமைப்படுத்தி வருபவர்களும் கிறிஸ்தவ மத மாற்றப் பணிகளில் தீவிரமாக ஈடுபட்டிருப்பவர்கள்தாம்.

மற்ற சாதியினர் அனைவரையும்விடத் தாம் மேலானவர்கள் என்கிற கர்வம் உள்ளவர்கள் பார்ப்பனர்கள் என்று பேசுவதுண்டு. ஆனால் ராமானுஜர் என்கிற பார்ப்பனர், திருக்கச்சி நம்பி என்ற வேளாளரருக்குக் கால்களை அழுத்திப் பணிவிடை செய்ததுமுதல், சாமிநாத அய்யர் தமது ஆசான் மீனாட்சிசுந்தரம் பிள்ளைக்குப் பணிவிடை செய்ததுவரை பல சம்பவங்களை விவரித்துக் கொண்டே இருக்கமுடியும்.

இவ்வாறாக பிராமணர்கள் பிற சாதியாருடன் இணக்கமாக இருந்தும் அவர்கள் மீதான திட்டமிட்ட துவேஷப் பிரசாரம் முழு வீச்சில் நடைபெறத் தொடங்கியது ஒரு பிற்காலப் போக்குதான்.

9. பிராமணர் சுயவிமர்சனம்

ஆசாரசீலம் என்ற பெயரால் மேட்டிமை மனப் பான்மையோடு மூக்கை வானத்தின்மீது நுழைத்துக் கொண்டு நடக்கும், சாதிக் கட்டமைப்பிலேயே தாம்தான் உயர்ந்தவர் என்கிற மமதையுடன் வாழும் பிராமணர்களை மிகக் கடுமையாக விமர்சித்தவர் களும் பிராமணர்களே. சொந்த வகுப்பாராலேயே ஒதுக்கி வைக்கப்படுவோம் என்று நன்கு தெரிந் திருந்தும் அவர்கள் இந்தக் காரியத்தைத் துணிந்து மேற்கொண்டார்கள். அதன் பின்விளைவுகளை மனமுவந்து மகிழ்ச்சியுடன் ஏற்கவும் செய்தார்கள்.

> முன்னாளில் ஐயரெல்லாம் வேதம் - ஓதுவார்
> மூன்றுமழை பெய்யுமடா மாதம்
> இந்நாளிலே பொய்ம்மைப் பார்ப்பார் - இவர்
> ஏதுசெய்தும் காசுபெறப் பார்ப்பார்.
>
> ...
>
> பேராசைக்காரனடா பார்ப்பான் - ஆனால்
> பெரியதுரை என்னிலுடல் வேர்ப்பான்
>
> ...
>
> பிள்ளைக்குப் பூணூலாம் என்பான் - நம்மைப்
> பிச்சுப் பணங்கொடெனெத் தின்பான்
>
> ...
>
> பாயும் கடிநாய்ப் போலீசுக்காரப்
> பார்ப்பானுக்கு உண்டிதிலே பீசு!

இந்தப் பாடலை 1910 வாக்கில் எழுதியவர் சி.சுப்பிரமணிய பாரதியார் என்ற பிராமணர். அதிலும் பொதுவாகத் தமது கருத்தைச் சொல்வதுபோல் அல்லாமல் மறவன் பாட்டு என்று இதை எழுதியிருக்கிறார். இப்பாடலில் சில இடங்களில் இருக்க வேண்டிய சொற்களைக் காணவில்லை. அவை தாமாக அழிந்து போயினவா அல்லது அழிக்கப்பட்டனவா என்று தெரியாது. ஒருவேளை பிராமணரை இன்னும் கடுமையாகத் தாக்கும் சொற்களும் அங்கு இருந்திருக்கலாம்.

இவருடைய இன்னொரு பாடலும் மிகவும் பிரபலமானது. ஆனால் பிற்காலத்தில் அதில் ஒரு சரணம் தணிக்கை செய்யப் பட்டுவிட்டது. 1909-ல் வெளியான ஜன்ம பூமி என்ற நூலில் 'ஸ்வதந்தரப் பள்ளு' என்ற தலைப்புடனும் 'பள்ளர்களியாட்டம்' என்ற துணைத் தலைப்புடனும் வெளியான இப்பாடல் 'ஆடு வோமே பள்ளுப் பாடுவோமே' என்று தொடங்குவது. பாடலின் முதல் சரணமே 'பார்ப்பானை ஐயரென்ற காலமும் போச்சே' என்று பள்ளர்கள் பிரகடனம் செய்வதாக எழுதுகிறார் பாரதியார்:

> ஒரு செட்டி வியாபாரத்தில் ஏழையாய் நொந்துபோய்த் தனது வீட்டுப் பஞ்சாங்கத்து அய்யரிடம் 'பணக்காரன் ஆவதற்கு என்ன செய்யலாம்?' என்று கேட்டான். 'நவக்கிரக பூஜை செய்யவேண்டும்' என்று அய்யர் சொன்னான். எவ்வளவு பணம் செலவாகும் என்று செட்டி கேட்டான். 'பத்துப் பொன்னாகும்' என்று பார்ப்பான் சொன்னான். அதற்கு செட்டி சொல்கிறான், 'என்னிடம் இப்போது கொழும்புக் காசு, தென்னை மரம் போட்டது, ஒற்றைக் காசுகூடக் கிடையாது. இந்த நிலைமையில் என்ன செய்தால் பணம் கிடைக்கும் என்று உம்முடைய சாஸ்திரம் பேசுகிறது, அதைச் சொல்லும்' என்றான்.

> அப்போது பார்ப்பான் சொன்னான்: 'நீ போன ஜன்மத்தில் பிராமணருக்கு நல்ல தானங்கள் செய்திருக்க மாட்டாய். இந்த ஜன்மத்தில் உனக்கு இந்த நிலைமை ஏற்பட்டது. உனக்குப் பிராயச்சித்தம் நம்முடைய சாஸ்திரத்தில் கிடை யாது. இந்த ஜன்மத்தில் இனியேனும் புண்ணியங்கள் செய் தால் அடுத்த பிறவியில் உனக்குச் செல்வமுண்டாகலாம்.'

> இவ்வாறு அய்யர் சொல்லிய உபாயம் செட்டிக்கு ரஸப்பட வில்லை. எனக்கும் பயனுடையதாகத் தோன்றவில்லை.

> அடுத்த ஜன்மத்தில் நான் மற்றொரு மனிதனாகப் பிறந்து வாழ்க்கையிலே செல்வமுண்டானால் இப்போதுள்ள எனக்கு எவ்விதமான லாபமும் இல்லை. அதைப்பற்றி எனக்கு அதிக சிரத்தை இல்லை. இந்த ஜன்மத்தில் பணம் தேடுவதுதான் நியாயம். வரும் ஜன்மத்து ரூபாய்க்கு இப்போது சீட்டுக் கட்டுவது புத்திக் குறைவு.

இது பாரதியார் எழுதிய 'பழைய உலகம்' என்ற கட்டுரையில் இடம் பெறும் ஒரு பகுதி (பாரதியார் கட்டுரைகள் தொகுப்பு, வர்த்தமானன் பதிப்பகம்.)

ஹிந்து சமயக் கோட்பாட்டில் மறு பிறவி என்பதாக ஒன்று உண்டு. ஆனால் அது ஆன்மிகப் பக்குவம் பெறுவதற்காக அமைக்கப்பட்டது. நல்வினை, தீவினைப் பயன்கள் வினையின் தன்மைக்கு ஏற்ப எதிர்வினை செய்யும். இதற்கும் மறு பிறவிக்கும் தொடர்பு இல்லை. ஏனெனில் மறு பிறவியின் நோக்கமே ஆன்மாவின் ஆன்மிக நெடும் பயணமான பரிணாம வளர்ச்சி தான். ஆனால் புரோகித பிராமணர் தமது ஆதாயத்துக்காக மறு ஜன்மக் கோட்பாட்டைத் திரித்துக் கூறுவதைத்தான் பாரதியார் இங்கு விமர்சிக்கிறார்.

'பிற்காலப் படைப்பான அஷ்டாதச உபநிஷத்துகளில் ஒன்றான 'வஜ்ர ஸூசிகை' என்ற நூலில் பிராமணன் யார் என்பதைக் குறித்து மிகவும் நேர்த்தியாக விவரித்திருக்கின்றது' என பாரதியார் தமது 'பிராமணன் யார்?' என்ற கட்டுரையில் எழுதி யுள்ளார் (பாரதியார் கட்டுரைகள் தொகுப்பு):

> 'நான் பிராமணன், நீ சூத்திரன்' என்று சண்டை போடும் குணம் உடையவர்களுக்கெல்லாம் இவ்வேத நூல் தக்க மருந்தாகும். அந்நிய ராஜாங்கத்தாரிடம் ஒருவன் போலீஸ் வேவுத் தொழில் பார்க்கிறான். அவன் ஒரு பூணூலைப் போட்டுக்கொண்டு ஏதேனும் ஒரு நேரத்தில் கிராமஃபோன் பெட்டி தியாகையர் கீர்த்தனைகள் சொல்வதுபோல பொருள் தெரியாத சில மந்திரங்களைச் சொல்லிவிட்டு ஐயர், ஐயங்கார் அல்லது ராயர் என்று பெயர் வைத்துக்கொண்டு 'நான் பிராமணன். நான் தண்ணீர் குடிப்பதைக்கூட மற்ற வர்ணத்தவர் பார்க்கலாகாது' என்று கதை பேசுகிறான். மற்றொருவன் தாசில்தார் வேலை பார்க்கிறான். பஞ்சத்தை இல்லை என்று எழுதி ஜனத் துரோகம் செய்யும்

தாசில்தாருக்கு என்ன பெயர் சொல்வதென்று நமக்குத் தெரியவில்லை. இப்படிப்பட்ட தாசில்தார் தனக்கு சாஸ்திரியார் என்று பெயர் வைத்துக்கொண்டு 'நான் கௌதம ரிஷியின் சந்ததியிலே பிறந்தவன்' என்பதாகப் பெருமை பாராட்டிக் கொள்ளுகிறான். பல போலிப் பார்ப்பார் தங்களுக்கு இயற்கையாக உள்ள பெருமையை மறந்து விட்டுப் பொய்ப் பெருமையைக் கொண்டாடி வருகிறார்கள்.

காங்கிரஸ் மகாசபையில் மிதவாதிகள் குழுவில் முன்னின்ற வி.கிருஷ்ண சாமி ஐயர் சென்னை உயர்நீதிமன்ற நீதிபதிப் பதவி கிடைத்ததும் அரசியலுக்கு முழுக்குப் போட்டுவிட்டு நீதிபதி யாகப் பணி ஏற்றுக்கொண்டார். சொந்த ஆதாயத்துக்காகத் தனது நிலைப்பாட்டை அவர் நேர்மாறாக மாற்றிக்கொண்டதை வன்மையாகக் கண்டித்து விஜயா நாளிதழில் தலையங்கம் எழுதினார் பாரதியார். 'எதிர்க்கிறாயா? துணை செய்கிறாயா?' என்ற தலைப்பில் அவர் எழுதிய தலையங்கம் தீப்பொறி பறக்கப் பெரும் பரபரப்பைத் தோற்றுவித்தது. இவ்வளவுக்கும் பாரதியாரின் ஸ்வதேச கீதங்கள் பாடல் தொகுப்பு முதன்முதலில் வெளிவரக் காரணமாக இருந்தவர் கிருஷ்ணசாமி ஐயர். அதற் காக அவரது முறைகேட்டை பாரதியார் கண்டுகொள்ளாமல் இருந்துவிடவில்லை. சுயஜாதி அபிமானம் காரணமாகவும் சும்மா இருந்துவிடவில்லை.

'உமக்கு ஐயாயிர ரூபாய் மாதம்தோறும் கிடைத்தால் எங்கள் ஜாதி உஜ்ஜீவித்துவிடுமா? இந்த ஜாதி உஜ்ஜீவிக்க வேண்டும் என்ற எண்ணமே உமக்கு இல்லாதிருக்குமாயின் இதுவரை எங்களுடன் சேர்ந்திருந்து ஏன்காணும் ஏமாற்றிக்கொண்டு வந்தீர்? வெட்கமில்லை! 'நம்மிரு திறத்தாரின் லட்சியமும் ஒன்றுதான் (என்றீரே).' இப்போது அந்த வார்த்தை சொல்லு வீரா? ஐயோ வி.கிருஷ்ண சாமி ஐயரே, என்ன ஜன்மம் எடுத்து விட்டீர்!' இப்படியெல்லாம் மிகக் கடுமையான வாசகங்கள் நிரம்பியிருக்கிற தலையங்கம் அது. (விஜயா அக்டோபர் 05, 1909 - பாரதி 'விஜயா' கட்டுரைகள். தொகுப்பாசிரியர் ஆ. இரா. வேங்கடாசலபதி, காலச்சுவடு)

பாரதியாரைப் போலவே பிராமணர்களின் முரண்பாடுகளைக் கடும் சொற்களாலும் ஏளனமாகவும் சுட்டிக் காட்டி எழுதியவர் அ. மாதவையா. அவரது 'குசிகர் கதைகள்' என்ற தொகுப்பில் உள்ள சிறுகதைகள் பெரும்பாலும் பிராமணர்களின் மனப்

பான்மை பற்றிய விமர்சனப் பார்வை உள்ளவைதாம். அவர் எழுதிய 'க்ளாரிந்தா', 'சத்தியானந்தன்' ஆகிய நாவல்கள், ஹிந்துக்கள், அதிலும் முக்கியமாக பிராமணர்கள் கடைப்பிடித்த சம்பிரதாயங்களே கிறிஸ்தவ மத மாற்றங்களுக்குக் காரணமாகி விட்டன என்பதைச் சொல்லாமல் சொல்பவை.

'குசிகர் கதைகள்' தொகுப்பில் 'குதிரைக்காரன் குப்பன்' என்று ஒரு கதை.

கதையின் தொடக்கத்திலேயே, 'பாலூர்' என்கிற கிராமத்தை அறிமுகம் செய்யும் மாதவையா, அங்கு பிராமணர் வசிக்கும் அக்கிரஹாரத்தைப் பற்றி வர்ணிக்கையில், 'வீதியின் ஒருபுறம் திறந்திருந்தாலும், தொன்று தொட்டுக் கீழ் ஜாதிக்காரன் எவனுமே அவ்வீதிக்குள் அடியெடுத்து வைத்ததில்லை. நடுத் தெருவில் சில நாய்கள் படுத்திருந்து வெயில் காய்வதுண்டு. வண்ணான் கழுதை சிலவேளை உட்புகுந்து மேய்வதுண்டு. ஊர்த் தோட்டிகளாகிய இரண்டு பன்றிகள் தம் எண்ணிறந்த சந்ததியுடன் காலை, மாலை வந்து உலாவிப் போவதுண்டு. மாடுகளுக்கோ அவ்வீதிதான் வீட்டுக் கொட்டில்களிலிருந்து வெளியே போகும் வழி. ஆனால் பூதேவர் வசிக்கும் அவ்வீதிக்குள் பஞ்சமர் எவருமே, எந்நாளுமே காலெடுத்து வைத்ததில்லை' என்று எழுதுகிறார்.

பறையனான சுப்பனின் மகன் குப்பன் சப் கலெக்டரான ஆங்கி லேய துரையிடம் குதிரைக்காரனாக வேலை செய்கிறான். புதி தாக வேலையில் சேர்ந்த சப் கலெக்டர் கிராமங்களைப் பார்வை யிடக் குதிரையில் வரும்போது பாலூர் அக்கிரஹாரத்துக்குள் நுழைந்துவிடுகிறார். அவரோடு கூடவே குப்பனும் வந்துவிடு கிறான். இதைப்பற்றி பிராமணர்கள் தமக்குள் செய்துகொள்ளும் சமாதானம் இப்படிப் போகிறது:

> சப் கலெக்டர் மிலேச்சனே ஆயினும் 'துரை.' அந்த டிவிஷ னின் ராஜப் பிரதிநிதி. மஹா விஷ்ணுவின் அம்சத்தில் ஒரு சிறிதுள்ளவர். பாதகமில்லை. அவருடைய குதிரைக்காரன் கேவலம் பறைப்பயல்தானே; அவன் ஏன் அக்கிரஹாரத் துக்குள் துணிந்து வந்தான்? அவன் ஒருவேளை 'துலுக்க' னாக இருக்கலாம். இல்லாவிட்டால் துரை வீதிக்குள் கூப்பிடுவாரா?

ஆனால் குப்பன் தாழ்த்தப்பட்ட சாதியைச் சேர்ந்த சுப்பனின் மகன்தான் என்பது உறுதியாகிவிடுகிறது. ஆனால் 'துரை'யிடம்

வேலை பார்க்கிறவனை எப்படித் தண்டிக்க முடியும்? அதனால் அவன் அப்பன் சுப்பனைத் தண்டிக்கிறார்கள்!

> தன் மகன் செய்த அக்கிரமத்துக்காகப் பறைச் சுப்பன் பத்து நெல் தண்டமிறக்க வேண்டியது. இல்லாவிட்டால் அவனை ஊரையும் உழவையும்விட்டுத் துரத்திவிட வேண்டியது.

வர்ணப் பிரிவில் வராத பஞ்சமர்களான தாழ்த்தப்பட்டோர் நிலையையும் கதையில் வர்ணிக்கிறார் மாதவையா:

> மற்றெல்லாச் சாதியாராலும் நிந்தித்துக் கைவிடப் பட்டவர்களான பஞ்சமர்கள், பிறர் உபயோகத்திற்காகத் தாம் பயிர் செய்யும் வயல்களின் நடுவே சிறிய குடிசைகளாலான சேரிகளில் வசித்து வருகிறார்கள்... யாவராலும் இகழப்பட்டு, கேவலம் மிருகங்களிலும் தாழ்வாக ஜீவித்து வரும் இப்பஞ்சமர்கள்தான் பிராமணர், வேளாளர் முதலிய மேல் ஜாதியார் நன்றாய் உண்டு, உடுத்திச் சுகிக்குமாறு நன்செய், புன்செய்களைப் 'பொன் சேய்'கள் எனக் கூறும்படிப் பயிர் செய்து விளைவிப்பவர். தலைமுறை தலைமுறையாக இவ்வாறு அல்லற்பட்டு உழைத்துவரும் அடிமைகள், தங்கள் மேல் ஈவு, இரக்கம் பாராட்டாத கண்மூடி எஜமானர்களிடத்திலும் பட்சமும் பக்தி விசுவாசமும் வெகுவாய்ப் பாராட்டி வருதல் ஆச்சரியமே.

'தந்தையும் மகனும்' என்று இன்னொரு கதை. இதிலும் தாழ்த்தப் பட்டவர்கள் அக்கிரஹாரத்தினுள் நுழையும் சம்பவம் நிகழ் கிறது. ஆனால் அதை யாரும் ஆட்சேபிக்கவில்லை. 'ஏனெனின், அவர் கிறிஸ்தவரே!'

பிராமணர்களில் பலர் பகிரங்கமாகச் சுய பரிசீலனையும் சுய விமர்சனமும் செய்யத் தயங்கியதில்லை என்பதற்கு இன்னும் பல எடுத்துக்காட்டுகளை முன்வைக்க முடியும். ஆனால் பக்கங் கள் நீளும். பிராமண சமுதாயத்தில் மலிந்திருந்த பல வேண்டாத சம்பிரதாயங்களைத் தூக்கி எறிந்து பேசிய இன்னொரு பிராமணர் வ.ரா. என்று அறியப்பட்ட வ. ராமஸ்வாமி ஐயங்கார். இதழாசிரியரும் எழுத்தளருமான இவரை 'அக்கிரகாரத்து அதிசய மனிதர்' என்று பாராட்டினார் அண்ணா. 'சுந்தரி' முதலான

தமது நாவல்களில் அந்தக் காலத்து பிராமண சம்பிரதாயங்களை வன்மையாகக் கண்டித்தார் வ. ரா.

ரா. கனகலிங்கம் என்ற தாழ்த்தப்பட்ட இளைஞருக்கு பாரதியார் பூணூல் அணிவித்து காயத்ரி மந்திர உபதேசம் செய்தது குறித்து 'மகாகவி பாரதியார்' என்ற தமது நூலில் வ. ரா. பதிவு செய்துள்ள தகவல்கள் கவனிக்கப்பட வேண்டியவை.

> (பாரதியாரின்) வீட்டின் கூடத்தில் சிறு கூட்டமொன்று கூடியிருந்தது. நடுவில் ஹோமம் வளர்க்கிறாற்போல் புகைந்துகொண்டிருந்தது. சிலர் வேத மந்திரம் ஜபித்துக் கொண்டிருந்தார்கள்... புரொபஸர் சுப்பிரமணிய அய்யர் போன்ற பல பிரமுகர்கள் இருந்தார்கள்.
>
> 'என்ன நடக்கிறது' என்று மெதுவாகப் புரொபஸரைக் கேட்டேன். 'கனகலிங்கத்துக்குப் பூணூல் போட்டு காயத்ரீ மந்திரம் உபதேசமாகிக் கொண்டிருக்கிறது' என்றார். 'உட்கார்ந்திருப்பது கனகலிங்கம்தானே! அதிலே சந்தேகம் இல்லையே' என்று மறுபடியும் அவரைக் கேட்டேன். 'சாட்சாத் அவனேதான்! அவனுக்குத்தான் பாரதி காயத்ரீ மந்திரம் உபதேசம் செய்துகொண்டிருக்கிறார்' என்றார் புரொபஸர்.
>
> மந்திரோபதேசம் எல்லாம் முடிந்தபிறகு, 'கனகலிங்கம்! நீ இன்றையிலிருந்து பிராமணன். எதற்கும் அஞ்சாதே. யாரைக் கண்டும் பயப்படாதே. யார் உனக்குப் பூணூல் போட்டு வைக்கத் துணிந்தது என்று உன்னை யாராவது கேட்டால் பாரதி போட்டுவைத்தான் என்று அதட்டியே பதில் சொல். எது நேர்ந்தாலும் சரி, இந்தப் பூணூலை மட்டும் எடுத்துவிடாதே' என்று பாரதியார் அவனுக்கு வேறுவகையில் உபதேசம் செய்தார்.
>
> இதைக் கேட்டு யாரேனும் வாய்க்குள்ளாகவே சிரிக்கிறார்களோ என்று பார்த்தேன். பாரதியார் சொன்னதை ஆமோதிப்பதைப் போல அவர்கள் முகத்தை வைத்துக்கொண்டிருந்தார்கள். (மகாகவி பாரதியார், வ.ரா., அத்தியாயம் 21, வர்த்தமானன் பதிப்பகம்).

இந்தச் செய்தியில் பாரதியார் தாழ்த்தப்பட்ட வகுப்பைச் சேர்ந்த கனகலிங்கத்துக்குப் பூணூல் போட்டு காயத்ரி மந்திரோபதேசம்

செய்தார் என்பதைவிடவும் முக்கியமாக, ஹோமம் வளர்த்து சிலர் வேத மந்திரங்களை ஜபித்துக்கொண்டிருந்தார்கள் என்பதும், புரொபஸர் சுப்பிரமணிய அய்யர் உள்ளிட்ட பல பிரமுகர்கள் அங்கு வந்திருந்ததும் கவனிக்கத்தக்கவை. எவரும் வாய்க்குள்ளாகவே சிரிக்கவில்லை என்றும் பாரதியார் சொன்னதை ஆமோதிப்பதைப்போல் முகத்தை வைத்துக்கொண்டிருந்தார்கள் என்றும் சொல்கிறார் வ.ரா.

பாரதியார் பொம்மைக் கல்யாணம் செய்து விளையாடுவதைப் போல பூணூல் கல்யாணம் செய்யவில்லை. பிராமண சாதிதான் உயர்ந்தது என்பதை உணர்த்துவதுபோலவும் அவர் ஒரு தாழ்த்தப்பட்ட இளைஞனுக்குப் பூணூல் போட்டுவிடவில்லை. மாறாக பூணூல் தரித்து மற்றவரைக் காட்டிலும் தாம் உயர்ந்தவர் என்பதற்கு அது ஒன்றையே அடையாளமாகப் பெருமிதம் கொள்ளக்கூடிய பிராமணர்களின் முகத்தில் அறைவதுபோலவே அவர் கனகலிங்கத்துக்குப் பூணூல் போட்டுவிட்டார். எவனும் பிராமணன் ஆகலாம் எனச் சுட்டுவதற்காகவும் அதைச் செய்தார். அதை புரொஃபஸர் சுப்பிரமணிய அய்யர் உள்ளிட்ட பிரமுகர்கள் பலரும் அங்கீகரித்திருக்கிறார்கள். புரோகிதர்கள் சிலர் நிகழ்ச்சிக்கு வந்து ஹோமம் வளர்த்து வேத மந்திரங்கள் சொல்லியிருக்கிறார்கள். 1910-களின் தொடக்கத்தில் நடந்திருக்கிற சம்பவம் இது!

பிராமணர்கள் தம்மைத்தாமே சுயவிமர்சனம் செய்துகொண்டதைப்போல வேறு எந்த சாதியினரும் செய்ததில்லை. ஹிந்து சமூகத்தில் நடைமுறையில் இருந்த குழந்தைத் திருமணம், பொருந்தாத் திருமணம், இருதார மணம், உடன்கட்டை ஏறுதல் போன்ற சம்பிரதாயங்கள், சடங்குகள் அனைத்தையும் நீக்குவதற்கும் பிராமணர்களே முன்முயற்சி எடுத்திருக்கிறார்கள், ராஜா ராம்மோஹன் ராய் தொடங்கி!

இருபதாம் நூற்றாண்டின் ஆரம்பத்தில் தொடங்கப்பட்ட தார்மிக பிராமண சங்கம் என்ற அமைப்பு 1920-ம் ஆண்டு ஏப்ரல் மாதம் சென்னை அடையாறில் நடத்திய வருடாந்தர மாநாட்டில், குணகர்ம அடிப்படையில் பிராமணரல்லாதாரையும் சங்கத்தில் சேர்த்துக்கொள்ளவேண்டும் என்று ஏ. மகாதேவ சாஸ்த்ரி என்பவர் பரிந்துரைத்தார். இவர் அந்தச் சங்கத்தின் இணைச் செயலாளர். சென்னை அடையாறு சமஸ்க்ருத நூலகத்தின் இயக்குநராக இருந்தவரும்கூட. பிராமணரல்லாதாரைச் சங்கத்

தில் சேர்ப்பது குறித்துப் பரிசீலிக்கக் குழு அமைக்கப்பட்டது. இந்த அமைப்பை மஞ்சேரி ராமையர் என்பவரும் மற்றவர்களும் தொடங்கியிருக்கிறார்கள். நீதிபதி ஜஸ்டிஸ் சதாசிவ ஐயர் இதன் தலைவராகவும் ஓய்வு பெற்ற துணை கலெக்டர் டி.வி. கோபாலஸ்வாமி ஐயர் செயலாளராகவும் இருந்தனர்.

மாநாட்டில் பேசிய மகாதேவ சாஸ்த்ரி, 'சங்கத்தின் செயற்குழு, குண கர்ம அடிப்படையில் பிராமணர் அல்லாதாரையும் சங்கத்தில் சேர்த்துக்கொள்வதற்கான நடைமுறையை வகுக்கும் பொருட்டு, தகுதி வாய்ந்த சான்றோரும் நீதிமான்களும் அடங்கிய ஒரு குழுவை விரைவில் அமைக்கும். உண்மையான பிராமண கலாசாரம் என்பது என்ன என்று இக்குழு கண்டறிந்து கூறும். அந்தக் கலாசாரம் உயிர்த்துடிப்புடன் இருந்த காலத்தில் பிராமண ஆசான்கள் அதனை பிறப்பால் பிராமணரல்லாதார் இடையே எப்படிப் பரப்பினார்கள் என்றும், தற்காலச் சூழலுக்கு ஏற்ப அதனை எவ்வாறு நடைமுறைப் படுத்துவது என்றும் குழு தெரிவிக்கும். குணநலனோ வாழ்க்கை முறையோ அமையாத பிறவியால் பிராமணனைவிட குண-கர்ம முறையில் பிராமணனாக இருப்பவனே மேலானவன். உண்மையான ஆன்மிக நாட்டம் உள்ள எவரையும் சங்கத்தில் சேர்த்துக்கொள்ளலாம் என அந்தச் சான்றோர் குழு முடிவெடுக்கும் என நம்புவோம். அதே சமயம் வேத நெறியின் அடிப்படையில் அமைந்த பிராமண கலாசாரத்தைப் பாதுகாப்பதற்கான வழியையும் அது ஆராய்ந்து கூறும் என நம்புவோம்' என்று கூறினார். (Brahmin and Non-Brahmin, M.S.S.Pandian, Permanent Black.)

பிராமணர்கள் ஆங்கிலக் கல்வி முறையில் பயின்று அரசுத் துறைகளில் வேலை வாய்ப்புகளைப் பெறுவதில் முந்திக் கொண்டதால் பிராமணரல்லாதாரின் பகையுணர்வுக்கு அவர்கள் இலக்காக நேர்ந்தது என்றும் பிராமணர்கள் தமது வேத கால வாழ்க்கைமுறைக்குத் திரும்பிச் செல்வதன்மூலம் சமுதாயத்தில் இழந்த மதிப்பைத் திரும்பப் பெற முடியும் என்றும் ஆஸ்திக சங்கம், வர்ணாசிரம சங்கம் போன்ற அமைப்புகள் வலியுறுத்தின.

1930-ம் ஆண்டு மே மாதம் கும்பகோணத்தில் வர்ணாசிரம சங்கம் நடத்திய மாநாட்டில், பிராமணர்களையும் ஹிந்து மதத்தையும் தூற்றும் ஈ.வே.ரா.வின் சுயமரியாதை இயக்கத்தைக் கண்டிப் பதைவிட நாட்டில் நாத்திகமும் பிராமணர்மீதான துவேஷமும்

பரவுவதற்கான காரணங்களை ஆராய்ந்து பார்க்கவேண்டும் என்று பேசப்பட்டது. பிராமணர்கள் எளிய வாழ்க்கை, உயர்ந்த சிந்தனை என்ற உன்னதக் கோட்பாடுகளின் அடிப்படையில் சமூகத் தொண்டில் தமது வாழ்க்கையைத் தியாகம் செய்வதைக் கைவிட்டுவிட்டு உலகாயத ஆதாயங்களுக்காகவும் அதிகாரப் பதவிகளை வகிக்கும் ஆசையிலும் பிராமணரல்லாதாருடன் போட்டியிடுவதால்தான் பிராமணர்மீதான விரோதமும் ஹிந்து மதத்துக்கு எதிரான நாத்திகமும் தோன்றிவிட்டன என்று மாநாடு வலியுறுத்தியது.

தென்னாட்டில் பிராமண துவேஷமும் நாத்திகமும் ஒரு கோட்பாட்டு நெறிபோல் பரவுவதைத் தடுக்க பிராமணர்கள் வேதம் விதித்துள்ள வழியில் எளிமையான சமய வாழ்க்கையை உறுதியுடன் மேற்கொள்ளவேண்டும் என்று மாநாட்டில் யோசனை தெரிவிக்கப்பட்டது. மாநாட்டின் தலைவர் வி.வி. ஸ்ரீநிவாஸ ஐயங்கார் தமது தலைமை உரையில், 'சமுதாயத்திற்கு நல்வழி காட்டும் ஆசான், தலைவன் என்ற மரியாதையை இழந்துவிட்ட பிராமணன் அதைத் திரும்பப் பெறவேண்டுமானால் வேத நெறி பிராமணனுக்கு விதித்துள்ள முறைப்படி வாழவேண்டும்' என வலியுறுத்தினார். (1930 மே 31 அன்று மெயில் இதழில் வெளிவந்த செய்தியை மேற்கோள் காட்டி The Political career of E.V. Ramasami Naicker, Dr. E.Sa. Visswanathan.)

10. இருவர் எடுத்து வைத்த முதல் அடி

1909-ம் ஆண்டு.

சென்னையில் இரண்டு இளைஞர்கள்.

வசதியான குடும்பத்தைச் சேர்ந்தவர்கள்.

ஒருவர் பி. சுப்பிரமணியப் பிள்ளை. இன்னொருவர் எம். புருஷோத்தம நாயுடு.

இரண்டு பேருமே சட்டக் கல்லூரியில் பயின்று வக்கீல்களாக வருமானத்துக்குக் குறைவின்றி வாழ்க்கை நடத்தி வந்தார்கள்.

சட்டக் கல்லூரியில் அவர்களுக்குரிய இடங்களை எவரும் பறித்துக்கொள்ளவில்லை. படிக்க அருகதை இல்லை என்று சொல்லி சட்டக் கல்லூரி வாசலில் அவர்கள் நுழைய முடியாதபடி எவரும் குறுக்கே நின்று தடுக்கவில்லை. ஆகவே அவர்கள் இருவரும் எவ்வித இடையூறும் இன்றி சட்டக் கல்லூரியில் படித்துப் பட்டம் பெற்றார்கள். எவ்விதத் தடங்கலும் இன்றி வக்கீலாகத் தொழில் செய்யவும் தொடங்கினார்கள்.

அவர்களைப் போலவே வசதியுள்ள பிராமணரல்லாத பலரும் அவரவர் விருப்பம்போல் துறைகளைத் தேர்வு செய்துகொண்டு படித்து முன்னேறிக் கொண்டுதான் இருந்தார்கள். படிக்கவேண்டும் என்கிற துடிப்பு இருந்து, வசதியும் இருக்கிறவர்களுக்குக் கல்வி மறுக்கப்படவில்லை.

கல்வி அன்று எவருக்குமே இலவசமாகவோ இட ஒதுக்கீட்டுச் சலுகையிலோ அளிக்கப்படவில்லை. தகுதி இருந்து, கட்டணம் செலுத்தவும் வசதி இருந்தால் படிக்கலாம். படித்துத் தேறி விருப்பம் இருந்தால் அரசாங்க இலாக்காக்களில் படித்த படிப்புக்கு ஏற்ற உத்தியோகமும் பார்க்கலாம்.

பிராமணர் ஆனாலும் பிராமணரல்லாதார் ஆனாலும் ஏழைப் பிள்ளை எனில், படிப்பதில் விடா முயற்சி இல்லை எனில் முன்னேற வாய்ப்பு இல்லை. பிராமணர் எனில் புரோகிதம் செய்யவோ சமையல் வேலைக்கோ போகவேண்டியதுதான். பிராமணரல்லாதார் என்றால் விவசாயம், நெசவு அல்லது வேறு கைத் தொழில் என்று போகவேண்டியிருக்கும்.

சுப்பிரமணியப் பிள்ளைக்கும் புருஷோத்தம நாயுடுவுக்கும் பிராமணர்கள்மீது பொறாமையோ வெறுப்போ இல்லை. பிராமணப் பிள்ளைகள் வறிய நிலையில் இருந்தாலும் வசதி யுள்ளவர்களிடம் இறைஞ்சி, எப்படியோ கெஞ்சிக் கூத்தாடி, தனிப்பட்ட முறையில் உதவித் தொகை பெற்று, வெறும் பழைய சோறும் தொட்டுக்கொள்ள எலுமிச்சங்காய் ஊறுகாயுமாக அள்ளிப் போட்டுக்கொண்டு லொங்கு லொங்கு என எட்டு மைல் பத்து மைல் நடையாய் நடந்து ஊக்கத்துடன் முன்னேறுவதை இருவரும் அறிந்திருந்தார்கள். பிராமணர் அல்லாத பிள்ளை களும் அதேபோலப் படித்து முன்னேறவேண்டும் என்கிற நியாயமான விருப்பம் கொண்டார்கள். வறிய நிலையில் உள்ள பிராமணரல்லாத பிள்ளைகள் வசதியில்லாத குறையால் படிக்கும் வாய்ப்பை இழந்துவிடக்கூடாது என்று நியாயமாகவே கவலைப் பட்டார்கள். இருவருமாகச் சேர்ந்து இதற்கு ஏதாவது ஒரு வழி தேடவேண்டும் என்று யோசித்து இறுதியில் ஒரு சங்கம் தொடங்க முடிவு செய்தார்கள்.

பிராமணர்களைத் தூற்றுவதற்காக அல்ல. பிராமணரல்லாதார் படித்து முன்னேறவோ, அரசாங்க அலுவலகங்களில் வேலை வாய்ப்பு பெறவோ குறுக்கே நிற்கிறார்கள் என்று பிராமணர் கள்மீது பழி போட அல்ல. படிக்க வசதி இல்லாத, ஆனால் படித்து முன்னேறும் ஆர்வமுள்ள பிராமணரல்லாத பிள்ளை களுக்கு வாய்ப்பளிக்கவேண்டும் என்பதற்காக.

சங்கத்தின் நோக்கம் வெளிப்படையாகவே தெரியவேண்டும் என்பதற்காக, The Madras Non-Brahmin Association (சென்னை பிராமணர் அல்லாதார் சங்கம்) என்று பெயர் சூட்டினார்கள். இரு

வரும் சங்கத்தின் செயலாளர்களாகத் தங்களை நியமித்துக் கொண்டு சங்கத்தின் சார்பில் ஓர் அறிக்கை வெளியிட்டார்கள்.

சென்னை ராஜதானியில் உள்ள பிராமணரல்லாத வகுப்பினரின் நிலைமையை மேம்படுத்தி, அவர்களின் சமூக நிலையை ஓர் உயர்ந்த தரத்திற்குக் கொண்டுசெல்ல இயன்றவரை முயற்சி செய்வதே சங்கத்தின் நோக்கம் எனத் தங்களின் அறிக்கையில் தெளிவுபடுத்தியிருந்தார்கள். வறிய, ஆனால் புத்திசாலித்தனம் உள்ள பிராமணரல்லாத சாதிகளைச் சேர்ந்த பிள்ளைகள் கல்வி கற்க நிதி உதவி செய்வதும், தகுதி வாய்ந்த இளைஞர்களுக்கு வெளிநாடு சென்று பல்வேறு தொழிற்கல்வி பெறும் வாய்ப்பளிக்க உபகாரச் சம்பளம் கொடுப்பதும் சங்கத்தின் பணியாக இருக்கும் என்றனர். பொதுவாக சென்னை ராஜதானியில் உள்ள பின்தங்கிய, பிராமணரல்லாத சாதியினரின் சமூக வாழ்க்கைத் தரத்தை உயர்த்த என்னென்ன வழிமுறைகளைக் கையாள முடியுமோ அவை யாவும் கையாளப்படும் என்றும் தெரிவித்தனர். முக்கியமாக, தங்கள் சங்கம் அரசியல் சார்புடனோ போர்க்குணப் போக்குடனோ (non-political and non-aggressive) செயல்படாது எனவும் அவர்கள் உறுதி கூறியிருந்தனர். சங்கத்தின் நோக்கம் முற்றிலும் சமூக முன்னேற்றத்தைக் கருத்தில்கொண்டே தோற்றுவிக்கப்பட்டுள்ளது என்று வாக்குமூலம் அளித்தனர்.

அவர்களது அறிவிப்புக்குக் கணிசமான அளவில் எதிர்வினைகள் வந்தன. 'தி மெட்ராஸ் மெயில்' நாளிதழில் அந்த அறிவிப்பு குறித்து ஆசிரியருக்குக் கடிதங்கள் பகுதியில் 'எம்.பி.என்.' என ஒப்பமிட்ட கடிதம் ஒன்று வெளியாயிற்று.

> மக்கள் தொகையில் பிராமணர் அல்லாதார்தான் பெரும் எண்ணிக்கையில் உள்ளனர். அவர்களில் பலர் ஜமீன்தார்களாகவும் பெரும் நிலப்பிரபுக்களாகவும் உள்ளனர். லாபகரமான வியாபாரங்களில் ஈடுபட்டுச் செழிப்பாகவும் உள்ளவர்கள் பலர். பிராமணரல்லாதாரில் ஆங்கிலேயரிடம் மொழிபெயர்ப்பாளர்களாகப் பதவி வகித்து வசதியாக இருப்பவர்களும் உள்ளனர். அப்படியிருந்தும் பிராமணரல்லாதார் மேற்கத்தியக் கல்வியின் முக்கியத்துவத்தையும் நற்பயன்களையும் போதிய அளவு உணரவில்லை. இந்த அக்கறையின்மைதான் ஊக்கமுள்ள பிற சாதியினர் முனைந்து முன்னேறுகையில் பிராமணர் அல்லாதோரைப் பந்தயத்தில் பின்தங்கச் செய்கிறது.

பிராமணரல்லாதார் நிச்சயமாக மதி நுட்பத்தில் குறைந் தவர் அல்லர். அவர்கள் மட்டும் முயற்சி செய்தால் அதனை நன்கு வளர்த்துக்கொள்ள முடியும்.

எம்.பி.என். தெரிவித்த இக்கருத்து, உண்மை நிலவரத்தை மிகச் சரியாக உணர்த்தியது. பிராமணரல்லாதார் பின்தங்கியிருப் பதற்கு அவர் பிராமணர்கள்மீது பழி சுமத்தவில்லை. பிராமண ரல்லாதார் இடையே ஊக்கமின்மையால்தான் அவர்கள் பின் தங்கியிருப்பதாகச் சுட்டிக் காட்டினார்.

சங்கம் ஐரோப்பியரை அழைத்துக் கலந்துறவாடி அவர்களுடைய ஆலோசனைகளைப் பெறவேண்டும் என்றும் சங்கத்துக்கு பிராமணரல்லாதார் என்று பெயரிடுவதா அல்லது திராவிட என்று அதை அழைப்பதா என்றெல்லாம் வீண்விவாதங்களில் இறங்கிப் பொழுதை விரயம் செய்துகொண்டிருக்காமல் விரைந்து விசுவாசமாகப் பணி செய்யத் தொடங்கவேண்டும் என்றும் அறிவுரை கூறினார் எம்.பி.என். ரொட்டியில் எந்தப் பக்கம் வெண்ணெய் தடவப்பட்டிருக்கிறது என்பதை நன்கு அறிந்தவராக இருந்தார் எம்.பி.என்.

ஆல்ஃபா என்று தன்னை அழைத்துக்கொண்ட இன்னொரு வாசகர், இவ்விரு வக்கீல்களும் அதிகபட்சம் தமது தொழிலில் உள்ள சகாக்களைத்தான் சங்கத்தில் சேர்க்க இயலும்; முயற்சி பெருமளவில் வெற்றி பெறவேண்டுமானால் பொதுப் பணி களில் தீவிரமாக இயங்கிவரும் பிட்டி தியாகராயச் செட்டி, டாக்டர் டி.எம். நாயர் போன்ற செல்வமும் செல்வாக்கும் உள்ளவர்களை இதில் முன்னிற்கச் செய்யவேண்டும் என்று முன் யோசனையுடன் கருத்து தெரிவித்தார்.

நந்தியாலிலிருந்து எதிர்வினை செய்த ஏகாம்பர ஐயர், படித்த பிராமணரல்லாதவர்கள் இம்மாதிரியான முயற்சியை ஆதரிக்குமுன் ஒரு தடவைக்கு இரண்டு தடவை யோசிக்குமாறு கேட்டுக்கொண் டார். சாதி வேறுபாடுகளைக் களைந்து அனைத்துத் தரப்பினரும் முன்னேற வழி காணவேண்டும்; பாவப்பட்ட ஏழை பிராமணரைத் தவிர இந்தியாவில் உள்ள சகலரையும் சேர்த்துக்கொண்டு செயல்படுவதாக இந்த முயற்சி உள்ளது என்று எழுதினார்.

குண்டூரிலிருந்து தனது ஆட்சேபங்களைத் தெரிவித்த சி.வி. ரெட்டி, சாதிக் கட்டமைப்பின் பிரத்தியட்ச நிலையை நன்கு உணர்ந்திருந்தார். பிராமணரல்லாதார் என்று பெயர் சூட்டிக்

கொள்வது பிராமணர்கள்மீது பகையுணர்வைக் காட்டுவதுபோல் உள்ளது. இது தேவையற்றது; விரும்பத்தகாததும் ஆகும். மேலும் இப்பெயர் மிகவும் நீளமாக இருப்பதோடு நயமாகவும் இல்லை. பிராமணரல்லாதார் என்று சொல்லும்போது அது பிராமணர் அல்லாத எல்லாச் சாதியினரையும் உள்ளடக்கியதா கிறது. பிராமணரை இவ்வாறு ஒதுக்கிவைப்பதில் க்ஷத்திரியரும் வைசியரும் உள்ளூர மகிழ்ச்சி அடைந்தாலும் நாலாவது வருணத்தவரோடு (சூத்திரரோடு) கலந்துகொள்ள முன்வருவது குறித்து அவர்கள் யோசிக்கவே செய்வார்கள் என்று தமது கடிதத்தில் எச்சரித்தார் ரெட்டி. உயர்சாதியினரிடையே இம்முயற்சிக்கு ஆதரவும் ஒத்துழைப்பும் கிடைக்காது. இதைவிட மிகத் தெளிவாகவும் கச்சிதமாகவும் ரெட்டி சங்கம், பலிஜா சங்கம், வேளாளர் சங்கம் என்று தனித்தனி சாதிச் சங்கங்களை நிறுவிச் செயல்படுவது நடைமுறைக்குச் சாத்தியமாகவும் பயனளிப்பதாகவும் இருக்கும் என்று அவர் மேலும் வலியுறுத்தினார்.

இவ்வாறான கடிதங்கள் வெளியாவதற்கு முன்பே மெட்ராஸ் மெயிலின் ஆசிரியருக்குக் கடிதங்கள் பகுதியில் வி.வண்ணமுத்து என்பவரின் கடிதம் வெளியாகியிருந்தது. தென்னிந்தியாவில் பெரும்பான்மையாக உள்ள பிராமணரல்லாதார், திராவிடப் பாரம்பரியம் உள்ளவர்களாதலால் The Madras Dravidian Association (சென்னை திராவிடர் சங்கம்) என்று சங்கத்துக்குப் பெயர் சூட்டலாம் என அதில் ஆலோசனை தெரிவிக்கப்பட்டிருந்தது. அதனால்தான் பெயர் சூட்டல் போன்ற விஷயங்களில் வீண் விவாதம் செய்து பொழுதை விரயம் பண்ணவேண்டாம் என எம்.பி.என் அறிவுரை கூறியிருந்தார்.

ஆக, திராவிட என்ற பெயரில் பிராமணரல்லாதார் சங்கம் அமைத்துச் செயல்பட அடி எடுத்துக்கொடுத்த மூல முதல்வர் வி. வண்ணமுத்துதான். ஆனால் பாவம், தன் பெயரைத் தவிர வேறு அடையாளம் ஏதுமின்றி, பாடல் பெறாமலேயே 'தி மெட்ராஸ் மெயில்' பக்கங்களில் புதைந்துபோனார் வண்ணமுத்து.

வீண் விவாதங்களில் இறங்கிக் கால விரயம் செய்யவேண்டாம் என எம்.பி.என் அறிவுரை கூறியும், சங்கம் தொடங்குவதாக அறிவிக்கப்பட்ட மே-ஜூன் மாதங்களில் என்ன பெயர் வைக்கலாம், எப்படி அழைக்கலாம் என்ற வாதப் பிரதிவாதங்களிலேயே காலம் கழிந்தது. சங்கம் ஆரம்பிக்கப்பட்டு நடந்துவருவதற்கான தடயமே இல்லை.

சங்கத்தின் சார்பில் பொதுக்கூட்டம் ஒன்று நடைபெறும் என்று அறிவித்திருந்த செயலாளர்கள் அதற்கான ஏற்பாடுகள் எதையும் செய்ய இயலாததால் அதைத் தள்ளி வைப்பதாக செப்டெம்பர் மாதம் அறிவித்தனர். எப்படியும் அக்டோபர் மாதத்துக்குள் ஓர் ஆயிரம் உறுப்பினர்களையாவது சேர்த்துவிட முடியும் என்று நம்பிய இளம் வக்கீல்கள், அதன் பிறகு கூட்டம் நடத்தலாம் என்று முடிவு செய்தனர். ஆனால் அதுவும் இயலாமல் போனதால் அவர்கள் தொடங்கிய சென்னை பிராமணரல்லாதார் சங்கம் வந்த சுவடு தெரியாமல் மறைந்துபோனது.

அன்றைக்கு சென்னையின் செல்வாக்கு மிக்க கிளப்புகளில் பிராமணரல்லாத செல்வச் சீமான்களுக்கும் பெரிய மனிதர்களுக்கும் பஞ்சமே இல்லை. அன்றைய சமூக நிலவரத்தில் பிரதான தொழில்களாகக் கருதப்பட்ட மருத்துவம், சட்டம் ஆகிய துறைகளில் பிராமணரல்லாதவர்கள் இருக்கவே செய்தனர். போதாக்குறைக்கு ஜமீன்தார்களுக்கும் சமஸ்தான மன்னர்களுக்கும் குறைவில்லை. திவான் பஹதூர், ராவ் பஹதூர் என்றெல்லாம் பட்டம் வாங்கிக்கொள்வோருக்கும் பிராமணரல்லாதாரில் பற்றாக்குறை கிடையாது. ஆனாலும், 'இதனால் நமக்கென்ன ஆதாயம்?' என்று எதிலும் எடைபோடும் சீமான்களின் கடைக்கண் பார்வை கிட்டாததால் அந்த இளம் வக்கீல்களின் மனக்கோட்டை தகர்ந்து போனது.

இதையடுத்து அரசாங்க ஊழியர்களாக இருந்த ஜி. வீராசாமி நாயுடு, நாராயணசாமி நாயுடு, துரைசாமி முதலியார், சரவணப் பிள்ளை ஆகியோர் அவரவர் அலுவலகங்களில் பதவி உயர்வு வாய்ப்புக் கிட்டுவதில்லை என மனம் நொந்து, அதற்கு விமோசனம் காணவேண்டுமானால் தனி நபர்களாக அல்லாமல் பிராமணரல்லாதார் என்கிற பதாகையுடன் செயல்படுவதே புத்திசாலித்தனம் எனக் கருதினார்கள். இரண்டாவது முயற்சியாக பிராமணரல்லாதார் சங்கம் ஒன்றைத் தொடங்க அவர்கள் முன்வந்தனர். செல்வாக்கும் செழிப்பும் மிக்கவர்களின் கூட்டு முயற்சியாக அது இருந்தது. இந்தத் தடவை முதலடி எடுத்து வைத்தவர்கள் பசையுள்ள அரசாங்க உத்தியோகஸ்தர்களாகவும் பிற்காலத்தில் பெரும் பதவிகளை வகிக்கக் கூடியவர்களாகவும் இருந்தனர். மேலும், மக்களிடையே செல்வாக்குள்ள ஒரு பிரமுகரின் பக்கபலமும் அவர்களுக்குக் கிடைத்தது.

அவர் திவான் பகதூர் டாக்டர் சி. நடேச முதலியார் (1875 - 1937).

11. தட்டி எழுப்பிய கரம்

தேவையின்றி எதுவும் தோற்றம் கொள்வதில்லை. அதேபோல் எந்தத் தேவையும் நிறைவு பெற்றபின் நீடிப்பதும் இல்லை. இது இயற்கையின் நியதி. இதேபோல் எந்தவொன்றும் நூற்றுக்கு நூறு நன்மை பயப்பதாகவோ நூற்றுக்கு நூறு தீமை தருவதாகவோ அமைவதில்லை. விகிதாசார அளவின்படியே நன்மை தீமைகளை நிர்ணயிக்க முடியும். இந்தக்கண் ணோட்டத்துடன் எதையும் அணுகுவதுதான் ஆக்க பூர்வமாக இருக்கவும் முடியும்.

உயர் கல்வி பெறுவதிலும் அதன் பயனாக அரசு அலுவலகங்களில் வேலை வாய்ப்பு பெறுவதிலும் ஊக்கம் குன்றியிருந்த பிராமணரல்லாத சாதி யினரைத் தட்டி எழுப்பும் கரம் ஒன்று தேவைப் பட்டபோது அப்படி ஒன்று முளைத்தெழும் சூழல் உருவாகத் தொடங்கியது.

தற்சமயம் பெரிய தெரு என்று அழைக்கப்படும் சென்னை திருவல்லிக்கேணி பகுதியில் பிராமணர் கள் பெருவாரியாக வசிக்கும் சுற்றுச் சூழலில் அவர்களுடன் நட்புறவோடு ஒருங்கிணைந்து வாழ்ந்தவர் டாக்டர் சி. நடேச முதலியார். அவர் காலத்தில் பெரிய தெரு, வீரராகவ முதலித் தெரு என்று அறியப்பட்டது.

இயல்பாகவே தயாள குணமும் தாமாகவே முன் சென்று உதவும் போக்கும் கொண்டிருந்த நடேச முதலியாருக்கு பிராமணர்கள்மீது துவேஷம்

சிறிதும் இருந்ததில்லை. அதேபோல் ஹிந்து மதத்தின் மீதும் அவருக்கு வெறுப்பு இல்லை. மத உணர்வுகளை மதிக்கத் தெரிந்தவராகவே அவர் இருந்தார். முக்கியமாக சமூக நடை முறைகளில் உள்ள முறைகேடுகளுக்கு மதத்தின்மீது குறை கூறும் போக்கு அவரிடம் இல்லை. சமூகத் தளத்தின் சாதிக் கட்டமைப்பில் நடைமுறைக்கு வந்துவிட்டிருந்த உயர்வு தாழ்வு பேதங்கள்தாம் அவரது கண்டனத்துக்கு உள்ளாயின.

இதனைக் கருத்தில் கொண்டுதான் அவரைச் சுற்றிலும் வசித்த பிராமணர்களே அவரைத் தங்கள் பிரதிநிதியாக மாநகராட்சிக்கும் ராஜதானியின் சட்டமியற்றும் சபைக்கும் அனுப்பி வைத்துக் கொண்டிருந்தார்கள்.

பிராமணர்கள் கல்வி கற்பதில் முனைப்பாக இருந்து முன்னேறு வதுபோல் மற்ற சாதியினரும் முன்னேற்றம் காணவேண்டும் என்ற நியாயமான ஆசை நடேச முதலியாருக்கு இருந்தது. அவரது ஆசையின் நிறைவேற்றம் ஒட்டுமொத்தச் சமுதாயத்தின் முன்னேற்றமாகவே இருக்கும் என்பதால் அவரது ஆசையை யார்தான் தவறாகக் கருத முடியும்?

அளப்பரிய ஆசையின் காரணமாக ஒரு மூன்றாண்டுகளுக்காவது அரசின் தலைமைச் செயலகத்தில் பிராமணர்களுக்கு எவ்வித வேலை வாய்ப்பும் அளிக்கக் கூடாது; பிராமணரல்லாதவர்கள் அவர்களுக்கு இணையாக வந்து சேர்ந்துகொள்ளும்வரை பிராமணர்கள் காத்திருக்கவேண்டும் என்றெல்லாம் நடேச முதலியார் பேசியபோதிலும் பிராமணர்கள் அதை துவேஷப் பிரசாரமாகக் கருதவில்லை.

'திராவிடத் தலைவர் டாக்டர் சி. நடேசனார் வாழ்வும் தொண்டும்' (பாரி நிலையம், சென்னை) என்ற நூலை எழுதிய கே. குமாரசாமி தமக்கு ஏற்பட்ட ஒரு வித்தியாசமான அனுப வத்தை அதில் பதிவு செய்துள்ளார்:

> பல்லாவரம் அய்யர் ஒருவர், வயது கிட்டத்தட்ட எழுபது இருக்கும். எனக்கு மிகவும் வேண்டியவர். அவரிடம் டாக்டர் நடேச முதலியாரைப் பற்றிப் பேச்சுக் கொடுத் தேன். நடேச முதலியார் என்ற பெயரைக் கேட்ட வுடனேயே பெருமகிழ்வு கொண்டார். அதே சமயத்தில் அவர் முகத்தில் வருத்தக் குறியும் புலப்படாமல் இல்லை. 'நடேச முதலியாரா? அவர் பெரிய மகான் ஆயிற்றே!

அவரைப் போன்ற டாக்டரை இனிமேல் காண முடியுமா? டாக்டர் என்றால் அவர்தான் டாக்டர். வைத்தியத்தில் மகா நிபுணன். எப்பேற்பட்ட வியாதியாகத்தான் இருக்கட்டும், ஒரு நொடியில் பறக்கடித்து விடுவார். சிபாரிசுக்கு என்று போய்விட்டால் போதும், யார், எவர் என்று பாராமல் உடனே சிபாரிசுக் கடிதம் கொடுத்து அனுப்புவார். அவரைப் போல ஒரு உத்தமரைக் காண்பது அரிதே' என்று மூச்சு விடாமல் கூறினார். இவ்வளவையும் கூறிவிட்டு, 'அவர் மறைவு நம் நாட்டு மக்களுக்கே மாபெரும் நஷ்டமாகும். அவர் ஆற்றிய நற்காரியங்கள் பற்பல உண்டு. உங்கள் கழகம்தான் அவரை மறந்துவிட்டதே, ஜஸ்டிஸ் கட்சிப் பிரமுகர்கள் மறந்துவிட்டதுபோல' என்று வருத்தத்துடன் பெருமூச்சு விட்டுக்கொண்டு கிண்டலாகச் சொன்னார். இந்த அய்யர் கூறியதை இங்கு கூறவேண்டிய அவசியம் ஏன் ஏற்பட்டது? அதற்கும் காரணம் உண்டு.

மற்றொரு சம்பவம் இதைத் தெளிவுபடுத்தும். ஒருவரைப் பார்க்கச் சென்றேன். அவர் டாக்டர் நடேசனாருக்கு உற வினர் அல்லது நண்பர் என்று கேள்விப்பட்டிருந்தேன். அவரை நெருங்கி என் அவாவைத் தெரிவித்தேன். நான் தெரிவித்த விஷயத்தைக் கேட்டவுடன் மகிழ்ச்சியடைந்து வேண்டிய குறிப்புகளைக் கொடுத்து உதவுவார் என்று நம்பி இருந்தேன். ஆனால் அவரோ, என் சொல்லைக் கேட்டவுடன் முகத்தைச் சுளித்துக்கொண்டார். 'மறைந்து போய்விட்டவரைப் பற்றி, அதுவும் பதினாறு, பதினேழு வருடங்களுக்குமுன் செத்துப்போய்விட்டவரைப் பற்றி இப்போது எழுதுவானேன்? எழுதினால் அதனால் மக்க ளுக்கு என்ன பிரயோசனம் ஏற்படப் போகிறது? என்னமோ அவர் காலத்தில் ஒரு மாதிரியாக இருந்தார், இறந்து போனார். அவரைப் பற்றி என்னத்திற்கு இப்போது எழுத வேண்டும்?' என்று சரசரவெனக் கேள்விமாரி பொழிந்தார். இதைக் கண்டு நான் திகைத்துவிட்டேன்.

இப்படிக்கூட ஒரு மனிதர் இருப்பாரா என்று நினைத்தது என் நெஞ்சம். என் எண்ணத்தைத் திறந்து காட்டாமல், சமாதானமாகவே டாக்டர் நடேசனார் புகழைக் கூறி அவருடைய வாழ்க்கை வரலாறு மக்களுக்குப் பெரும் பயன் விளைவிக்கும் என்பதை விரிவாக எடுத்துச் சொன் னேன். சொல்லியும் யாது பயன்? அந்தோ, அவர் மூர்க்க

மாக மறுத்துவிட்டார். மனக் கசப்பு ஒன்றும் ஏற்படுத்திக் கொள்ளாமல் திரும்பிவிட்டேன். இந்தச் சம்பவத்தையும் பல்லாவரம் அய்யர் மனமுவந்து புகழ் வார்த்தைகள் கூறிய சம்பவத்தையும் என் மனம் ஒப்பிட்டுப் பார்த்தது. இந்த மனிதர் 'செத்துவிட்ட நடேசனார்' என்று கூறியதற்கும் 'மகான் நடேசனார்' என்று அந்த அய்யர் கூறியதற்கும் உள்ள வித்தியாசத்தை எடுத்துக் காட்டியது.

கட்சித் தலைவர்கள் தமக்கு இழைத்த துரோகத்தைத் தாங்க மாட்டாமல் மனமுடைந்து மனமும் உடலும் சோர்ந்தவர், நடேச முதலியார். அவரது ஒரே மகன் இளம் வயதில் அற்ப ஆயுளில் மறைந்தது வேறு அவரது மரணத்தை விரைவுபடுத்திவிட்டது.

நடேச முதலியார் முதலில் படித்துத் தேறிப் பெற்றது சென்னை மாநிலக் கல்லூரியில் இளங்கலைப் பட்டம். அடுத்து பித்தாபுரம் மஹாராஜா கல்லூரியில் சிறிது காலம் விரிவுரையாளராகப் பணியாற்றினார். அதன் பிறகு கார்டன் உட்ராஃப் கம்பெனியில் உதவி மொழிபெயர்ப்பாளராகச் சேர்ந்து, வெள்ளைக்காரர் களுக்கு மொழிபெயர்த்துச் சொல்லும் வேலை செய்தார்.

சமூக நலப் பணிகள் ஆற்றுவதில் நாட்டம் மிகுந்திருந்த நடேச முதலியார், ஊழியம் செய்வதில் ஈடுபாடின்றி சென்னை மருத்துவக் கல்லூரியில் சேர்ந்து MBCM (இன்றைய MBBS) படிக்க விரும்பினார். ஆனால் பலமுறை முயற்சி செய்தும் வெற்றிபெற இயலவில்லை. எனவே LMS என்ற மருத்துவப் பட்டயப் படிப்பு படித்துத் தேர்ச்சி பெற்று, திருவல்லிக்கேணி யிலேயே மருத்துவச் சேவையைத் தொடங்கினார். தம்மைப் போலவே பிறரும் விடா முயற்சியுடன் உழைத்து முன்னேற வேண்டும் என்று எதிர்பார்த்தவர் நடேச முதலியார்.

மருத்துவத் தொழிலை வருவாய்க்கான வழி எனக் கொள்ளாமல் ஒரு பொதுநலத் தொண்டாகவே கடைப்பிடித்ததால் வெகு விரைவில் நடேச முதலியார் பிரபலம் அடைந்தார். கைராசி டாக்டர் மட்டுமல்ல, காசின்மீது குறிவைக்காத டாக்டரும்கூட எனப் பெயர் பெற்று மக்களின் மதிப்பையும் நல்லெண்ணத்தை யும் சம்பாதித்துவிட்டார்.

பிராமணரல்லாத உற்சாகிகள் தமது நலன்களை வலியுறுத்து வதற்காக ஒரு சங்கம் தொடங்க விரும்பியபோது அதற்கான ஆதரவும் ஆலோசனைகளும் பெற நடேச முதலியார்தான் சரி

யான நபர் எனத் தீர்மானித்து அவரை அணுகினர். அவர்கள் எதிர் பார்த்ததுபோலவே நடேச முதலியார் மிகுந்த உற்சாகத்துடன் அவர்களை ஊக்குவித்து, தாம் பின்னணியில் இருந்து அவர்களுக்குப் பக்கபலமாக நின்று உதவ முன்வந்தார்.

நடேச முதலியார் அளித்த வாக்குறுதியால் ஊக்கமடைந்த பிராமணரல்லாத அரசு ஊழியர்கள், 'சென்னை ஐக்கிய சங்கம்' (The Madras United League) என்ற பெயரில் ஓர் அமைப்பைத் தொடங்கினார்கள். அவர் துணை நின்றதால், அது விரைவில் வளர்ச்சி அடையத் தொடங்கிவிட்டது.

இதுபற்றி நீதிக்கட்சியின் பொன் விழா நினைவு மலரில் (The Golden Jubilee Souvenir of Justice Party, 1968), நீதிக் கட்சியின் முக்கியத் தலைவர்களில் ஒருவராக இருந்த பி. ரங்கசுவாமி நாயுடு, பி.ஏ., பி.எல்., The Origin of Justice Party (நீதிக் கட்சியின் தோற்றுவாய்) என்ற தலைப்பில் எழுதியுள்ள கட்டுரை பல முக்கியமான தகவல்களைத் தருகிறது.

சென்னை ஐக்கிய சங்கம் எப்போது தொடங்கப்பட்டது என்பதை ரங்கசுவாமி நாயுடு உறுதிபடத் தெரிவிக்காமல் '1912 வாக்கில்' (By about 1912) என்று குறிப்பிட்டாலும், அரசு ஊழியர்கள் தங்களின் அலுவலகப் பணியில் தங்களுக்குள்ள எதிர்கால நலன் குறித்து இருக்கும் மனக் குறைகளை வெளிப்படுத்தும் நோக்கத்துக்காகவே அது தொடங்கப் பட்டது என்று மிகத் தெளிவாகக் கூறுகிறார் (for the purpose of ventilating their grievances in respect of their official career). இதை, ஒரு குறிப்பிட்ட பிரிவைச் சேர்ந்த ஊழியர்கள் கிட்டத்தட்ட ஒரு தொழிற் சங்கம் போன்ற அமைப்பைத் தொடங்கியதாகக் கொள்வதுதான் பொருத்தம்.

சென்னை ஐக்கிய சங்கத்தின் முதலாம் ஆண்டு நிறைவு விழாக் கூட்டம் நடேச முதலியாரின் மருத்துவமனை வளாகத் தோட்டத்தில் நடைபெற்றதாக ரங்கசுவாமி நாயுடு தமது கட்டுரையில் பதிவு செய்துள்ளார். சங்கம் தொடங்கப்பட்டது 1912-ல் என்றே வைத்துக்கொண்டால், அதன் முதல் ஆண்டு விழா 1913-ல் நடைபெற்றதாகிறது. இந்தக் கூட்டத்தில்தான் ஒரு முக்கியமான தீர்மானம் நிறைவேற்றப்பட்டதாக அவர் தெரிவிக்கிறார்.

ஒரு பொதுப்படையான பெயரால் தங்களின் சங்கம் அறியப்படுவது தங்களைச் சரியாக அடையாளப்படுத்தாது என்று அதன் உறுப்பினர்கள் பலரும் கருதலாயினர்.

'பிராமணரல்லாதார் சங்கம்' என்று வெளிப்படையாகவே தங்களை அறிவித்துக்கொள்ளலாம் எனச் சிலர் யோசனை கூறினார்கள். அப்பெயர் பிராமணரை முன்னிலைப் படுத்துவதால் எதிர்மறையான அதனைப் பலர் எதிர்த்தனர். சங்கத்தின் பெயரை சென்னை திராவிடச் சங்கம் (Madras Dravidian Association) என வைத்துக்கொள்ளலாம் என்று தெரிவிக்கப்பட்ட மாற்று யோசனை ஏற்கப்பட்டு அதற்கு இணங்க பெயர் மாற்றத் தீர்மானம் நிறைவேற்றப்பட்டது.

ஆக, சென்னை திராவிடச் சங்கம் என்ற அதிகாரப்பூர்வமான பெயருடன் அது செயல்படத் தொடங்கியது 1913-லிருந்துதான் என்று வைத்துக்கொள்ளலாம்.

சென்னை திராவிடச் சங்கத்தின் முதலாம் ஆண்டு விழா திருவல்லிக்கேணி ஹிந்து உயர்நிலைப் பள்ளி மாடியின் கூடத் தில் நடந்தது என்று தமது கட்டுரையில் தெள்ளத் தெளிவாகத் தெரிவிக்கிறார், ரங்கசுவாமி நாயுடு. ஏனெனில், சென்னை திராவிடச் சங்கம் என்ற பெயருடன் அது செயல்பட்டு வருவது முந்தைய ஓர் ஆண்டாகத்தான், அதாவது 1913-லிருந்துதான் அல்லவா?

சென்னை திராவிடச் சங்கத்தின் முதலாம் ஆண்டு விழா 1914-ல் தான் நடந்திருக்கவேண்டும். எப்போதிலிருந்து 'திராவிட' என் கிற அதிகாரப்பூர்வமான அடையாளத்துடன் சங்கம் செயல்படத் தொடங்கியது என்று கணக்கிட்டு அதற்கு ஏற்ப நூற்றாண்டு நிறைவைக் கொண்டாடுவதுதானே முறையாக இருக்கும்?

முதலில் மெட்ராஸ் யுனைட்டெட் லீக் எனப் பெயர் சூட்டிக் கொண்ட அமைப்பு ஓர் ஆண்டுக்குப் பிறகு மெட்ராஸ் டிரெவிடி யன் அசோசியேஷன் எனப் பெயர் மாற்றம் செய்துகொண்டதாக ஜஸ்டிஸ் மோகன் தெரிவித்தார் என ஒரு குறிப்பு தி ஹிண்டு, மெட்ரோ ப்ளஸ், மே 10, 2003 இதழில் History as Biography என்ற கட்டுரையில் காணப்படுகிறது.

க. திருநாவுக்கரசு எழுதிய 'நீதிக் கட்சி வரலாறு தொகுதி 1'-ல் முதலில் தி மெட்ராஸ் யுனைட்டட் லீக் என அழைக்கப்பட்ட அமைப்பு புதிய சட்ட திட்டங்கள் ஏற்படுத்தப்பட்டு 10-11-1912 முதல் சென்னை திராவிடச் சங்கம் என இயங்கத் தொடங்கிய தாகக் குறிப்பிடப்பட்டுள்ளது. பிறகு மீண்டும் சங்கத்துடைய பொதுக் குழுவை 5-4-1914 அன்று கூட்டி அமைப்பின்

நோக்கத்துக்குப் புதிய வடிவத்தைக் கொடுத்தனர் என்றும் கூறப்பட்டுள்ளது. சென்னை யுனைட்டட் லீக் என்று இருந்ததை 1912-லேயே சென்னை திராவிடச் சங்கம் எனப்பெயர் மாற்றம் செய்ததாகக் குறிப்பிட்டுவிட்டு, 1914-ல் புதிய வடிவம் கொடுக்கப்பட்டதாகக் கூறுவது பொருத்தமாக இல்லை.

எனவே 1912-ல் தன்னை சம்பிரதாயப்படி பிராமணரல்லாதார் என்றுகூட பகிரங்கப்படுத்திக்கொள்ள விரும்பாமல் மெட்ராஸ் யுனைட்டட் லீக் எனப் பொதுவான பெயருடன் தொடங்கிய அமைப்பு 1914-ல்தான் புதிய சட்ட திட்டங்களுடன் மெட்ராஸ் டிரெவிடியன் அசோசியேஷன் என்று தன்னை அடையாளப் படுத்திக் கொள்ள முன்வந்தது என்று கொள்வதுதான் பொருத்த மாக இருக்கும்.

ஆகவே திமுகவும் திராவிடர் கழகமும் 1912-லேயே அவசரப் பட்டு திராவிட இயக்கத்துக்கு நூற்றாண்டு விழா கொண்டாட ஏற்பாடு செய்திருப்பதன் காரணம் விளங்கவில்லை. இது பொருத்தமாகவும் இல்லை.

பொதுவாகவே நீதிக் கட்சி சம்பந்தமாக இதுவரை தமிழிலும் ஆங்கிலத்திலும் வெளிவந்துள்ள நூல்களை ஆராயும்போது பல விவரங்கள் தெளிவில்லாமலும், முன்னுக்குப்பின் முரணாகவும், காலக் குறிப்பில் வேறுபட்டும் காணப்படுகின்றன. அதிலும் நீதிக் கட்சி தோன்றுவதற்கே ஆணி வேராக இருந்த டாக்டர் சி. நடேச முதலியாரின் முக்கியத்துவத்தைத் திரையிட்டு மறைப்பதுபோல் அவரைப் பற்றிய குறிப்பு ஏதும் இல்லாமலேயே பதிவுகள் உள்ளன. சில பதிவுகள், போனால் போகிறது என்பதுபோல் ஒரு நீண்ட பட்டியலில் அவரது பெயரையும் குறிப்பிடுகின்றன.

சென்னை திராவிடச் சங்கத்துக்குத் தலைவர் என யாரும் தேர்வு செய்யப்படவில்லை என்றும் டாக்டர் நடேச முதலியார் சங்கத்தின் சிறப்புச் செயலாளராகப் பணியாற்ற முன்வந்தார் என்றும் பாரிஸ்டராக இருந்த வழக்கறிஞர் எஸ். சி. ரங்க ராமா னுஜ முதலியார் அவருக்கு உதவியாகத் துணைச் செயலாளர் பொறுப்பை ஏற்றார் என்றும் 'நீதிக் கட்சி வரலாறு, தொகுதி 1' கூறுகிறது.

எவருடைய யோசனையின் பேரில் சென்னை ஐக்கிய சங்கம் பெயர் மாற்றம் செய்துகொண்டது என்பதற்கு ஆதாரம்

எதுவுமில்லை. ரங்கசுவாமி நாயுடு எவர் பெயரையும் குறிப்பிடாமல், பொதுப்படையாக, 'தீர்மானம்' என்று கூறிவிட்டார். இது நடேச முதலியாரின் ஆலோசனையாகவே இருக்கலாம். ஏற்கெனவே ஜான் ரத்தினமும் அயோத்திதாசரும் சேர்ந்து *1891*-ல் தாழ்த்தப்பட்டவர்களுக்காக திராவிட மகாஜன சபை என ஒரு சங்கத்தை நடத்தியிருந்ததால் அதிலிருந்து 'திராவிட' என்பதை மட்டும் எடுத்துக்கொண்டார்கள் போலும்.

*ஆதி திராவிடர்களின் நலனுக்காக 1882-ல் ஜான் ரத்தினம், திராவிடர் கழகம் என்ற பெயரில் ஓர் அமைப்பைத் தொடங்கினார் என்றும், 1891-ல் திராவிட மகாஜன சபை என்ற அமைப்பும் அதையொட்டியே ஆதி திராவிடர் மகாஜன சபையும் தோற்றுவிக்கப்பட்டன் என்றும் ஜே. மோகன் என்ற ஆய்வாளர் தெரிவிக்கிறார். (*History of Dalit Struggle for Freedom & Dravidian Parties and Dalit Uprise in Tamilnadu, J.Mohan, Dhamma Institute of Social Sciences, Pondicherry 2011*)*

பிராமணரல்லாத மாணவர்களுக்காக திருவல்லிக்கேணியிலேயே 'திராவிடர் விடுதி' என்ற பெயரில் ஒரு விடுதியையும் நடத்திவந்தார் டாக்டர் நடேச முதலியார். சென்னைக்குக் கல்வி கற்க வரும் பிராமணரல்லாத மாணவர்களின் எண்ணிக்கை அதிகரிக்கத் தொடங்கியதால் அந்த விடுதியில் இடப் பற்றாக் குறை ஏற்படத் தொடங்கி, காலப்போக்கில் பிராமணரல்லாத மாணவர்களுக்கு அப்படியொரு விசேஷ விடுதிக்குத் தேவை இல்லாமல் ஆகிவிட்டது.

மக்களின் பொது அறிவு வளரும் பொருட்டு நடேச முதலியார், சென்னை திராவிடச் சங்கத்தின் சார்பில் தக்கவர்களை அழைத்துப் பல்வேறு தலைப்புகளில் உரை நிகழ்த்தச் செய்வதை வழக்கமாகக் கொண்டிருந்தார். அவர் அழைப்பை ஏற்று, திராவிடர் என்ற கருதுகோளே தவறு எனக் கருதிய தேசியவாதி திரு.வி. கலியாணசுந்தர முதலியார், ஹிந்து தத்துவச் சித்தாந்தங்களைப் போற்றிய பிரம்மஞான சபைத் தலைவர் ஆனி பெசண்ட் போன்றவர்கள்கூட திராவிடர் சங்கக் கூட்டங்களில் பேசியதுண்டு. ஒருமுறை பாம்பன் சுவாமிகள்கூட வந்து இங்கே உரை ஆற்றியிருக்கிறார். எல்லாத் தரப்புக் கருத்துகளையும் அறிந்து கொள்ள வாய்ப்பு அளிக்கவேண்டும் என்ற பரந்த மனப்பான்மை நடேச முதலியாருக்கு இருந்ததை இது உறுதி செய்கிறது.

நன்றாகப் படித்துப் பட்டம் பெறும் பிராமணரல்லாத மாணவர்களை ஊக்குவிக்க சங்கத்தின் சார்பில் பாராட்டுக் கூட்டங்களையும் நடேச முதலியார் நடத்தி வந்தார். அப்படிப் பாராட்டுப் பெற்றவர்களில் குறிப்பிடத்தக்கவர்கள் சுதந்தர இந்தியாவின் முதல் நிதி அமைச்சராக இருந்த ஆர்.கே. சண்முகம் செட்டியார், அண்ணாமலைப் பல்கலைக்கழகத் துணைவேந்தராக இருந்த கல்வியாளர் டி.எம். நாராயணசாமிப் பிள்ளை ஆகியோர்.

பிராமணரல்லாதரின் கல்வி, வேலை வாய்ப்பு முயற்சிகளை ஊக்குவித்த திராவிடச் சங்கம் தொடங்கப்பட்ட ஆண்டு என்று இரு ஆண்டுகள் முன் தள்ளிக் கணக்கிட்டு 2012-ஐ நூறாண்டு நிறைவு எனக் கொண்டாடுவதற்குபதில், 1882-ல் தொடங்கப்பட்ட திராவிடர் கழகத்தின் நூற்றாண்டை 1982-ல் கொண்டாடத் தவறியது ஏன்? 1891-ல் தோன்றிய திராவிட மகாஜன சபையின் நூற்றாண்டையாவது 1991-ல் கொண்டாடியிருக்கலாமே? அவை ஆதி திராவிடர்களால் ஆதி திராவிடர் உரிமைகளுக்காகவும் நலன்களுக்காகவும் தொடங்கப்பட்டவை என்பதால்தான் இந்தப் பாரபட்சமா? இவர்கள் கண்ணோட்டத்தில் ஆதி திராவிடர்கள் பிராமணரல்லாதார் அல்லவா? ஆதி திராவிடரைத் தம்மோடு சேர்த்து அடையாளப்படுத்திக்கொள்ள விரும்பாத மேல்சாதி மேட்டிமை மனப்போக்கு 1882, 1891 ஆகிய ஆண்டுகளைக் கண்டுகொள்ளாமல் விட்டுவிட்டதா?

1882, 1891 ஆகிய ஆண்டுகளில் திராவிட என்கிற அடைமொழியுடன் தொடங்கப்பட்ட சங்கங்கள் திராவிட இன உணர்வுடன் தொடங்கப்படவில்லை எனில், நடேச முதலியாரின் ஆதரவோடு தொடங்கப்பட்ட சென்னை திராவிடச் சங்கமும் மொழி, வட்டாரம் என்ற அடிப்படையில்தான் திராவிட என்ற பெயருடன் தொடங்கப்பட்டதேயன்றி இனவாதம் பேசிப் பிரிவினைக் குரல் எழுப்புவதற்காக அல்லவே! அதன் விதிமுறைகளில் திராவிட இனவாதம் ஏதும் இடம் பெறவில்லையே! பிராமணரல்லாதாருக்கு கல்வி, அரசுத் துறைகளில் வேலை வாய்ப்பு என்னும் எல்லைக் கோட்டைத் தாண்டி அது எங்கும் போகவே இல்லையே!

12. இணைந்த துருவங்கள்

டாக்டர் நடேச முதலியார் பிராமணரல்லாதார் நலனில் மிகுந்த ஆர்வம் காட்டிவந்த காலகட்டத்தில் அவரைப் போலவே பிராமணரல்லாதார் நலனில் ஈடுபாடு கொண்டிருந்த இரு பிரபலப் புள்ளிகள் சென்னை மாநகராட்சி உறுப்பினர்களாக இருந்தனர். ஆனால் அவர்கள் இருவருமே எல்லாவற்றிலும் முரண்பட்டு மாநகராட்சிக் கூட்டங்களில் பரம விரோதிகளைப்போல மோதிக்கொள்பவர்களாகவே இருந்தனர். பிட்டி தியாகராயச் செட்டி, தறவாடு மாதவன் நாயர் (டாக்டர் டி. எம். நாயர்) என்ற அவ்விருவரும் மாநகராட்சி மன்றத்தில் எந்தப் பிரச்னை முன் வைக்கப்பட்டாலும் மாறுபட்ட நிலைப்பாட்டில் உறுதியாக நின்றார்கள்.

ஒரு கோடை காலத்தின்போது திருவல்லிக்கேணி பார்த்தசாரதி கோவிலில் தெப்பம் நடத்த இயலாத அளவுக்குக் கோவில் குளம் வற்றிப்போய் விட்டிருந்ததால் தண்ணீர் வழங்குமாறு மாநகராட்சியினரிடம் கோவில் நிர்வாகிகள் விண்ணப்பித்தனர். அவர்களின் விண்ணப்பம் மன்றத்தின் பரிசீலனைக்கு வைக்கப்பட்டபோது கோவில் குளத்துக்குத் தண்ணீர் விடும் பேச்சுக்கே இடமில்லை என்று டி.எம். நாயர் கடுமையாகப் பேசினார். மாநகராட்சி வழங்கும் தண்ணீர் மக்கள் பயன்பாட்டுக்கானது; அதை ஒரு கோவிலின் குளத்தில் பாய்ச்சுவது கூடாது என்றார் நாயர்.

நாயர் கருத்தை வன்மையாகக் கண்டித்தார் பிட்டி தியாகராயச் செட்டி. கோவில் திருவிழாவும் மக்களுக்கான பொதுப்பணி தான்; ஆகவே பார்த்தசாரதி கோவில் தெப்பக் குளத்துக்கு மாநகராட்சி தண்ணீர் வழங்கவேண்டும் என்றார் அவர்.

வாதப் பிரதிவாதங்களில் இருவரும் சிறந்து விளங்குவது கண்டு எதிரும் புதிருமாக உள்ள அவர்கள் இருவரையும் எப்படியாவது ஒன்று சேர்த்து பிராமணரல்லாதாருக்கான நலனில் ஒருங் கிணைந்து இயங்கச் செய்தால் எவ்வளவு நன்றாக இருக்கும் என்று சிந்திக்க ஆரம்பித்தார் நடேச முதலியார். நாயரையும் தியாகராயச் செட்டியையும் திராவிட சங்கத்துக்கு அழைத்து உரையாற்றச் செய்தார். சங்கம் நடத்திய விழாக்களில் இருவரை யும் கலந்துகொள்ளச் செய்து அவர்களிடையே சுமுகமான உறவு வளர வழி செய்தார்.

அந்தக் காலகட்டத்தில், சட்டமியற்றுவதில் ஆளுநரிடம் கருத்துத் தெரிவிப்பதற்கு வாய்ப்பு அளிப்பதற்கான ஓர் அமைப்பைப் போல, சுயாட்சி அதிகாரம் இல்லாத ஒரு சட்ட ஆலோசனை மன்றம் (Madras State Legislative Council) இருந்துவந்தது.

கல்வியிலும் அதைத் தொடர்ந்து அரசுப் பணிகானவர்ளிலும் முந்திக்கொண்டதைப் போலவே அரசியலிலும் பொது வாழ்க்கை யிலும் முந்திக்கொண்ட பிராமணர்கள், அதன் காரணமாகவே சட்ட ஆலோசனை மன்றத்திலும் அதிக எண்ணிக்கையில் இடம் பெற்றிருந்தனர். சட்டம் படித்து வழக்கறிஞர்களாகத் தொழில் செய்வதைப் பிரதான வாழ்க்கைமுறையாகக் கொண்டிருந்த பெரும்பாலான பிராமணர்கள் இயல்பாகவே அரசியல் ஈடுபாடு கொண்டிருந்தார்கள்.

அரசியல் களத்திலும் பிராமணரல்லாதாருக்குச் சரியான பிரதி நிதித்துவம் கிட்டினாலன்றி பிராமணரல்லாதாரின் குரல் அம் பலம் ஏறாது என்பதைப் புரிந்துகொண்ட நடேச முதலியார், பிராமணரல்லாதாருக்கு என்றே ஓர் அரசியல் கட்சியைத் தோற்று விக்கவேண்டும் என முடிவு செய்தார். பிராமணரல்லாதார் என் கிற ஒரு முத்திரை மட்டும் இருந்தால் போதும் என்று, அன் றைக்குச் சென்னையில் பிரபலமாக இருந்த பிராமணரல்லாத பிரமுகர்களையெல்லாம் ஒரு குடையின்கீழ் நடேச முதலியார் கொண்டுவந்தார். அவர் எடுத்த முன்முயற்சியால் 1916-ம் ஆண்டு நவம்பர் 20 அன்று தென்னிந்திய லிபரல் கூட்டமைப்பு (South

Indian Liberal Federation - சவுத் இன்டியன் லிபரல் ஃபெட ரேஷன்) என்கிற பெயரில் ஓர் அரசியல் கட்சி தோற்றுவிக்கப் பட்டது. தமிழில் இதனை தென்னிந்திய நல உரிமைச் சங்கம் என வழங்கலாயினர்.

கட்சியின் சார்பில் ஆங்கிலம், தமிழ், தெலுங்கு ஆகிய மொழி களில் இதழ்கள் வெளியிடும் பொருட்டு தென்னிந்திய மக்கள் சங்கம் (South Indian People's Association) என்ற ஒரு துணை நிறுவனமும் தொடங்கப்பட்டது.

தென்னிந்திய நடுநிலைக் கூட்டமைப்பின் அதிகாரப்பூர்வ இதழாக 'ஜஸ்டிஸ்' என்ற பெயரில் ஆங்கில இதழ் வெளிவரத் தொடங்கியதால் நாளடைவில் கட்சிக்கும் 'ஜஸ்டிஸ் பார்ட்டி' என்ற பெயர் நிலைத்துவிட்டது. அதை 'நீதிக் கட்சி' என்று தமிழில் குறிப்பிடுவதும் வழக்கத்துக்கு வந்துவிட்டது.

இவ்வாறு பிராமணரல்லாதருக்கான ஓர் அரசியல் கட்சியும் மும்மொழிகளில் இதழ்களையும் நடத்தி அதன் கொள்கை களைப் பரப்ப ஒரு நிறுவனமும் தொடங்கக் காரணமாக இருந்த டாக்டர் நடேச முதலியாருக்குக் கட்சியில் முக்கியப் பதவி எதுவும் வழங்கப்படவில்லை. கட்சியின் தலைவராக ராஜரத்தின முதலியார் தேர்வு செய்யப்பட, நான்கு துணைத் தலைவர்களில் ஒருவராக பிட்டி தியாகராய செட்டி தேர்ந்தெடுக்கப்பட்டார். டி. எம். நாயர் கட்சிப் பதவி எதையும் ஏற்கவில்லை. ஆனால், ஓர் ஆலோசகருக்கு உரிய முக்கியத்துவமும் கட்சியின் பிரதிநிதி என்ற கௌரவமும் பெற்றார். ஜஸ்டிஸ் ஆங்கில இதழுக்கு ஆசிரியராகப் பொறுப்பேற்றுக் கொண்டார்.

அந்த ஆண்டே டிசம்பர் மாதம் கட்சியின் சார்பில் பிட்டி தியாகராய செட்டி ஒப்பமிட்டு ஆங்கிலத்தில் வெளியிடப்பட்ட பிராமணரல்லாதார் கொள்கை அறிக்கை (The Non-Brahmin Manifesto) டி. எம். நாயரின் எழுத்தாற்றலையும் வாதத் திறமை யையும் வெளிப்படுத்துவதாகவே இருந்தது. இந்த அறிக்கையில் கட்சியின் செயலாளர் என்ற முறையில் தியாகராய செட்டி கையொப்பம் இட்டதாக ஒரு பதிவு உள்ளது.

அரசியல், சமூகத் தளங்களில் பிராமணர் - பிராமணரல்லாதார் நிலைகளை ஒப்பிட்டு, வெவ்வேறு சாதியினருக்கும் நீதி கிடைக்கவும் அவர்களிடையே ஒற்றுமை ஏற்படுத்தவும் தேசிய ஒருமைப்பாட்டை உண்டாக்கவும் கூடியவர்கள் ஆங்கிலேயர்

கள்தான் என பிராமணரல்லாதார் கொள்கை அறிக்கை உறுதிபடத் தெரிவித்தது. ஆங்கிலேயர் இல்லையேல் நாட்டில் தேசபக்தி இன்றி, ஒற்றுமையின்றி, ஒருவருக்கொருவர் சண்டையிட்டுக் கொண்டு சீரழிய நேரிடும் என அந்த அறிக்கை எச்சரித்தது.

அறிக்கை தனது முடிவுரையில், விழிப்படைந்த பிராமணரல்லாதார் விரைந்து செயலாற்ற முன்வரவேண்டும் என்று கேட்டுக் கொண்டது.

> பிராமணரல்லாதாரின் எதிர்காலம் அவர்கள் கையில்தான் உள்ளது. கல்வித் துறையில் நாம் முன்னரே கவனம் செலுத்தத் தவறிவிட்டோம். கல்வியில் கவனம் செலுத்து வதுடன் சமுதாய முன்னேற்றம், அரசியல் முன்னேற்றம் முதலியவற்றுக்காகவும் நாம் தீவிரமாக உழைக்க வேண்டும். தங்களை ஒத்த பிராமணர்கள் மட்டும் எல்லாத் துறைகளிலும் முன்னேறிச் செல்வாக்குடன் இருப்பதை அரசாங்கம் சரியாக உணரவில்லை என்று பிராமணரல்லா தார் கருதுகிறார்கள். நாள்தோறும் அதிருப்தி வளர்ந்து வருகிறது. இதனை அரசாங்கத்தின் கவனத்துக்குக் கொண்டுசெல்லவேண்டும். அதற்கு முதலில் பிராமண ரல்லாதார் தமக்குத் தாமே உதவி செய்துகொள்ள வேண்டும். கல்வி, சமூகம், அரசியல், பொருளாதாரம் முதலிய அனைத்துத் துறைகளிலும் முன்னேற்றம் காண் பதற்கான முயற்சிகளில் ஈடுபடவேண்டும். அப்போது தான் பிரிட்டிஷ் பிரஜை என்ற முறையில் அவர்கள் செல்வாக்கு பெற முடியும்...

என்றது அந்த அறிக்கை.

நடேச முதலியார் எடுத்த முயற்சியினால் டி. எம். நாயரும் தியாகராய செட்டியும் ஒருவருக்கொருவர் ஒத்துப் போனார்கள். அவர்கள் இணைந்து பணியாற்றத் தொடங்கியதன் பயனாக பிராமணரல்லாதாருக்கான அரசியல் கட்சி நன்கு வேர் பிடித்து விறுவிறுவென வளரலாயிற்று.

கட்சியின் விதிமுறைகளும் கோட்பாடும் தென்னிந்திய அரசியல் சமூகத் தளங்களில் பிராமணரல்லாதாரின் நலன் காப்பதற்கான அமைப்பு எனப் பிரகடனம் செய்தனவே அன்றி ஆரியம்-திராவிடம் என இன பேதம் பாராட்டவில்லை. மாறாக, தேசிய ஒற்றுமை, ஒருமைப்பாடு ஆகியவை குறித்துக் கவலை

தெரிவித்தன, அக்கறை காட்டின. பிராமணரல்லாதார் தமது கவனக் குறைவால் பிராமணர் முன்னேற வாய்ப்பளித்துப் பின் தங்கிப்போய்விட்டதாக அக்கட்சி பொருமியதே அன்றி வரம்புமீறியும் அநாகரிகமாகவும் பிராமணர்மீது துவேஷப் பிரசாரத்தைத் தொடங்கவில்லை.

நடேச முதலியார் ஊன்றிய வித்து விரைந்து முளைத்தெழுந்து பலன் கொடுக்கவேண்டும் என்பதில் டி.எம். நாயரும் தியாகராய செட்டியும் ஆர்வம் காட்டியது உண்மைதான். ஆனால் கட்சி செயல்படத் தொடங்கியதிலிருந்தே பிட்டி தியாகராயருக்கு டாக்டர் நடேச முதலியாரைக் கண்டால் ஆகாமல் போய் விட்டது. இதற்குச் சரியான காரணம் என்ன என்பதைக் கண்டறிவதற்கான குறிப்பு எதுவும் தற்சமயம் கிடைக்கவில்லை. ஆனால் இருவருக்கும் இடையே பிணக்கு ஏற்பட்டுவிட்டது மட்டும் வெளிப்படையாகப் புலப்படலாயிற்று.

13. நீதிக் கட்சி இழைத்த அநீதி

'தென்னிந்தியாவில் அரசியல், சமூக மோதல்: பிராமணரல்லாதார் இயக்கமும் தமிழ்ப் பிரிவினை வாதமும் 1916-1929' (Politics and Social Conflict in South India: The Non-Brahman Movement and Tamil Separatism, 1916-1929) என்ற ஆய்வு நூலை எழுதிய யூகென் எஃப். இர்ஷிக், நீதிக்கட்சி தாழ்த்தப்பட்டோர் விரோதப் போக்கைக் கடைப் பிடித்து வந்ததை விரிவாகவே அலசியிருக்கிறார்.

தாழ்த்தப்பட்டோரை சென்னை மாநகர எல்லைக் குள்ளேயே இருக்கவிடலாகாது என்றும் அவர் களை ஒரே இடத்தில் திரளாக வசிக்கவிடாமல் அதிக இடைவெளிவிட்டு வெவ்வேறு இடங்களில் குடி அமர்த்தவேண்டும் என்றும் வற்புறுத்துகிற அளவுக்கு அந்த விரோதப் போக்கு வரம்பு மீறியிருக்கிறது!

நடேச முதலியாரும் டி.எம். நாயரும், தாழ்த்தப் பட்டோர் சமூகம் என்பது பல்வேறு பிரிவுகளைக் கொண்ட ஒரு மிகப் பெரிய சமூகம் என்பதை உணர்ந் திருந்தார்கள். தங்களுடைய கட்சி வளர அத்தகைய பெரிய சமூகத்தின் ஆதரவு கிடைப்பது பேருதவி யாக இருக்கும் என்பதையும் அவர்கள் அறிந்திருந் தனர்.

அந்தக் காலகட்டத்தில் தாழ்த்தப்பட்டோர் பிரதிநிதி யாக முன்னுக்கு வந்துகொண்டிருந்தவர் மயிலை சின்னத் தம்பி பிள்ளை ராஜா என்கிற எம்.சி. ராஜா

(1883-1943). தாழ்த்தப்பட்டோர் சமூகத்தின் பிரதிநிதியாக அரசினரால் அடையாளம் காணப்பட்ட ராஜா, 1909-லேயே சென்னை ராஜதானியின் சட்டசபைக் கவுன்சிலில் நியமன உறுப்பினராக இடம் பெற்றிருந்தார்.

நீதிக் கட்சி தொடங்கப்படுவதற்கு முன்பே நடேச முதலியார், ராஜாவை அரவணைத்து வந்தார். அதுவே நீதிக் கட்சி ஆரம்பிக்கப்பட்ட சமயத்தில் ராஜாவை அந்தக் கட்சியில் கொண்டு போய்ச் சேர்த்தது.

நீதிக் கட்சியில் பெரும் நிலப் பிரபுக்களும், வர்த்தகப் பிரமுகர்களும், படிப்பாளிகளும் இருக்கையில் அங்கு சாமானிய மக்களின் பிரதிநிதித்துவம் இல்லாத குறையை எம். சி. ராஜாதான் நிரப்பினார். அவரும் ஒரு பட்டதாரியாக இருந்தபோதிலும், உத்தியோக வேட்டையில் இறங்காமல், தமது சமூகத்தினரின் நலனைப் பாதுகாப்பதிலேயே அதிகக் கவனம் செலுத்தி வந்தார். ஹிந்து சமூகத்திலிருந்து வெளியேறுவது தாழ்த்தப்பட்டோரின் பிரச்னைகளுக்குத் தீர்வாகாது என உறுதியாக நம்பியவர் அவர். தாழ்த்தப்பட்டோருக்கான தனி வாக்காளர் பட்டியல் வேண்டும் என முதலில் வற்புறுத்திய ராஜா, நடைமுறை நிலையை உணர்ந்து, தனித் தொகுதிகள் ஒதுக்கப்பட்டால் போதும் என்று ஒப்புக்கொண்டார்.

நடேச முதலியாரும் டி. எம். நாயரும் நீதிக் கட்சியில் தாழ்த்தப்பட்டோரின் பங்கு இருக்கவேண்டும் என்று விரும்பிய போதிலும் மற்ற தலைவர்களுக்கு அதில் ஈடுபாடு இல்லை. அவர்களின் கவனம் எல்லாம் அரசு நிர்வாகத் துறையிலும் ஆட்சியிலும் பிராமணர்களின் ஆக்கிரமிப்பை அகற்றிவிட்டு அந்த வெற்றிடங்களை பிராமணரல்லாத பிற மேல் சாதியினர் கைப்பற்றிக்கொள்வதற்கான வழிமுறைகளைத் தேடுவதில்தான் இருந்தது.

டி. எம். நாயரின் மறைவும் தியாகராயச் செட்டியால் நடேச முதலியார் கட்சியில் ஓரங்கட்டப்பட்டதும் எம். சி. ராஜாவுக்கு நீதிக் கட்சியில் பெரும் பின்னடைவை அளித்தது. எனினும், கட்சியில் அவர் நீடித்து வந்தார்.

1920-ல் திருத்தி அமைக்கப்பட்ட விதிகளின்படி சென்னை ராஜதானி சட்டசபைக்குத் தேர்தல் நடைபெற்றபோதிலும் ராஜாவுக்கு நீதிக் கட்சியின் வேட்பாளராகப் போட்டியிடும் வாய்ப்பு

கிடைக்கவில்லை. தாழ்த்தப் பட்டோர் பிரதிநிதி என்கிற சொந்தச் செல்வாக்கின் பேரிலேயே அவர் சட்டசபையில் அரசின் நியமன உறுப்பினராக இடம் பெற முடிந்தது.

செல்வந்தர்கள், குறிப்பாக தாழ்த்தப்பட்டோரைத் தமது விவசாயப் பண்ணைகளில் அடிமைகளைப் போல் நடத்தி வந்த நிலச்சுவாந்தார்கள் நிரம்பியிருந்த நீதிக் கட்சி, தாழ்த்தப்பட்டோர் நலனில் ஆர்வம் இருப்பதுபோல் காட்டிக்கொள்வது தனக்கு ஆள்பலம் தேவை என்பதற்காகவே என்பதைப் புரிந்துகொள்ள ராஜாவுக்கு அதிக நாள் தேவைப்படவில்லை.

1921-ல் சென்னையில் பக்கிங்காம் கர்னாடிக் மில் பஞ்சாலைத் தொழிலாளர் வேலைநிறுத்தம் நடைபெற்றபோது அது பிராமணரல்லாத பிற சாதியினருக்கும் தாழ்த்தப்பட்டோருக்கும் இடையிலான சாதிச் சண்டையாக உருவெடுத்தது. அரசின் வேண்டுகோளுக்கு இணங்க, எம்.சி. ராஜா தமது செல்வாக்கைப் பயன்படுத்தி தாழ்த்தப்பட்ட பிரிவைச் சேர்ந்த தொழிலாளர்கள் வேலை நிறுத்தத்தில் பங்கேற்பதில்லை என்று முடிவெடுக்கச் செய்துவிட்டதன் விளைவு அது.

தொழிற்சங்கத் தலைவர் என்ற முறையில் திரு.வி.க., தொழிலாளர் வேலை நிறுத்தத்தை முன்னின்று நடத்தினார். அவர் காங்கிரஸ்காரராக இருந்தாலும், தொழிலாளர் பிரச்னையில் ஈடுபாடுள்ள நடேச முதலியார் அவருக்கு ஆதரவாகத் துணை நின்றார்.

தாழ்த்தப்பட்ட பிரிவைச் சேர்ந்த தொழிலாளர்களும் வேலை நிறுத்தத்துக்கு ஆதரவளிக்கவேண்டும் என்று ராஜாவிடம் திரு.வி.க. கேட்டுக்கொண்டார். இருவருக்குமிடையே நல்ல நட்புறவு இருந்துவந்தது.

'ஆங்கிலேய ஆட்சியின் பயனாகத்தான் தாழ்த்தப்பட்டோரின் நிலை சீராகி வருகிறது. வேலை நிறுத்தத்தில் பங்கேற்று அமைதியைக் குலைக்கவேண்டாம் என்று அரசினர் அறிவுறுத்தியுள்ளனர். அதைமீறி நடப்பது சாத்தியமில்லை' என்று ராஜா அவரிடம் உறுதியாகக் கூறிவிட்டார்.

பிராமணரல்லாத பிற சாதித் தொழிலாளர்கள் வேலை நிறுத்தத்தில் தீவிரமாக ஈடுபட்டபோது, தாழ்த்தப்பட்ட வகுப்பைச் சேர்ந்த தொழிலாளர்கள் வேலைக்குச் சென்றார்கள். அவர்

களை வேலைக்குப் போகவிடாமல் பிற சாதித் தொழிலாளர்கள் தடுத்தனர். ஆலையைக் காத்து நின்ற காவலர்மீது பிற சாதித் தொழிலாளர்களின் சீற்றம் திசை திரும்பியது. நிலைமை கட்டுக் கடங்காமல் போகவே போலீசார் துப்பாக்கிச் சூடு நடத்தினார்கள். அதில் பல பிற சாதித் தொழிலாளர்கள் இறந்தனர். அவர்களின் ஆத்திரம் தாழ்த்தப்பட்டோர்மீது பன்மடங்காகப் பாய்ந்தது.

தாழ்த்தப்பட்டோரைக் கருங்காலிகள் என்று தூற்றிய பிராமண ரல்லாத பிற சாதித் தொழிலாளர்கள், அவர்கள் பெருமளவில் வசித்து வந்த புளியந்தோப்பு பகுதியின்மீது தாக்குதல் நடத்தி னார்கள். தாழ்த்தப்பட்டோரின் குடிசைகள் கொளுத்தப்பட்டன. பலர் கொல்லப்பட்டனர். ஏராளமானோர் படுகாயம் அடைந் தனர். பிராமணர் அல்லாத பிற சாதித் தொழிலாளர்கள்மீது தாழ்த்தப்பட்டோர் பதில் தாக்குதல் தொடுத்தனர். புளியந் தோப்புப் பகுதியில் பிற சாதியார் நடமாடவே முடியாது என்ற நிலைமை உருவாகிவிட்டது. அருகில் உள்ள பெரம்பூர் பகுதி யில் இருந்த நடேச முதலியாரின் உறவினர் வீட்டின்மீதும் தாக்குதல் நடந்தது.

தொழிலாளர் நல ஆணையரும் காவல்துறை அதிகாரிகளும் தாழ்த்தப்பட்டோருக்குச் சாதகமாக நடந்துகொள்கிறார்கள் என்று நீதிக் கட்சித் தலைவர்கள் குற்றம் சாட்டினார்கள். தாழ்த்தப்பட்டோருக்கு ஆதரவாக நடந்துகொள்ளும் தொழி லாளர் நலத் துறையையே நீக்கிவிடலாம் என்றார் நீதிக் கட்சியின் முக்கியத் தலைவர் ஓ. தணிகாசலம் செட்டியார்!

சட்டம் ஒழுங்கு சீரடைவதற்கான வழிமுறைகள் குறித்து ஆய்வறிக்கை அளித்த நீதிக் கட்சித் தலைவர் பிட்டி தியாராயச் செட்டி அதற்கும் ஒரு படி மேலே போய், சென்னை நகரில் அமைதி நிலவவேண்டுமானால் தாழ்த்தப்பட்டோரை நகரை விட்டே அப்புறப்படுத்திவிட வேண்டும் என்றும் அவர்களை ஒரே இடத்தில் பெரும் திரளாக வசிக்கவிடாமல் பல்வேறு பகுதிகளில் தூர தூரமாகக் குடியமர்த்தவேண்டும் என்றும் பரிந்துரைத்தார்!

முதன்மை அமைச்சராகப் பதவி ஏற்ற பானகல் அரசர் ராம நிங்கராயரும் இட ஒதுக்கீட்டில் தாழ்த்தப்பட்டோர் நலனைப் புறக்கணித்து, பிராமணர் அல்லாத பிற சாதியினர் நலனை மட்டுமே கவனித்தார்.

‘பிராமணர் மீது பிராமணரல்லாதோர் சுமத்தும் குற்றச்சாட்டுகள் அத்தனையையும் பிராமணரல்லாதார் மீது தாழ்த்தப்பட்டோ ரான நாங்கள் இப்போது சுமத்துகிறோம்’ என்று தமது ‘ஆதி திராவிடன்’ இதழில் எழுதினார் எம். சி. ராஜா.

நீதிக் கட்சியின் போக்கால் அதிருப்தி அடைந்த ராஜா, 1922-ல் அதிலிருந்து வெளியேறினார். அவரைப் பின்பற்றித் தாழ்த்தப்பட்டோர் அனைவரும் நீதிக் கட்சியிலிருந்து விலகினர்.

1923-ல் திருநெல்வேலி மாவட்டம் கோவில்பட்டியில் நடை பெற்ற தென்னிந்திய ஆதி திராவிடர் காங்கிரஸ் மாநாட்டில் பேசிய ராஜா, ‘புளியந்தோப்பு கலவரத்திலிருந்துதான் ஜஸ்டிஸ் கட்சித் தலைவர்களுக்கும் ஆதி திராவிடர்களுக்கும் இடையில் கருத்து வேறுபாடு ஏற்பட்டதாக எவரும் எண்ணவேண்டாம். அதற்கும் நீண்ட காலம் முன்பிருந்தே ஜஸ்டிஸ் கட்சித் தலைவர் கள் மேலாதிக்கப் போக்குடன் வெளிப்படையாகவும் மறை வாகவும் தாழ்த்தப்பட்டோரை நசுக்கும் நடவடிக்கைகளை எடுத்துவந்திருக்கிறார்கள். நண்பர்களைப்போல் நடித்து நமக் காக முதலைக் கண்ணீர் வடித்து நம்மை ஏமாற்றியிருக்கிறார்கள்’ என்று கண்டனம் தெரிவித்தார்.

1940-ல் திராவிடஸ்தான் கோரிக்கையை ஈ.வே.ரா.வும் அவரது தொண்டர்களும் எழுப்பியபோது, ‘ஆதி திராவிடஸ்தான்’ கோரிக்கையை தாழ்த்தப்பட்டோர் தலைவர் முனுசாமிப் பிள்ளை எழுப்பினார். பிராமணர் அல்லாதாரின் வன்கொடுமை களிலிருந்து தாழ்த்தப்பட்டோரைப் பாதுகாக்கும் பொருட்டே ஆதி திராவிடஸ்தான் அவசியமாகிறது என்று அவர் வாதிட்டார். அதனை ஈ.வே.ரா.வின் ‘விடுதலை’ இதழ் வன்மையாகக் கண்டித்தது.

நீதிக் கட்சியின் தாழ்த்தப்பட்டோர் விரோதப் போக்கு தெள்ளத் தெளிவாகப் புலப்படுகையில் அதனோடு சொந்தம் கொண் டாடும் திராவிட முன்னேற்றக் கழகமும் அதன் கூட்டாளியாக இப்போது மாறியுள்ள கி. வீரமணியின் திராவிடர் கழகமும் தாழ்த்தப்பட்டோர் நலனுக்குத் தாமும் எதிரிகளே என ஒப்புக் கொள்வதாகக் கருதலாம் அல்லவா?

14. வென்றது கட்சி மட்டும்

புதிதாக இயற்றப்பட்ட சட்ட மன்றங்களுக்கான அரசியல் சட்டத்தின்படி முதன்முதலாக சென்னை ராஜதானி சட்டமன்றத்துக்கு 1920-ல் நடந்த தேர்தலின்போது சென்னை மாநகருக்கு மொத்தம் நான்கு இடங்கள் அளிக்கப்பட்டு அவற்றில் இரண்டு பிராமணரல்லாதாருக்கு ஒதுக்கப்பட்டது. நான்கு இடங்களுக்கும் ஒன்பது பேர் போட்டியிட்டனர். பிராமணரல்லாதாருக்கான இரு இடங்களை மட்டுமின்றி மீதி உள்ள இரண்டு பொது இடங் களையும் கைப்பற்றும் நோக்கத்துடன் பிட்டி தியாகராய செட்டி, ஓ. தணிகாசலம் செட்டியார், வி. திருமலைப் பிள்ளை, சி. நடேச முதலியார் ஆகி யோரை நீதிக் கட்சி நிறுத்தியது.

அதைப் போலவே ஆனி பெஸண்ட்டின் ஹோம் ரூல் இயக்கமும் நான்கு இடங்களுக்கும் தனது வேட்பாளர்களை நிறுத்தியது. ஸர் சி.பி. ராம ஸ்வாமி ஐயர், டாக்டர் யூ. ராமராவ் இருவரும் இரு பொது இடங்களுக்கும் பிராமணர் அல்லாதாருக் கான இரண்டு இடங்களுக்கு சல்லா குருசாமி செட்டி, எம். விஜயராகவலு ஆகியோரும் போட்டி யிட்டனர்.

அதிக எண்ணிக்கையில் வாக்குகள் பெறுவோரின் வரிசைக்கிரமப்படி நான்கு இடங்களை நிரப்பும் நடைமுறை பின்பற்றப்பட்டது. வாக்குகள் எண்ணி யதில் தியாகராயச் செட்டி 4,996 வாக்குகளும் சி. பி.

ராமஸ்வாமி ஐயர் 4,933 வாக்குகளும், தணிகாசலம் செட்டியார் 4,127 வாக்குகளும், ராமராவ் 4,408 வாக்குகளும் சி. நடேச முதலியார் 3,311 வாக்குகளும் பெற்றிருப்பது தெரியவந்தது. எஞ்சிய நால்வரும் அதற்கும் குறைவான வாக்குகள் பெற்றிருந்தனர்.

நீதிக் கட்சியின் சார்பில் அதிக வாக்குகள் பெற்ற தியாகராய செட்டியும் தணிகாசலம் செட்டியாரும் ஒதுக்கப்பட்ட இடங்களுக்கான பிரதிநிதிகளாகத் தேர்ந்தெடுக்கப்பட்டனர். பொது இடங்களுக்கு அதிக வாக்குகள் பெற்றவர்கள் என்ற அடிப்படையில் ஹோம் ரூல் வேட்பாளர்கள் ராமஸ்வாமி ஐயரும் ராமராவும் தேர்ந்தெடுக்கப்பட்டனர். நடேச முதலியார் தோல்வி அடைந்தார்.

நடேச முதலியார் தோல்வியடைந்தார் என்பதைவிடத் தோற்கடிக்கப்பட்டார் என்பதுதான் சரியாக இருக்கும்.

'நீதிக் கட்சியை உருவாக்கிய மூல முதல்வரான டாக்டர் சி. நடேசனார் திட்டமிட்டுச் சொந்தக் கட்சியினராலேயே தோற்கடிக்கப்பட்டார்; அதற்கு பிட்டி தியாகராயர் காரணம்; அவர்களுக்குள் இருந்த பிணக்கே காரணம் என்று சில பதிவுகள் கூறுகின்றன. பின்னால் நடக்கப் போகிற நிகழ்ச்சியைப் பார்க்கின்றபோது இதை உண்மை என்றே நம்ப வேண்டி இருக்கிறது' என்று 'நீதிக் கட்சி வரலாறு - தொகுதி 1' தெரிவிக்கிறது.

சுய நலன்களுக்காகக் கட்சிக்குத் துரோகம் இழைப்பவர்கள்தான் உண்டு. நடேச முதலியார் விஷயத்தில் கட்சி, தன் உண்மையான தலைவனுக்குத் துரோகம் இழைக்கிற விநோதம் நிகழ்ந்தது.

ஆனால், சட்டமன்றத்துக்குத் தேர்வு பெற்ற ராமஸ்வாமி ஐயருக்கு அட்வகேட் ஜெனரல் பதவி கிடைத்ததால் அவர் தன் சட்டமன்ற உறுப்பினர் பதவியை ராஜினாமா செய்துவிட்டார். காலியான அந்த இடத்துக்கு நடந்த மறு தேர்தலில் நீதிக் கட்சியின் சார்பிலேயே போட்டியிட்ட நடேச முதலியார், மிகக் கூடுதலான வாக்குகள் பெற்று வெற்றியடைந்தார்.

சென்னை ராஜதானி சட்டமன்றத்தில் மொத்தம் இருந்த 127 இடங்களில், தேர்தல் வாயிலாக நிரப்பவேண்டியிருந்த மொத்தம் 98 இடங்களில் 63 இடங்கள் நீதிக் கட்சிக்குக் கிடைத்தன. நியமன உறுப்பினர்களையும் சேர்த்து, 127 இடங்களில் நீதிக் கட்சிக்கு 81 இடங்கள் இருந்தன. ஆட்சிப் பொறுப்பு ஏற்கும்

வாய்ப்பு முதல் தேர்தலிலேயே நீதிக் கட்சிக்குக் கிடைத்ததற்குக் காரணம், மக்களிடையே செல்வாக்கு பெற்றிருந்த காங்கிரஸ் மகாசபை, தேர்தலைப் புறக்கணித்ததுதான். ஹோம் ரூல் சார்பில் மட்டுமே வேட்பாளர்கள் போட்டியிட்டனர்.

அரசியல் களத்தில் புதிதாக இறங்கிய நீதிக் கட்சியின் தலைவர் கள் அதன் காரணமாகவே புதிய உத்வேகம் பெற்றுக் கடுமையாக உழைத்தார்கள். நீதிக் கட்சி பெரும்பான்மை இடங்களைப் பெற முடிந்தமைக்கு இதுவும் ஒரு காரணம்.

சட்டமன்றத்தில் பெரும்பான்மை இடங்களைக் கொண்ட நீதிக் கட்சியின் தலைவர் பிட்டி தியாகராயச் செட்டியை அமைச் சரவை அமைக்க ஆளுநர் லார்டு வெலிங்டன் அழைத்தார். ஆனால் அவர் தமக்குப் பதிலாகத் தம் பாலிய கால நண்பரும் தமக்கு மூத்தவருமான வழக்கறிஞர் கடலூர் ஏ. சுப்பராயலு ரெட்டியாரை முதன்மை அமைச்சராகப் பதவி ஏற்கச் செய்தார். அப்போது, முதலமைச்சரை 'முதன்மை அமைச்சர்' (First Minister) என்று அழைத்தனர். சுப்பராயலு ரெட்டியார் பழைய முறையிலான சட்டமன்றத்தில் உறுப்பினராக இருந்தவர் என்பதால், முன் அனுபவம் கருதி அவரை முதன்மை அமைச்ச ராகப் பொறுப்பு ஏற்கச் செய்தார் தியாகராயச் செட்டி. இரண்டா வது அமைச்சராக பானகல் அரசர் என்று அழைக்கப்பட்ட பான கண்டி ராமராயநிங்கரும் மூன்றாவது அமைச்சராக ஸர் கே.வி. ரெட்டி நாயுடுவும் பதவி ஏற்றனர்.

இவ்வாறாக சென்னை ராஜதானியில் நீதிக் கட்சி அமைத்த முதல் அமைச்சரவையில் மூன்று பேருமே தெலுங்கர்கள். இதனால் நீதிக் கட்சியைச் சேர்ந்த தமிழர்களிடையே சலசலப்பு தொடங்கியது.

'நீதிக் கட்சியை உருவாக்கிய முதல் மூவரில் டாக்டர் நாயர் நீதிக் கட்சி ஆட்சிக்கு வருவதற்கு முன்பே மரணம் அடைந்து விட்டார். பிட்டி தியாகராயரோ தமக்குப் பதவி வேண்டாம் என்று கூறிவிட்டார். ஆனால் டாக்டர் நடேசனார் உயிருடன் இருந்தும் நீதிக் கட்சி அவருக்கு அமைச்சர் பொறுப்பு அளிக்க வில்லை. தெலுங்கர்களே அமைச்சர்கள் ஆக்கப்பட்டனர் என்கிற குறை நீதிக் கட்சியில் இருந்த தமிழர்களிடையே எதிரொலிக்க லாயிற்று. முதல் அமைச்சரவை அமைத்தபோதும் தொடர்ந்து பானகல் அரசர் முதல்வர் ஆனபோதும் இக்குரல் வலுவாகக்

கேட்கலாயிற்று' என்று 'நீதிக் கட்சி வரலாறு தொகுதி-1' குறிப் பிடுகிறது.

உடல் நிலை சரியில்லாத காரணத்தால், பதவி ஏற்ற ஆறு மாதத் திலேயே சுப்பராயலு ரெட்டியார் பதவியிலிருந்து விலகிக் கொண்டார். அவரது இடத்தில் பானகல் அரசர் நியமனம் பெற்றார். மூன்றாவது அமைச்சராக அனிப்பூ பரசுராம பாத்ரோ என்ற வழக்கறிஞர் நியமிக்கப்பட்டார். சென்னை ராஜதானியின் வடகோடி எல்லையில் இருந்த பெர்ஹாம்பூரைச் சேர்ந்த பாத்ரோவும் தெலுங்கரே.

ஆட்சிப் பொறுப்புக்கான மூன்று பதவிகளுமே தெலுங்கர் வசம் இருப்பதை நடேச முதலியார் உள்ளிட்ட பலரும் கண்டிக்கத் தவறவில்லை. நீதிக் கட்சி அமைச்சரவையை ஆந்திர பார்ப்பன ரல்லாத ஹிந்து அமைச்சரவை என்றே தென் மாவட்ட நீதிக் கட்சியினர் கூறிவந்தனர். கட்சிக்கு உள்ளேயே இப்படியொரு கடுமையான விமர்சனம் வரத் தொடங்கியதால் அமைச்சரவை செயலர்களாக தமிழர்களான ஸர் ஏ. ராமசாமி முதலியார், பி. சுப்பராயன், இ. பெரிய நாயகம் ஆகியோர் அவசர அவசரமாக நியமிக்கப்பட்டனர்.

நீதிக் கட்சி ஆட்சிப் பொறுப்பேற்ற ஏழெட்டு மாதங்களுக்கெல் லாம் சட்டமன்றத்தில் பார்ப்பனரல்லாதார் என யாரை வரையறுப்பது என்கிற பிரச்னை எழுந்தது. இதற்கு விளக்கம் அளித்த நடேச முதலியார், 'பார்ப்பனர் அல்லாதார் என்றால் முகமதியர், இந்திய கிறிஸ்தவர், பார்ப்பனரல்லாத ஹிந்துக்கள், சமணர்கள், பார்ஸிகள், ஆங்கிலோ இந்தியர் என்று பொருள்' என்று கூறினார்.

இது எவ்வளவு அபத்தமான விளக்கம் என்பது சிறிது சிந்தித்தா லும் விளங்கிவிடும். பார்ப்பனர் என்கிற பிரிவினர் ஹிந்து சாதிக் கட்டமைப்பில் ஓர் அங்கமாக இருப்பவர்கள். தாழ்த்தப்பட் டோரும் அவர்களின் நம்பிக்கை அடிப்படையில் ஹிந்து சாதிக் கட்டமைப்புக்குள் வருபவர்கள்தாம். பார்ப்பனர் - பார்ப்பனரல்லா தார் என்று பிரித்தால் ஹிந்து சாதிக் கட்டமைப்புக்கு உள்ளேயே தான் அவ்வாறு பிரிக்க முடியுமேயன்றி, அதற்கு வெளியே உள்ள முகமதியர், கிறிஸ்தவர், பார்ஸிகள், ஆங்கிலோ இந்தியர் என்றெல்லாம் சகட்டுமேனிக்கு அனைவரையும் கணக்கில் சேர்த்துக்கொள்வது எவ்வாறு பொருத்தமாக இருக்க முடியும்?

1917-ம் ஆண்டு நீதிக் கட்சியின் சார்பில் தமிழில் வெளிவரவிருக்கும் நாளிதழ் பற்றிய விளம்பரத்தில்கூட, 'நமது தேசாபிவிருத்தியைக் கோரி உழைக்கவும், பிராமணரல்லாத இதர இந்துக்களுக்கும் உள்ள குறைகளை அவ்வபோது எடுத்துக் காட்டி வரவும் சவுத் இந்தியன் பீபிள்ஸ் அஸோசியேஷன் லிமிடெட் என்னும் கம்பெனியாரால் ஜஸ்டிஸ் என்னும் ஆங்கில தினசரிப் பத்திரிகை வருகிறது என்பது அனைவரும் அறிந்த விஷயமே. மேற்கூறிய நோக்கங்களோடே நிகழும் 1917 ஜூன் 1 ஆம் தேதியிலிருந்து தமிழ்த் தினசரிப் பத்திரிகையொன்றும் மேற்படி கம்பெனியாரால் பிரசுரிக்கப்பட்டு வரும்' என்றுதான் அறிவிக்கப்பட்டிருந்தது.

'பிராமணரல்லாத இதர இந்துக்களுக்கும்' என மிகவும் இயல்பாக சொற்றொடர் அமைந்ததற்குக் காரணம், பிராமணரல்லாதார் என்ற சொற்பிரயோகம் ஹிந்து சமூகத்தில் பிராமணர் நீங்கலாக உள்ள பிற வகுப்பார் என்பதைத்தான் குறிக்குமேயன்றி, முகமதியர், கிறிஸ்தவர், ஆங்கிலோ இந்தியர் என சகலரும் சேர்ந்த கலப்படத்தை அல்ல! ஜைனமும், பவுத்தமும், சீக்கியமும் பாரத மண்ணிலேயே தோன்றியவை. ஆதலால் இந்த மண்ணுக்குரிய அடிப்படைக் கலாசாரத்தைத்தான் தழுவியுள்ளன. எனவே இப்பிரிவுகளைச் சேர்ந்த மக்களையும் பிராமணரல்லாதார் என்ற விரிவான வட்டத்துக்குள் கொண்டுவருவது சாத்தியம். ஆனால் இந்த மண்ணுக்கு அந்நியப்பட்ட பண்பாட்டையும் நம்பிக்கைகளையும் கடைப்பிடிப்போரை பிராமணரல்லாதார் பட்டியலில் சேர்ப்பது எப்படிப் பொருந்தும்? அப்படிச் சேர்ப்பதானால் ஐரோப்பியர், அமெரிக்கர், ஆப்பிரிக்கர் என்றெல்லாம் கூடச் சேர்க்கலாம்தான்!

15. அமைச்சரவைக்கு எதிர்க் கட்சி!

சட்டமன்றத்தில் நீதிக் கட்சி அமைச்சர்களுடன் கருத்து வேறுபாடு கொண்டு நேருக்குநேர் மோதவும் தொடங்கிவிட்டார் நடேச முதலியார். முக்கியமாக பிட்டி தியாகராயச் செட்டிக்கும் அவருக்கும் இடையிலான பிளவு வெளிப்படையாகவே தெரியத் தொடங்கியது.

பிட்டி தியாகராய செட்டி, தெலுங்கைத் தாய்மொழியாகக் கொண்ட தேவாங்கச் செட்டியார் வகுப்பைச் சேர்ந்தவர். சென்னையில் அப்போது தெலுங்கர்களின் எண்ணிக்கை தமிழர்களின் எண்ணிக்கைக்கு இணையாக இருந்தது. சென்னை நகரம் என்பது தமிழ் வழங்கும் தொண்டை மண்டலப் பிரதேசத்தின் அங்கம் என விவரம் அறிந்த தமிழர்கள் பெருமிதம் கொண்டிருக்கையில், இது சென்னப்ப நாயக்கனின் பட்டினம் என்று தெலுங்கர்கள் சென்னைக்கு உரிமை கோண்டாடினர். நகரில் உள்ள தெலுங்கர்களின் கலாசார விழாக்களிலெல்லாம் உற்சாகத்துடன் பங்கேற்பார் தியாகராயச் செட்டி. அவரது தெலுங்கு ஈடுபாட்டுக்கு உரம் சேர்ப்பதுபோல் நீதிக் கட்சியின் அமைச்சரவையும் அமைந்துவிட்டது.

கட்சித் தலைமையும் தெலுங்கு, அமைச்சரவையும் தெலுங்கு என்று இருப்பதைக் கட்சியில் உள்ள தமிழர்களின் உள்ளம் ஏற்க மறுத்தது.

1923-ம் ஆண்டு ஆகஸ்ட் மாதம் நீதிக் கட்சியில் இருந்த தமிழ்ப் பிரமுகர்கள் மாநாட்டைக் கூட்டினார்

நடேச முதலியார். மாநாட்டுக்கு ராமநாதபுரம் ராஜா தலைமை வகித்தார். பெத்தாச்சி செட்டியார் வரவேற்புக் குழுத் தலைவராகப் பொறுப்பேற்றார். மாநாட்டில் பிட்டி தியாகராயச் செட்டியும் அமைச்சர்களும் கலந்துகொண்டனர். அமைச்சரவையில் ஒரு தமிழர்கூட இடம் பெறாதது குறித்து மாநாட்டில் வருத்தம் தெரி விக்கப்பட்டது. அது தேர்தல் ஆண்டு. வரவிருக்கும் தேர்தலுக்குப் பிறகு அமையும் அமைச்சரவையிலாவது தமிழர்களுக்கு உரிய இடம் அளிக்கப்படவேண்டும் எனத் தீர்மானம் நிறைவேற்றப் பட்டது. தமிழர்களின் உணர்வுகளைப் புரிந்துகொண்ட கட்சித் தலைவர் தியாகராய செட்டி தீர்மானத்தை ஏற்றுக்கொண்டார்.

கட்சித் தலைமையோடும் அமைச்சர்களோடும் நடேச முதலியார் மோதியதன் விளைவாக, 1923 நவம்பரில் நடந்த சென்னை ராஜதானி சட்டமன்றத்துக்கான தேர்தலில் நீதிக் கட்சி வேட் பாளராகப் போட்டியிடும் வாய்ப்பு நடேச முதலியாருக்கு மறுக்கப்பட்டது. பிராமணரல்லாதார் நலனுக்குப் போராடும் பொருட்டு நீதிக் கட்சி என்பதாக ஓர் அரசியல் கட்சியைத் தோற்றுவிப்பதற்காக பிணங்கி நின்றவர்களையெல்லாம் யார் ஒன்று சேர்த்து அடித்தளம் இட்டாரோ அவருக்கு அந்தக் கட்சி யின் வேட்பாளராகப் போட்டியிடக்கூட வாய்ப்புக் கிட்ட வில்லை!

அந்தத் தேர்தலில் நடேச முதலியார் சுயேச்சை வேட்பாளராகப் போட்டியிட்டார். அவரைத் தோற்கடிக்க பிட்டி தியாகராயச் செட்டி அரும்பாடு பட்டார். நடேச முதலியாரும் பதிலுக்கு தியாகராயச் செட்டியைத் தோற்கடிக்க முயற்சி எடுத்தார். இப்படி ஒரே கட்சியைச் சேர்ந்த இருவர் மோதிக்கொண்டிருந்த போது, இம்முறை காங்கிரஸ் கட்சியின் உட்கிளையான சுய ராஜ்யக் கட்சி என்ற அமைப்பும் போட்டியில் இருந்தது. ஹோம் ரூல் இயக்கமும் தன் வேட்பாளர்களை நிறுத்தியிருந்தது.

நீதிக் கட்சியில் பிளவு ஏற்பட்டிருப்பதைக் கண்ட உற்சாகத்தில் சுயராஜ்யக் கட்சி மிகத் தீவிரமாகப் பிரசாரத்தில் இறங்கியது.

தேர்தலில் நடேச முதலியார் அமோக வெற்றி பெற்றார். தியாக ராயச் செட்டியும் வெற்றி பெற்றார். அந்தத் தேர்தலில்தான் காங்கிரஸ் தலைவர் எஸ். சத்தியமூர்த்தியும் சுயராஜ்யக் கட்சி வேட்பாளராகப் போட்டியிட்டு வெற்றி பெற்று சட்டமன்றத் துக்கு வந்தார்.

கட்சியில் ஏற்பட்ட பிளவினால் இம்முறை நீதிக்கட்சிக்குச் சரிவு ஏற்பட்டது. ஆனாலும் ஆட்சி அமைக்கும் அளவுக்குப் பெரும் பான்மை இருந்தது. முதன்மை அமைச்சராக பானகல் அரசரே மீண்டும் பதவி ஏற்றார். இரண்டாவது அமைச்சராக பாத்ரோ பொறுப்பேற்றார். தமிழர் பிரதிநிதியாக மூன்றாவது அமைச்சர் பொறுப்பு வகிக்க ஓய்வு பெற்ற அரசு அதிகாரியான சிவஞானம் பிள்ளை என்பவருக்கு வாய்ப்பு அளிக்கப்பட்டது.

நீதிக் கட்சியின் வளர்ச்சிக்காகப் பாடுபட்ட தகுதி வாய்ந்த பலர் இருக்கையில் ஓய்வு பெற்ற அரசு அதிகாரி ஒருவருக்கு அமைச்சர் பதவி அளிக்கப்பட்டது கட்சியில் உள்ள தமிழர்களிடையே பெரும் அதிருப்தியைத் தோற்றுவித்தது. குறிப்பாக நடேச முதலியாரும் தணிகாசலம் செட்டியாரும் கடும் கண்டனம் எழுப்பினார்கள்.

முந்தைய அமைச்சரவையில் இடம் பெற்றிருந்த கே.வி. ரெட்டி நாயுடுவுக்கு இம்முறை அந்த வாய்ப்பு கிட்டவில்லை. அதனால் அவரும் அதிருப்தி அடைந்திருந்தார். இதற்கிடையில் சிந்தா மணி ராமலிங்கம் ரெட்டி (சி.ஆர். ரெட்டி) என்ற மைசூர் சமஸ் தானக் கல்வித் துறை அதிகாரி, தன் பதவியைத் துறந்து நீதிக் கட்சியில் சேர்ந்து சட்டமன்றத்தில் இடம் பெறும் வாய்ப்பு பெற்றார். இவரும் தனக்கு அமைச்சர் பதவி கிடைக்கும் என எதிர்பார்த்து ஏமாந்திருந்தார்.

சுயேச்சை வேட்பாளராக வெற்றி பெற்றதால் எதிர்க் கட்சி வரிசையில் அமர்ந்தார் நடேச முதலியார். 1923 நவம்பர் 19-ம் தேதி பதவி ஏற்ற நீதிக் கட்சி அமைச்சரவைமீது நவம்பர் மாதம் 27-ம் தேதியே நம்பிக்கையில்லாத் தீர்மானத்தைக் கொண்டு வந்தார் சி. ஆர். ரெட்டி.

'உண்மையான மூத்த நீதிக் கட்சிக்காரரான கனம் டாக்டர் சி. நடேச முதலியார் சுயேச்சை உறுப்பினராக அமர்ந்துள்ளார். உண்மையான நீதிக் கட்சியினர், கட்சியின் போக்கு பிடிக்காமல் விலகிவிட்டனர். நீதிக் கட்சி வேட்பாளர்கள் பல இடங்களில் தோற்றுவிட்டனர். கட்சி வலிமை இழந்துவிட்டது. சீமான்களின் கட்சியாகத்தான் அது விளங்குகின்றதே அல்லாமல் மக்கள் நலக் கட்சியாக இல்லை. தேசிய விவகாரங்களில் அது மற்ற கட்சி களுடன் இணைந்து செயல்படுவதில்லை' என்று குற்றம் சாட்டினார் சி.ஆர். ரெட்டி.

நீதிக் கட்சி அமைச்சரவைக்கு எதிராக நீதிக் கட்சியினரே நம்பிகையில்லாத் தீர்மானம் கொண்டுவந்ததால் யார் எந்தக் கட்சி என்ற பேச்சு மன்றத்தில் அடிபட்டது. 'நான் அமைச்சரவையை எதிர்க்கும் கட்சி' என்று விளக்கம் அளித்தார் நடேச முதலியார்.

இறுதியில் நம்பிக்கையில்லாத் தீர்மானம் தோல்வியடைந்து பானகல் ராஜா தலைமையிலான நீதிக் கட்சி அரசு நீடித்தது.

தியாகராயச் செட்டி 1925-ல் மரணமடைந்தார். நீதிக் கட்சியின் நிறுவனத் தலைவர்களான டி.எம். நாயர், தியாகராயச் செட்டி இருவருமே மறைந்துவிட்ட நிலையில் கட்சியின் தோற்றத்துக்குத் தூண்டுதலாக இருந்த நடேச முதலியார் மட்டுமே எஞ்சியிருந்தார். ஆகவே நியாயமாகப் பார்த்தால் கட்சியில் இருந்த மற்ற தலைவர்கள் அவரது வழிகாட்டுதலில் பயணத்தைத் தொடர்ந்திருக்கவேண்டும். ஆனால் அவரைப் புறக்கணிக்கும் போக்குதான் தொடர்ந்தது.

16. தோப்பே சாய்ந்தது

உட்கட்சிப் பூசல்கள் மலிந்துபோனதாலேயே நீதிக் கட்சி பலவீனம் அடையலாயிற்று. அதன் பலவீனம் 1926-ல் நடந்த தேர்தலில் பிரதிபலித்தது. மொத்தம் இருந்த 98 இடங்களில் 21 இடங்கள் மட்டுமே அதற்குக் கிடைத்தது. சென்னையில் நீதிக் கட்சிக்கு ஓர் இடம்கூடக் கிடைக்கவில்லை. அதன் முன்னணித் தலைவர்களான நடேச முதலியார், பி.டி. ராஜன், ஸர் ஏ. ராமசாமி முதலியார், ஓ. தணிகாசலம் செட்டியார், கே.வி. ரெட்டி நாயுடு என, அடித்த புயலில் ஒரு தோப்பே சாய்ந்துவிட்டது!

சுயராஜ்யக் கட்சி 41 இடங்களைக் கைப்பற்றியது. சுயேச்சைகள் 36 இடங்களைப் பெற்றனர். கூடுதலான இடங்களைப் பெற்ற கட்சி என்ற முறையில் அமைச்சரவை அமைக்க அழைக்கப்பட்டபோதிலும் அழைப்பை ஏற்க சுயராஜ்யக் கட்சி முன்வரவில்லை. விரும்பியிருந்தால் சுயேச்சை உறுப்பினர்களில் சிலரைச் சேர்த்துக்கொண்டு அமைச்சரவை அமைத்திருக்கலாம். அதற்கு பதில் நீதிக் கட்சியை சபலமடையச் செய்து வேடிக்கை பார்த்தது அது.

பானகல் அரசர் பதவியில் தொடரும்பொருட்டு பிற கட்சியினருடன் அமைச்சரவையைப் பங்கிட்டுக் கொள்ள முன்வந்திருப்பதோடு தமது கட்சியின் பெயரையே ஜஸ்டிஸ் கட்சி என்றோ, பிராமணரல்லா தார் கட்சி என்றோ இல்லாமல் வேறு பெயரை வைத்துக்கொள்ள ஒப்புக்கொண்டிருப்பதாகவும்

தகவல் பரவி அது சுதேசமித்திரன் பத்திரிகையில் செய்தியாகவும் வெளியாகியது.

செய்தி தவறாக இருப்பின் பானகல் அரசர் அதை மறுத்திருப்பார். சுதேசமித்திரன்மீது மான நஷ்ட வழக்கு தொடரப்போவதாக எச்சரித்தும் இருப்பார். ஆனால் அப்படி ஏதும் நடந்ததாகத் தெரியவில்லை.

இதற்குள் காங்கிரஸில் பார்ப்பனர் ஆதிக்கம் எல்லை மீறிவிட்ட தாகக் குற்றம் சாட்டி, இனி காங்கிரஸைத் தமிழ்நாட்டிலிருந்து பூண்டோடு பிடுங்கி எறிவதுதான் தமது முழு நேர வேலையாக இருக்கும் என்று சபதம் செய்து வெளியேறிவிட்டிருந்த ஈ. வே. ராமசாமி நாயக்கர், தாம் நடத்திவந்த குடியரசு வார இதழில் நீதிக் கட்சியை மிகக் கடுமையாகக் கண்டித்து நீண்டதொரு தலை யங்கம் எழுதினார்.

'பானகல் ராஜா அவர்கள் மந்திரி பதவிகளைப் பங்கிட்டுக் கொள்ளும் விஷயத்தில் சட்டசபை சம்பந்தப்பட்டவரையில் ஜஸ்டிஸ் கட்சி அல்லது பிராமணரல்லாதார் என்கிற கட்சிப் பெயரைக்கூட விட்டுவிட்டு அதற்கு வேறு பெயர் வைத்துக் கொள்ளச் சம்மதித்ததாக மித்திரன் முதலிய பத்திரிகைகளில் காணப்படுகிறது. செருப்புக்காகக் காலா, காலுக்காகச் செருப்பா என்னும் பழமொழிபோல் கட்சிக்காக மந்திரியா, மந்திரிக்காகக் கட்சியா? மந்திரி உத்தியோகத்திற்காகக் கட்சியின் பெயரை மாற்றிக்கொள்ளச் சம்மதித்த பானகல் ராஜாவின் நிலைமையை யாரும் கண்டிக்காமல் இருக்க முடியாது. சட்டசபையில் தானும் தனது கட்சியாரும் பார்ப்பனரல்லாதார் கட்சிப் பிரதிநிதி என் பதை மாற்றிக் கொள்வார்களேயானால் சட்டசபையைப் பொருத்தவரையில் வேறு யாருடைய பிரதிநிதி என்று சொல்லிக் கொள்ள அருகதையுடையவர்கள் ஆவார்கள்' என்று வினவி னார், ஈ.வே.ரா.

'உறுதியும் நேர்மையும் இல்லாத தலைவர்கள்மூலம் நடைபெற வேண்டிய நிலை நீதிக் கட்சிக்கு ஏற்பட்டுவிட்டதால்தான் பார்ப் பனர்களின் சூழ்ச்சி அக்கட்சியை வெகு சுலபத்தில் கலைக்கத் தைரியம் கொண்டுவிட்டது. ஒரு சிறு மாறுதல் ஏற்பட்ட காரணத் தாலேயே ஒரு நெருக்கடியான சமயத்தைச் சமாளிக்க முடியாமல் கட்சியின் பெயரை விட்டுவிடச் சம்மதித்தது கொஞ்சமாவது சுயமரியாதை உள்ளவர்களும் சுயநலமற்றவர்களும் செய்யும்

காரியமென்று சொல்ல முடியாது' என்று மேலும் கண்டித்த ஈ.வே.ரா., 'கட்சித் தலைவர்களாய் இருப்பவர்களுக்கு ஏதாவதொரு பதவியோ அதிகாரமோ கிடைக்கக்கூடிய சந்தர்ப்பம் ஏற்பட்டாலே அக்கட்சிக்கு முடிவு காலம் என்றுதான் சொல்ல வேண்டும். ஏனெனில் அதிகாரப் பதவியில் இருப்பவர்கள் ஒருக்காலும் யோக்கியமாய் நடந்துகொள்ள முடியவே முடியாது. அவ்வதிகாரத்தைக் காப்பாற்றிக்கொள்ளவும் கட்சி சேர்க்கவும் அநேக அயோக்கியத்தனமான காரியங்கள் செய்ய வேண்டியதோடு, மற்றவர்கள் செய்யும் அக்கிரமங்களையும் நாணயக் குறைவுகளையும் அனுமதிக்கவேண்டியும் வரும். ஆதலால் நிவர்த்தி இல்லாத சமயங்களில் மாத்திரம் ஏதோ பதவிகளை ஏற்றுக் கொள்ளலாமே தவிர, மற்றபடி பதவிகளை வகிப்பது கட்சிக்கு ஆபத்தாகவே முடியும்' என்று எச்சரித்தார்.

ஈ.வே.ரா.வின் எச்சரிக்கையால்தானோ என்னவோ, அமைச்சரவை அமைக்கும் முயற்சியிலிருந்து நீதிக் கட்சி ஒதுங்கிக் கொண்டது.

சுயராஜ்யக் கட்சி தனது அரசியல் ஆட்டத்தைத் தொடர்ந்தது. நீதிக் கட்சி உறுப்பினராக இருந்த பி. சுப்பராயனைக் கட்சியிலிருந்து விலகச் செய்து அவர் தலைமையில் அமைச்சரவை அமைக்க உதவியது. சுப்பராயன் முதன்மை அமைச்சராகப் பதவி ஏற்றார். சுயராஜ்யக் கட்சியைச் சேர்ந்த ஏ. ரங்கநாத முதலியாரும் ஆரோக்கியசாமி முதலியாரும் முறையே இரண்டாவது, மூன்றாவது அமைச்சர்களாகப் பதவி ஏற்றனர்.

நீதிக் கட்சித் தலைவர்கள் பலர் தமது அரசியல் வாழ்க்கை அஸ்தமித்து விடுமோ என்று அஞ்சி, மக்களிடையே செல்வாக்கு மிகுந்திருந்த காங்கிரஸ் கட்சியில் சேர விழைந்தனர். இது குறித்து அன்று தமிழகக் காங்கிரஸ் தலைவர்களில் முக்கியமானவராக இருந்த திரு.வி. கலியாணசுந்தர முதலியார் தமது வாழ்க்கைக் குறிப்பில் விரிவாகப் பதிவு செய்துள்ளார்.

> ...ஜஸ்டிஸ் கட்சித் தலைவர் பலருக்கு காங்கிரஸில் சேர்தல் வேண்டுமென்ற உணர்வு தோன்றிற்று. அது குறித்துச் சிந்தித்து முடிவுகாணக் கோவையில் அறிஞர் குமாரசாமி ரெட்டியார் தலைமையில் ஒரு மாநாடு கூடிற்று. காங்கிரஸ் சார்பில் யானும் அழைக்கப்பட்டேன். அம்மகாநாடு நிறைவேற்றிய தீர்மானங்களுள் சிறந்தன

இரண்டு. ஒன்று ஜஸ்டிஸ் கட்சியார் காங்கிரஸில் அங்கம் பெறவேண்டும் என்பது. இன்னொன்று பதவி ஏலாது சட்டசபையில் காங்கிரஸுடன் (சுயராஜ்யக் கட்சியுடன்) ஒத்துழைத்தல் என்பது. யான் இரண்டுக்கும் ஆசி கூறினேன்.

இந்த மாநாட்டில் காங்கிரஸின் எதிரியான ஈ.வே.ராவும் கலந்து கொண்டார். ஆனால் ஜஸ்டிஸ் கட்சியினர் காங்கிரஸில் சேரலாம் என்ற தீர்மானத்தை அவர் எதிர்த்ததாகத் தகவல் இல்லை. அது மட்டுமல்ல, காங்கிரஸில் சேர்ந்து சிறைக்குச் சென்று அங்கே கிறிஸ்தவ மத போதகர்களால் மதம் மாறி வெளியே வந்து ஜஸ்டிஸ் கட்சியில் சேர்ந்த தெலுங்கர் சுரேந்திர நாத் ஆர்யா, ஆலோசனைக் கூட்டத்தில் காங்கிரஸைக் கடுமையாகத் தாக்கிப் பேசி, காஞ்சியில் நடந்த காங்கிரஸ் கூட்டத்தில் வகுப்புவாரித் தீர்மானத்தை திரு.வி.க. தள்ளுபடி செய்ததைக் குறிப்பிட்டு ஏளனம் செய்தார் என்றும் அப்போது ஈ.வே.ரா. பழைய குப்பைகளை இங்கே ஏன் கிளறவேண்டும் என்று கேட்டதாகவும் திரு.வி.க. தமது வாழ்க்கைக் குறிப்பில் பதிவு செய்துள்ளார். இதிலிருந்து ஈ.வே.ரா. வின் மனநிலை ஜஸ்டிஸ் கட்சியினர் காங்கிரஸில் சேருவதற்குச் சாதகமாகவே இருந்துள்ளது என்று எண்ணவேண்டியுள்ளது.

ஜஸ்டிஸ் கட்சி எடுத்த முடிவை ஒட்டி ஏ. ராமசாமி முதலியார், ஓ. தணிகாசலம் செட்டியார் முதலானோர் காங்கிரஸில் சேர முயற்சி செய்தனர். ஆனால் காங்கிரஸ் கட்சி ஜஸ்டிஸ் கட்சி யினரைச் சேர்த்துக்கொள்ள விரும்பவில்லை.

சட்டமன்றத்துக்குத் தேர்தல் நடந்தது 1926 நவம்பர் மாதம்தான். அதன்பிறகுதான் ஜஸ்டிஸ் கட்சித் தலைவர்கள் நிலைகுலைய நேர்ந்தது. ஆனால் திரு.வி.க., கோவை மாநாடு 1926 ஜூலை மாதம் நடந்தது என்று தவறுதலாகக் குறிப்பிட்டுவிட்டார். கோவைக் கூட்டம் 1927-ல் நடந்ததாக 'திராவிடத் தலைவர் சி. நடேசனார் வாழ்வும் தொண்டும்' என்ற நூலை எழுதிய கே. குமாரசாமி எழுதியுள்ளார். இதுவே சரி என்று எடுத்துக்கொள்ள வேண்டும்.

நடேச முதலியார் நீதிக் கட்சி தொடங்கப்பட்டபிறகும்கூட சென்னை திராவிட சங்கத்தைத் தொடர்ந்து நடத்திவந்தார். சென்னை திராவிட சங்கத்தின் சார்பில் தன்னிச்சையாக

ஆளுநருக்கு மனு கொடுப்பது போன்ற செயல்களிலும் ஈடுபட்டு வந்தார். நீதிக் கட்சித் தலைவர்களுக்கு அவர்மீது எரிச்சல் ஏற்பட இதுவும் ஒரு காரணமாக இருந்திருக்கக்கூடும்.

நீதிக் கட்சியினர் காங்கிரஸில் சேரலாம் எனக் கோவை மாநாட்டில் எடுக்கப்பட்ட தீர்மானத்தை நடேச முதலியாரும் கே.வி. ரெட்டியாரும் மேலும் சிலரும் வன்மையாக எதிர்த்து தீவிர நீதிக் கட்சிக் குழுவாக இயங்கலாயினர்.

17. முன்னுக்குப் பின் முரண்

1927-ல் நடந்த மாநாட்டில், ஜஸ்டிஸ் கட்சியினர் காங்கிரஸில் சேரலாம் என்று முடிவு செய்யப்பட்ட தீர்மானத்தைக் கடுமையாக எதிர்த்த நடேச முதலியாரே, வெகுவிரைவில் தமது கருத்தை மாற்றிக்கொண்டு சுப்பராயன் அமைச்சரவையில் சேது ரத்தினம் ஐயர் என்ற பிராமணர் சேர்த்துக் கொள்ளப்படுவதற்குத் தூண்டுதலாக இருந்தார். அடுத்து 1929-ல் நெல்லூரில் நடைபெற்ற மாநாட்டின்போது, 'நீதிக் கட்சியின் கொள்கைகளை ஏற்றுக்கொண்ட பார்ப்பனச் சட்டமன்ற உறுப்பினர் களைச் சட்டமன்றக் கட்சியில் சேர்த்துக்கொள்ள லாம்' என்ற தீர்மானத்தை முன்வைத்தார். கட்சியில் முக்கிய அங்கம் வகித்த ஏ.பி. பாத்ரோவும் பார்ப் பனர் என்று குறிப்பிட்டுச் சொல்லாமல் பொதுப் படையாக, 'நீதிக்கட்சியின் கொள்கையை ஒப்புக் கொண்டோரை நீதிக் கட்சியில் உறுப்பினர்களாகச் சேர்த்துக்கொள்ளலாம்' என்ற திருத்தத்துடன் தீர்மானத்தை ஏற்கலாம் என்று பரிந்துரைத்தார்.

1925-ல் காங்கிரஸிலிருந்து வெளியேறி தமக்கென சுயமரியாதை இயக்கம் என்ற ஓர் அமைப்பை நிறுவி, தீவிர பிராமண துவேஷத்தைப் பிரசாரம் செய்துவந்த ஈ.வே.ரா., பார்ப்பனரல்லாதார் நலனுக்காகத் தொடங்கப்பட்ட நீதிக் கட்சியுடன் நெருங்கி உறவாடத் தொடங்கியிருந்தார். 1917-ல் தொடங்கப்பட்ட நீதிக் கட்சிக்கு பிராமணரல்லாதார் ஆதரவு கிடைக்காமல் தடுக்கவேண்டும் என்பதற்

காகவே காங்கிரஸ் தோற்றுவித்த சென்னை ராஜதானி சங்கம் என்ற அமைப்பில் இடம்பெற்று நீதிக் கட்சிக்கு எதிராகத் தீவிரப் பிரசாரம் செய்துவந்த அதே ஈ.வே.ரா.தான் 1925-க்குப் பிறகு நீதிக் கட்சியின் ஆதரவாளராக மட்டுமின்றி ஆலோசகராகவும் மாறியிருந்தார். 'பிராமண சட்டமன்ற உறுப்பினர்களை சட்ட மன்ற நீதிக் கட்சியில் சேர்த்துக்கொள்ளலாம்' என்று நெல்லூர் மாநாட்டில் எடுக்கப்பட்ட தீர்மானத்தை ஈ.வே.ரா.வும் ஏற்றுக்கொண்டார்.

1929 அக்டோபர் 13-ம் தேதி குடியரசு இதழில், நெல்லூர் தீர்மானத்தை 'அடியேனும் ஒப்புக்கொண்டு சம்மதமும் வாக்குத் தத்தமும் செய்ய வேண்டியதாய் இருந்தது' என்று ஒப்புதல் வாக்குமூலமும் அளித்திருக்கிறார் ஈ.வே.ரா.

பார்ப்பனரல்லாதார் நலனுக்காகத் தொடங்கப்பட்ட நீதிக் கட்சி எக்காரணத்துக்காகவும் எவருடனும் எவ்வித சமரசமும் செய்துகொள்ளக்கூடாது என்று இரண்டு வருடங்களுக்குமுன் கண்டிப்பும் கறாருமாக வற்புறுத்திய அதே ஈ.வே.ரா. இப்படி யொரு வாக்குமூலம் அளிக்கவேண்டிய கட்டாயம் இப்போது ஏற்பட்டது ஏன்?

பார்ப்பனருக்குக் குறைந்தபட்சம் மூன்று ஆண்டுகளுக்காவது அரசுத் தலைமைச் செயலகத்தில் அறவே வேலை கொடுக்கக் கூடாது என்று சட்டமன்றத்தில் வாதாடிய நடேச முதலியாருக்கு பார்ப்பனரைக் கட்சியில் சேர்த்துக்கொள்ளலாம் என்கிற திடீர் மனமாற்றம் ஏற்பட்டது எப்படி?

சட்டமன்றத்தில் பானகல் அரசர் தலைமையில் அமைந்த தமது கட்சியின் ஆட்சியையே கடுமையாக விமர்சித்துவந்த நடேச முதலியார், நீதிக் கட்சியிலிருந்து இழுக்கப்பட்டு சுயராஜ்யக் கட்சியின் ஆதரவில் அமைச்சரவையை அமைத்த பி. சுப்பராயனை ஆதரித்த நடேச முதலியார், அவரது அமைச்சரவையில் ஒரு பிராமணரைச் சேர்த்துக்கொள்ள ஆலோசனை வழங்கிய நடேச முதலியார், நீதிக் கட்சியிலிருந்து ஒதுங்கி, அல்லது ஒதுக்கப்பட்டு, நீதிக் கட்சியின் மந்திரிப் பிரிவை எதிர்க்கும் நீதிக் கட்சியின் விதிமுறை நிர்வாகப் பிரிவைச் சேர்ந்தவன் என்று தம்மைக் கூறிக்கொண்ட நடேச முதலியார், பின்னர் தமது கட்சி யின் அடிப்படை விதிமுறைக்கே முரண்பட்டு நடந்த நடேச முதலியார், இப்போது திராவிட இயக்க வழித் தோன்றல்கள்

எனத் தம்மை வர்ணித்துக்கொள்பவர்களால் சொந்தம் கொண் டாடப்படுவது எந்த அளவுக்குப் பொருத்தமாக இருக்கும்?

டி.எம். நாயரையும் தியாகராயச் செட்டியையும்போல டாக்டர் நடேச முதலியாரும் பல ஆண்டுகள் சென்னை மாநகராட்சி மன்ற உறுப்பினராக இருந்துவந்தவர். மாநகராட்சித் தேர் தலிலும் அவரைத் தோற்கடிக்க அவரது கட்சியினர் மும்முர மாகப் பாடுபட்டனர். திருவல்லிக்கேணிவாசியான அவரை திருவல்லிக்கேணியின் பெரும்பான்மை வாக்காளர்களாக இருந்த பிராமணர்களே வெற்றி பெறச் செய்துவந்தனர்.

நடேச முதலியார் தாழ்த்தப்பட்டோர் நலனில் தீவிர ஈடுபாடு கொண்டிருந்தார். அன்றைய தேர்தல் விதிமுறைகளின்படி வரி செலுத்துவோர், சொத்து உள்ளவர்கள், கல்வியறிவு பெற்றோர் எனச் சிலருக்கு மட்டுமே வாக்குரிமை இருந்தது.

'ஏழை மக்களுக்குச் சொந்தமாகச் சொத்து இல்லாமல் இருக்கலாம். ஆனால் அவர்கள் தமது உழைப்பைக் கொடுத்து செல்வத்தை உற்பத்தி செய்கிறார்கள். ஆகவே அவர்களுக்கும் வாக்களிக்கும் உரிமை உண்டு' என்று வாதாடியவர் நடேச முதலியார்.

நீதிக் கட்சியில் இடம் பெற்றிருந்த அனைவரும் உயர் சாதியின ராகவும், சீமான்களாகவும், வியாபாரிகளாகவும், தொழிலதிபர் களாகவும், படித்துப் பட்டம் பெற்றவர்களாகவும் இருந்ததால் நடேச முதலியாரின் பேச்சும் போக்கும் அவர்களுக்குப் பிடிக்கா மல் போயிருக்கலாம்.

கட்சிக் கட்டுப்பாடு என்பதாக ஒன்று இருப்பதையே பொருட் படுத்தாமல் தமது இச்சைப்படி நடந்துகொண்டு காங்கிரஸ் கட்சியினர் எதிரே தங்களைக் கேலிக்கு உரியவர்கள் ஆக்கி விட்டார் என்கிற கோபமும் நீதிக் கட்சியினருக்கு அவர்மீது ஏற்பட்டிருக்காலம்.

மாநகராட்சி மன்றத் தலைவராவதற்கு நடேச முதலியார் மூன்று முறை முயன்றதாகவும் மூன்று முறையும் அவரது கட்சியினரே அந்த வாய்ப்பு அவருக்குக் கிட்டாதபடிச் செய்துவிட்டனர் என்றும் திரு.வி.க. தமது வாழ்க்கைக் குறிப்பில் தெரிவிக்கிறார்.

1937-ல் மறைந்த நடேச முதலியாரைப் பற்றி தமிழ்நாடு காங்கிரஸ் கட்சியின் முன்னணித் தலைவராக விளங்கிய பிராமணரான எஸ்.

சத்தியமூர்த்தி குறிப்பிடுகையில், 'சிலர் தாங்கள் சார்ந்திருக்கும் அரசியல் கட்சிகளை மோசம் செய்வதுண்டு. சில கட்சிகள் கட்சியைச் சார்ந்திருக்கும் சிலரை மோசம் செய்வதுண்டு. டாக்டர் நடேச முதலியார், நான் இரண்டாவதாகக் கூறிய கட்சியால் மோசம் செய்யப்பட்டவர்களில் ஒருவராவார். 'நீண்ட நாட்கள்கூட வேண்டாம், ஒரு மாத காலத்துக்காவது மேயராக இருந்துவிட்டு விலகிவிடுகிறேன்' என்று தம் கட்சிக்காரர்களிடம் அவர் தமது விருப்பத்தைத் தெரிவித்தார். ஆனால் அவர் விருப்பம், ஆதிக்க வெறியர்களையும் பண மூட்டைகளையும் செல்வாக்கு பெற்ற சந்தர்ப்பவாதிகளையும் எதிர்த்து நின்று வெற்றி பெறமுடியாமல் தோல்வியில் முடிந்துவிட்டது. அவருடைய இறுதிக் காலத்தில் சட்டசபை உதவித் தலைவர் என்ற ஒன்றுக்கும் உதவாத பதவி அவருக்குக் கொடுக்கப்பட்டது' என்று வருந்தியிருக்கிறார். (தகவல்: கவிதா மண்டலம் மாத இதழ், மார்ச் 2012.)

நடேச முதலியாருக்கு நீதிக் கட்சி மோசம் செய்திருக்குமேயானால் அவரைப் போற்றும் இன்றைய 'திராவிட இயக்கத்தவர்' நீதிக் கட்சியைக் கொண்டாட முடியாது. நீதிக் கட்சியைப் பல சந்தர்ப்பங்களில் சங்கடப்படுத்திய நடேச முதலியார் அதன் காரணமாகவே நீதிக் கட்சிக்கு மோசம் செய்தவராகக் கருதப்பட்டால் நீதிக் கட்சியின் வாரிசுகள் எனத் தங்களைக் கூறிக்கொள்வோர் நடேச முதலியாரைப் புகழ்வது எப்படிப் பொருந்தும்?

18. வைதிக பிராமணரின் நேயர்!

'பிராமணர்கள்மீது எமக்கு எவ்விதக் கசப்புணர்வும் இல்லை. அவர்களுடன் நாங்கள் போராட வேண்டி வருகிறது என்றால் உண்மை, நியாயம் ஆகிய வற்றின்மீது எமக்குள்ள ஈடுபாடே அதற்குக் காரண மாகும். எங்களுக்கு இழைத்த தவறுகளுக்காக அவர்கள் வருந்துகையில் அவர்களுக்கு எமது நட்புக் கரத்தினை நீட்டி வரவேற்க நாங்கள் ஆயத்த மாகவே உள்ளோம். எங்கள் இயக்கம் அன்பின் அடிப்படையில் அமைந்ததேயன்றி வெறுப்பில் விளைந்தது அல்ல. இந்த விசாலமான புராதன தேசத்தில் உள்ள மக்கள் தொகையின் பல்வேறு வகுப்பாருக்கும் உரியன கிடைக்கச் செய்ய வேண்டும் என்கிற அன்பின் அடிப்படையில் உரு வானது என்றும் சொல்லலாம்.'

1917 டிசம்பர் 28, 29 தேதிகளில் சென்னையில் நடைபெற்ற தென்னிந்திய லிபரல் கூட்டமைப்பு என்னும் நீதிக்கட்சியின் முதல் மாநில மாநாட்டில் வரவேற்புக் குழுத் தலைவர் பிட்டி தியாகராயச் செட்டி நிகழ்த்திய வரவேற்புரையிலிருந்து.

பிட்டி தியாகராயச் செட்டியைப் பொருத்தவரை பிராமணர்மீது அவருக்கு எவ்விதப் பகையும் இல்லை. சமஸ்க்ருத மொழியின்மீது வெறுப்பும் இல்லை. விந்திய மலைக்குத் தெற்கே திராவிடர் என்பதாகத் தாம் ஒரு தனி இனத்தவர், அந்த மலைக்கு வடக்கே வாழும் மக்களுடன் எமக்கு

ஒட்டும் இல்லை, உறவும் இல்லை என்று அவர் பிரிவினை பேசியதில்லை.

செட்டி ஒரு தெலுங்கர். பொதுவாகவே தெலுங்கர், கன்னடியர், மலையாளி ஆகியோருக்கு திராவிடப் பித்தம் தலைக்கேறிய தில்லை. அவர்கள் பார்வையில் நாடு என்று சொன்னால் அது முழு பாரதம்தான். நம் நாட்டு மக்கள் என்று சொன்னால் அது பாரத மக்கள் அனைவரும்தான்.

பிராமணரல்லாதார் கல்வி பயிலவும் அரசுத் துறைகளில் வேலை வாய்ப்பு பெறவும் பிராமணர்கள் தடையாக இருப்பதாக தியாக ராயர் நம்பினார். எனவே தங்களுக்கு இழைத்த தவறுகளுக்காக பிராமணர்கள் வருந்துகையில் அவர்களுக்கு நேசக் கரம் நீட்டத் தயாராக இருப்பதாக அவர் கூறினார்.

பிராமணர்கள் தங்களுடைய குல தர்மத்தைவிட்டு ஆங்கில மொழிக் கல்வி கற்று அரசாங்கப் பதவிகளில் அமர்வதும், வழக் கறிஞர்களாக நீதிமன்றங்களுக்குச் செல்வதும், நீதிபதிகளாக அமர்ந்து விசாரணை செய்வதும்தான் அவருக்குப் பிரச்னை. பிராமணர்கள் ஆற்றங்கரையிலோ ஆல மரத்தடியிலோ உட் கார்ந்து வேத அத்யயனம் செய்துகொண்டும், வேள்வித் தீ வளர்த்து ஆகுதி அளித்தும் தானம் பெற்றும் கொடுத்தும், ஆன்ம விசாரம் செய்துகொண்டும் இருந்தால் பிராமணர் அல்லாத உயர்சாதியினரும் அவர்களுக்கு அடுத்த படிநிலையில் உள்ளவர் களும் ஆற அமரக் கல்வி கற்று எல்லாத் துறைகளிலும் ஈடுபட்டு முன்னேற முடியும். அவ்வாறு இல்லாமல் அவர்கள் ஆங்கிலக் கல்வி, அரசாங்க உத்தியோகம் என்று வந்தால் பிராமணரல்லா தாருக்கு அவர்கள் தவறு இழைத்தவர்கள் ஆவார்கள்! அப்படி வந்தமைக்காக அவர்கள் வருந்துவார்களேயானால் அப்போது பிராமணரல்லாதார் அவர்களுக்கு நேசக் கரம் நீட்டுவார்கள்!

நீதிக் கட்சியின் முதல் மாநில மாநாட்டின்போது அந்தக் கட்சி யின் தலைவர் பிட்டி தியாகராயச் செட்டி பிராமணர்களுக்கு விடுத்த செய்தி இதுதான்.

ஆனாலும், தியாகராயச் செட்டி கடவுள் வழிபாட்டிலும் வைதிக ஒழுக்கத்திலும் பற்று வாய்ந்தவர். அவர் பிராமணரல்லாதார் இயக்கத்தை உருவாக்கியபோதும் வைதிக பிராமணர்பால் தமக் குள்ள நேயத்தைப் புலப்படுத்தியது பலர் அறிந்த ஒன்றே. தியாக

ராயச் செட்டி திருமுகத்தில் சமயச் சின்னம் என்றும் பொலிந்து கொண்டிருக்கும்' என்கிறார் திரு.வி.க. அவர் மேலும் கூறுகையில்,

> காலஞ்சென்ற தியாகராய செட்டியார் இந்தியக் கைத் தொழில் வளர்ச்சியிலும், இந்திய வைத்திய முயற்சியிலும் பெருங்கவலை செலுத்தி வந்தார். சுருங்கக் கூறின் செட்டி யாருக்கு சுதேசியத்தில் இடையறாப் பேரன்பு உண்டு என்று கூறலாம். செட்டியார் எந்நாளும் ஆங்கில உடைக் கோலத்தை விரும்பியதில்லை. இந்திய வெள்ளிய உடையே போர்வையாக அவரை அழகு செய்துகொண் டிருக்கும். அவர் இளவரசர், ராஜப் பிரதிநிதி முதலி யோரைக் காணப் போகும்போதும் தாம் என்றும் இயல் பாக அணிந்துலவும் வெள்ளிய உடையணிந்தே போவார். திருவாளர் செட்டியார் நாட்டு மருந்தையே பெரிதும் உண்பார். நாட்டு மருந்தில் அவர்க்குள்ள பற்றுக்கு ஓர் அளவில்லை. ('பெருங் கிழவர் பிரிந்தார்' - நவசக்தி மே, 1925)

தியாகராய செட்டி ஹிந்து சமயத்தில் ஆழ்ந்த நம்பிக்கையும் ஹிந்து கலாசாரத்தில் தீவிரப் பற்றும் மிகுந்தவராகவே வாழ்ந்தார்.

அரசியலில் ஈடுபாடு கொண்டிருந்த தியாகராயச் செட்டி, அவர் காலத்தில் இருந்த ஒரே அரசியல் அமைப்பான இந்திய தேசிய காங்கிரஸ் மகாசபையில்தான் சேர்ந்திருந்தார். அதில் பிராமணர் களே அதிக எண்ணிக்கையில் இருப்பது கண்டு பிராமணர் அல்லாதாருக்கு முக்கியப் பொறுப்புகளை ஏற்கும் வாய்ப்பு இல்லை என்று கருதலானார். பிராமணரல்லாதாருக்கான தனி அமைப்பைத் தொடங்கவேண்டும் என்று டாக்டர் சி. நடேச முதலியார் தெரிவித்த கருத்து அவரைப் பெரிதும் கவர்ந்தது. அதன் காரணமாகவே அவர் தென்னிந்திய லிபரல் கூட்டமைப்பை நிறுவுவதில் முன்னின்றார்.

ஆந்திரரான பிட்டி தியாகராயச் செட்டி, பிராமணரல்லாதார் பிராமணருக்கு இணையாகக் கல்வி கேள்விகளில் சிறந்து விளங்கவேண்டும் என்று விரும்பினார். பிராமணரல்லாதார் பிராமணர்களுக்கு இணையாக உயர் பதவிகளில் அமர வேண்டும், அரசுத் துறைகளில் வேலை வாய்ப்பு பெற வேண்டும் என்று விரும்பினார். ஆனால், திராவிட இனவாதம்

பேசவில்லை. இனவாதக் கண்ணோட்டத்துடன் பேசப்பட்ட பிரிவினைக் கருதுகோளை அவர் பொருட்படுத்தவே இல்லை.

தென்னிந்திய லிபரல் கூட்டமைப்பு தொடங்கப்படுவதன் நோக்கம் என்ன என்பதையும் அதன் வரம்புகளையும் அவர் மிகத் தெளிவாகவே அறிந்திருந்தார். அத்தகையவர்மீது திராவிட அரசியல் நடத்துவோர் வாரிசுரிமை கொண்டாடுவது எந்த அளவுக்குப் பொருத்தமாக இருக்கும்?

19. சென்னையில் புலி, கேரளத்தில் எலி

'பிராமணரல்லாதார் தங்கள் பாதுகாப்புக்காகவும் தங்களுக்குச் சமவாய்ப்புகளும் நீதியும் கிடைக்கும் என்பதாலும் பிரிட்டிஷ் அரசை எதிர்நோக்கி இருந்தார்கள். எப்போது நமது நாட்டில் பிரிட்டிஷ் அரசின் தாக்கத்தையும் அதிகார பலத்தையும் வேரறுப்பதைத் தனது நோக்கமாகக் கொண்ட ஓர் இயக்கம் வளர்ச்சி அடைந்துவருவதைக் கண்டார்களோ அப்போதே அவர்கள் பிரிட்டிஷ் அரசுக்கு ஆதரவாக அணி திரள்வது தமது கடமை என நினைக்கத் தொடங்கிவிட்டார்கள்.'

இது நீதிக் கட்சியின் நிறுவனத் தலைவர்களில் ஒருவரான டாக்டர் டி. எம். நாயர் 1917-ம் ஆண்டு ஆகஸ்ட் மாதம் சென்னையில் நடந்த ஒரு கூட்டத்தில் பேசும்போது சொன்னது.

எந்தக் கட்சியை பிரிட்டிஷ் அரசை வேரறுக்கக் கருதும் இயக்கம் என்று வர்ணித்தாரோ அந்த காங்கிரஸ் மகாசபையில்தான் சில மாதங்கள் முன்புவரை டி.எம். நாயர் உறுப்பினராக இருந்தார். இங்கிலாந்தில் மருத்துவக் கல்வி படித்து முடித்து நாடு திரும்பிய சூட்டோடு சூடாக 1897-லேயே காங்கிரஸில் சேர்ந்துவிட்டார். மாநாட்டுத் தொண்டர் படைத் தலைவராகவும் 1907-ல் சித்தூரில் நடைபெற்ற வட ஆற்காடு மாவட்ட காங்கிரஸ் மாநாட்டுத் தலைவராகவும் பொறுப்பு வகித்து காங்கிரஸ் கட்சிப் பணிகளில் தீவிரமாக ஈடுபட்டு

வந்தார். ஆனால் அப்போதெல்லாம் காங்கிரஸ் கட்சி பிரிட்டிஷ் அரசை வேரறுக்கக் கருதும் இயக்கம் என்பது அவருக்கு உறைக்கவே இல்லை!

பிராமணரல்லாதார் அனைவரும் பிரிட்டிஷ் அரசுக்கு ஆதரவாக அணி திரள்வதைத் தமது கடமையாக நினைப்பதாக அவர் சொன்னதிலும் உண்மையில்லை. ஏனெனில் அன்றைய தமிழ்நாடு காங்கிரஸை முன்னின்று நடத்திச் சென்றவர்களே பிராமணரல்லாதாரான ஈ.வே. ராமசாமி நாயக்கர், டாக்டர் பி. வரதராஜுலு நாயுடு, திரு.வி. கலியாணசுந்தர முதலியார் ஆகியோர்தாம். 'நாயக்கர், நாயுடு, முதலியார்' என்னும் காங் கிரசின் மூன்று தூண்கள் என்று அக்காலத்தில் இவர்களைக் குறிப்பிடுவது வழக்கம். இம்மூவர் மட்டுமின்றி ஏராளமான பிராமணரல்லாதார் அன்று காங்கிரசில் முன்னணியில் இருந்தனர்.

நடேச முதலியாரும், டி.எம். நாயரும், பிட்டி தியாகராயச் செட்டியும், மேலும் பலரும் சேர்ந்து 1916-ல் நீதிக் கட்சியைத் தொடங்கியபோது ஈ.வே. ராமசாமி நாயக்கர் காங்கிரஸில்தான் இருந்தார். அது மட்டுமல்ல, பிராமணரல்லாதார் நீதிக் கட்சியின்பால் ஈர்க்கப்பட்டுவிடக் கூடாது என்பதற்காகவே பிராமணரல்லாதாருக்கு முக்கியத்துவம் கொடுக்கும் வகையில் சென்னை ராஜதானி சங்கம் (Madras Presidency Association) என்ற பெயரில் காங்கிரஸ் கட்சி தொடங்கிய அமைப்பில் இடம்பெற்று நீதிக் கட்சியை வன்மையாகக் கண்டித்துப் பேசிக்கொண்டிருந்தார்! அன்று காங்கிரஸ் கட்சியில் இருந்த பிராமணரல்லாதார் அனைவருமே இந்த சென்னை ராஜதானி சங்கத்திலும் இடம்பெற்றிருந்தார்கள்.

உண்மை நிலவரம் இப்படி இருக்க, பிரிட்டிஷ் அரசை வேரறுப்பதில் முனைந்திருக்கும் காங்கிரஸ் வளர்ச்சியடைந்து வருவதால் பிராமணரல்லாதார் அனைவரும் பிரிட்டிஷ் அரசுக்கு ஆதரவாக அணி திரள்வதைத் தமது கடமை என நினைக்கின்றனர் என்று நாயர் கூறியது எப்படிச் சரியாக இருக்க முடியும்?

டி.எம். நாயர் சென்னை ராஜதானியின் மலையாளம் வழங்கும் பகுதியாக இருந்த மலபார் மாவட்டத்தைச் சேர்ந்தவர். சொந்த ஊர் பாலக்காடு திரூர் அருகே ஒரு கிராமம். இங்கிலாந்தில்

எடின்பரோ பல்கலைக்கழகத்தில் அவர் படிக்கையில் ஒரு செம் மொழியைக் கட்டாயப் பாடமாக எடுத்துப் படிக்கவேண்டி யிருந்தது. ஐரோப்பிய நாகரிகத்தில் மோகம் கொண்டிருந்த போதிலும் லத்தீன் மொழியை எடுத்துக்கொள்ளாமல் சமஸ் க்ருதத்தையே தேர்ந்தெடுத்தார் நாயர். அது திராவிடத்துக்குப் புறம்பான, பிராமணர்களின் அபிமானத்துக்கு உரிய ஆரிய மொழி என்கிற கண்ணோட்டம் அவருக்கு இருக்கவில்லை.

டி. எம். நாயர் பிறந்து வளர்ந்த மலபார், சாதிப் பித்து தலைக் கேறிய பகுதி. அங்கு பிராமணர் என்கிற முதன்மை பெற்றவர்கள் நம்பூதிரி என்றே அழைக்கப்பட்டனர். அவர்களைத் தவிர தமிழ்நாட்டிலிருந்து சென்று அங்கு குடியேறிய பிராமணர்கள், பட்டர்கள் என அழைக்கப்பட்டனர். வீட்டில் தமிழ் பேசிய இவர்கள், தமிழை மலையாள எழுத்தில் எழுதும் வழக்கம் உள்ளவர்கள். மலையாளம் பேசும் நம்பூதிரி பிராமணர்கள் இந்தப் பட்டர்களை ஒரு படி கீழாகவே மதித்தனர்.

நம்பூதிரி பிராமணர்களுக்கென்றே வேறு எங்கும் இல்லாத சில சமூக நடைமுறைகள் இருந்துவந்தன. அவை மிகவும் விசித்திரமானவை. நம்பூதிரி குடும்பங்களில் மூத்த மகன் மட்டுமே சம்பிரதாயமாகத் திருமணம் செய்துகொள்ள முடியும். அவனுக்குக் கீழே உள்ள சகோதரர்கள் வாழ்நாள் முழுக்கத் திருமணமே செய்துகொள்ளாமல் காலம் கழிக்கவேண்டியது தான். ஆனால் திருமணம் இல்லாவிட்டாலும் அவர்கள் பெண் களுடன் சம்பந்தம் வைத்துக்கொள்வதற்குத் தடையில்லை. குடும்பச் சொத்து பாகப் பிரிவினைக்கு உள்ளாகிச் சிதறிப் போய்விடலாகாது என்பதற்காகவே இப்படி ஓர் ஏற்பாடு.

திருமணம் செய்துகொள்ள இயலாத நம்பூதிரி ஆண்கள் நாயர் சாதிப் பெண்களுடன் சம்பந்தம் செய்துகொள்வதை வழக்க மாகக் கொண்டிருந்தார்கள். நம்பூதிரி பிராமணர்கள் தங்கள் வீட்டுப் பெண்களுடன் சம்பந்தம் வைத்திருப்பதைக் கௌரவ மாகவும் பெருமையாகவும் கருதும் வழக்கம் நாயர்களிடையே இருந்துவந்தது. குடும்பத்தில் நம்பூதிரி ரத்தக் கலப்பு உண்டா வது பெருமிதம் கொள்ளவேண்டிய விஷயமாகவே இருந்தது. சாதிக் கட்டமைப்பில் பிராமணரோடு நெருங்கிய உறவுகொண்டு அவர்களுக்கு அடுத்தபடியாக இருப்பது தாங்களே என்று நாயர்கள் தலை நிமிர்ந்து வாழ்ந்த காலம்தான் டி.எம். நாயர் காலம். (http://namboothiri.com/articles/culture.htm)

நம்பூதிரி பிராமணர்களின் நிலபுலன்களைக் குத்தகைக்கு எடுத்துப் பயிரிட்டு விளைச்சலை அவர்களுடன் பகிர்ந்துகொண்ட நாயர்கள், நம்பூதிரிகளைப் போலவே உடல் நோகாமல் வசதியாக வாழ்ந்தவர்கள்தான். பனை ஓலைக் குடை பிடித்து, வரப்புகளில் நடந்து, சேற்றில் உழன்று வேலை செய்யும் ஈழவர்கள் ஒழுங்காக வேலை பார்க்கிறார்களா என மேற்பார்வையிடுவதுதான் நாயர்களின் அன்றாட உடலுழைப்பு.

மேலும், நம்பூதிரி பிராமணர்களைப் போலவே தீண்டாமைக் கொள்கையை மிகக் கடுமையாக அனுசரித்தவர்கள்தாம் நாயர்களும். தாழ்த்தப்பட்டோரிலும் தாழ்த்தப்பட்டோரைக் கண்ணால் பார்ப்பதே தீட்டு என நாயாடிகள் போன்ற சாதியாரை ஊர் எல்லைக்கே வரவிடாது எவர் கண்ணிலும் படாமலேயே வாழச் செய்ததில் நாயர்களுக்கும் பங்குண்டு.

சென்னையில் மருத்துவத் தொழில் செய்து பொருளீட்டிய டி. எம். நாயர், பாலக்காடு நகராட்சி கலைக்கப்பட்டபோது அதைக் கண்டித்து மறியல் செய்தார். ஆனால் நம்பூதிரி பிராமணர்களின் சாதிப் பித்தையும் நம்பூதிரிகளின் உறவைப் பெருமையாகக் கருதும் நாயர்களின் சுய மரியாதை இல்லாத இழிநிலையையும் கண்டித்துப் போராடவேண்டும் என்ற எண்ணம் அவருக்கு வரவில்லை. மாறாக, தமிழ்நாட்டில் தாழ்த்தப்பட்டோரை பிராமணர்களுக்கு எதிராகத் தூண்டி விடுவதில் மட்டும் அவர் உற்சாகமாக ஈடுபட்டு வந்தார்.

சென்னை சேத்துப்பட்டு ஸ்பர்டாங்க் சாலை, 1917-ல் ஓர் ஏரிக் கரையை ஒட்டி அமைந்திருந்தது. கரையைச் சுற்றி மைதானமும் இருந்தது. அங்கு 1917 அக்டோபர் 7-ம் தேதி ஒரு கூட்டத்தை நடத்த தாழ்த்தப்பட்டோரின் தலைவராக விளங்கிய எம்.சி. ராஜாவும் ஜான் ரத்தினமும் திட்டமிட்டிருந்தனர். எம்.சி. ராஜா அப்போது நீதிக் கட்சியில் சேர்ந்திருந்தார். அவர்கள் கூட்டம் நடத்தக் கருதிய மைதானம் ஹாக்கி போன்ற விளையாட்டுகளுக்குப் பயன்பட்டு வருவதால் அங்கு கூட்டம் நடத்த வேண்டாம் என அங்கிருந்தவர்கள் கூறினார்கள். எப்படியும் அங்கு கூட்டம் நடத்தியே தீருவது என்று முடிவு செய்த தாழ்த்தப்பட்டோர் தலைவர்கள் டி.எம். நாயரிடம் உதவி கோரினர். எதைப்பற்றியும் கவலைப்படாமல் கூட்டம் நடத்துமாறும் தாமும் அந்தக் கூட்டத்துக்கு வருவதாகவும் தைரியம் அளித்தார்

நாயர். சொன்னபடியே ஒரு பெரிய தடியுடன் மைதானத்துக்கு வந்து அந்தக் கூட்டத்தில் பேசவும் செய்தார் நாயர்.

கூட்டத்தில் பெருமளவில் திரண்டிருந்த தாழ்த்தப்பட்டோர் உணர்ச்சிவசப்படும் அளவுக்கு பிராமணர்களைத் தாக்கி ஆவேசமாகப் பேசினார் நாயர். தாழ்த்தப்பட்டோரை பிராமணர்கள்தாம் அடக்கி ஒடுக்கி இழிநிலையில் வைத்திருப்பதுபோல் ஒரு தோற்றத்தை உருவாக்கிக் காட்டினார்.

தமது உடலிலும் சென்னை உயர் நீதிமன்ற நீதிபதியாக இருக்கும் செட்டூர் சங்கரன் நாயர் உடலிலும் ஓடுவது பிராமணர் ரத்தமல்ல என்று தம்மால் உறுதியாகக் கூற முடியாத அளவுக்கு கேரளத்தில் பிராமணர்கள் விளையாடுவதாக நாயர் பேசினார். ஹிந்து மதம் ஏற்றத்தாழ்வுகளையே அடிப்படையாகக் கொண்டிருப்பதாகவும் வர்ணாசிரமம் என்பது பொறுக்கித் தின்னும் புத்திதான் என்றும் வர்ணித்தார்.

'நம்முடைய உயர்நீதிமன்ற நீதிபதி ஸர் செட்டூர் சங்கரன் நாயர் தமது கிராமத்துக்குப் போனால் அங்கே ஒரு நம்பூதிரிப் பிராமணன் உட்கார்ந்துகொண்டு, 'எடா சங்கரா, நீ ஹைக்கோர்ட்டு ஜட்ஜாயோ?' (அடே சங்கரா, நீ உயர்நீதிமன்ற நீதிபதி ஆகிவிட்டாயா?) என்று அதிகாரமாக விசாரிப்பான். அதற்கு நம் சங்கரன் நாயர் மிகவும் பவ்யமாக, 'சகலமும் திருமேனி கடாட்சம்தன்னே' (எல்லாம் நம்பூதிரி ஐயாவின் கடாட்சம்தான்) என்று அவன் பாதங்களைத் தொட்டு வணங்கி பதில் சொல்ல வேண்டியிருக்கும்' என்று அந்தக் கூட்டத்தில் பேசுகையில் சொன்னார் டி.எம்.நாயர்.

ஆனால் அதேபோல் தப்பித் தவறி உயர் பதவி பெற்றுவிட்ட ஓர் ஈழவன் தனது கிராமத்துக்குப் போக நேர்ந்தால் அங்கே ஒரு நாயர் உட்கார்ந்துகொண்டு, 'எடா, கிங்கரா...' என்று விசாரிக்கத் தவற மாட்டான் என்ற உண்மையை அவர் சொல்லவில்லை!

சென்னையில் பிராமணர்கள் மீது புலி எனப் பாயும் டாக்டர் டி. எம். நாயர், தமது சொந்த மாவட்டமான மலபாருக்குப் போனால் மட்டும் எலி என வளைக்குள் ஒளிந்துகொள்வார். அங்கே நாயர்கள் நம்பூதிரிகளுடன் சுமுகமாக ஒத்துழைத்து தாழ்த்தப்பட்டோரின் உழைப்பைச் சுரண்டிச் சுகமாக வாழும் உண்மையை இங்கே சொல்ல மாட்டார். அவரது பிராமண எதிர்ப்பு எல்லாம் தமிழ் வழங்கும் பிரதேச எல்லைகளுக்குள்ளேதான்!

சிறிதும் பொறுப்புணர்வின்றி பிராமணர்மீது கடும் துவேஷம் பீறிட்டுக் கிளம்பும் அளவுக்கு நாயரின் பேச்சு இருந்ததன் விளைவாக பிராமண இளைஞர்கள் சிலர் தாக்கப்பட்டனர். இந்தச் சம்பவம் மறுநாள் 'தி ஹிந்து' நாளிதழில் வெளியாயிற்று. கூட்ட விவரத்தைக் குறிப்பெடுத்த காவல்துறையும் அதுபற்றிய அறிக்கையை அரசுக்கு அனுப்பி அதுவும் ஆவணமாகப் பதிவு செய்யப்பட்டது.

சம்பவம் குறித்து அப்போதைய சட்ட ஆலோசனை கவுன்சி லிலும் கேள்வி எழுந்தது.

20-11-17 அன்று அவைக் கூட்டத்தில் உறுப்பினர் டி. ரங்கா சாரியார் கேட்ட கேள்வி எண் 140:

அ. ஸ்பர்டாங்க் மைதானத்தில் 7-10-1917 அன்று டாக்டர் டி.எம். நாயர் தலைமையில் நடந்த கூட்ட நிகழ்ச்சிகள் குறித்து தி ஹிந்து நாளிதழில் வெளிவந்த செய்தி அரசின் கவனத்திற்கு வந்ததா?

ஆ. மைதானத்தைச் சுற்றியுள்ள பகுதிகளில் வாழும் வாலிபர்கள் மாலை நேரங்களில் அந்த மைதானத்தில் விளையாடுவது வழக்கமா?

இ. கூட்டம் நடந்த இடத்திலிருந்து பத்து கஜ தொலைவுக்கு அப்பால் ஹாக்கி விளையாடிக்கொண்டிருந்த பிராமணச் சிறுவர்களை பஞ்சமர் கூட்டத்தைச் சேர்ந்த சிலர் தாக்கிவிட்டு அவர்களின் ஹாக்கி தடிகளையும் பிடுங்கிக் கொண்டு போனது உண்மையா?

ஈ. அந்தக் கூட்டத்தில் டி.எம். நாயர் பேசியதெல்லாம் அரசின் கவனத்தில் உள்ளதா?

உ. அந்தக் கூட்டத்தில் ஏ.சி. பார்த்தசாரதி நாயுடு பேசியதும் அரசின் கவனத்தில் உள்ளதா?

ஊ. இந்த விஷயத்தில் அரசு என்ன நடவடிக்கை எடுத்தது என்பது குறித்து அரசு இந்த அவைக்குத் தெரிவிக்குமா?

கேள்விகளுக்கு அரசுத் தரப்பில் அளிக்கப்பட்ட பதில்கள்:

ஸ்பர்டாங்க் மைதானத்தின் ஒரு பகுதி விளையாட்டுத் திடலாகப் பயன்படுத்தப்பட்டு வருவதை அரசு அறியும்.

7-10-1917 அன்று அங்கு நடைபெற்ற நிகழ்வுகள் குறித்து தி ஹிந்து உள்ளிட்ட பல இதழ்கள் வெளியிட்ட விவரங்களும் அரசின் கவனத்திற்குக் கொண்டுவரப்பட்டன. டாக்டர் டி.எம். நாயர், ஏ.சி. பார்த்தசாரதி நாயுடு ஆகியோர் பேசியவை குறித்தும் அங்கு நிகழ்ந்தவைக்கான காரணம் பற்றியும் முரண்பாடான அறிக்கைகள் கொடுக்கப்பட்டுள்ளன. அங்கு உண்மையில் என்ன நடந்தது என்பதை அறிவது கடினமாக உள்ளது. வேறு தரப்புகளிலிருந்து வரும் தகவல்களின்படி யாரும் காயம் அடையவில்லை என்று தெரிகிறது. தாக்கப்பட்டவர்கள் குற்றவியல் நீதிமன்றம் சென்று நீதி பெற வாய்ப்புள்ளதால் இது தொடர்பாக எவ்வித நடவடிக்கையும் எடுக்கத் தேவையில்லை என்று அரசாங்கம் கருதுகிறது. (அரசு நடவடிக்கை எண் 1415 (பொது) நாள் 3-12-17)

அப்பாவி மக்களை வன்முறைக்குத் தூண்டிவிடும் இந்த அத்துமீறலைக் கண்டித்து சி. சுப்பிரமணிய பாரதியாரும் எழுதினார்:

சென்னைப் பட்டணத்தில் நாயர், கட்சிக் கூட்டமொன்றில் பறையரைவிட்டு இரண்டு மூன்று பார்ப்பாரை அடிக்கும்படித் தூண்டியதாகப் பத்திரிகையில் வாசித்தோம். ராஜாங்க விஷயமான கொள்கைகளில் அபிப்ராய பேதமிருந்தால், இதை ஜாதி பேதச் சண்டையுடன் முடிச்சுப் போட்டு அடிபிடிவரை கொண்டு வருவோர் இந்த தேசத்தில் ஹிந்து தர்மத்தின் சக்தியை அறியாதவர்கள். (பஞ்சமர் - மகாகவி பாரதியார் கட்டுரைகள் - வர்த்தமானன்)

...

என்னடா இது! ஹிந்து தர்மத்தின் பஹிரங்க விரோதிகள் பறையரைக் கொண்டு பிராமணரை அடிக்கும்படிச் செய்யும்வரை சென்னைப் பட்டணத்து ஹிந்துக்கள் பார்த்துக்கொண்டிருந்தார்கள். அடே! பார்ப்பானைத் தவிர மற்ற ஜாதியாரெல்லாம் பறையனை அவமதிப்பாகத்தான் நடத்துகிறார்கள். எல்லாரையும் அடிக்கப் பறையரால் முடியுமா? பறையருக்கு அனுகூலம் மற்ற ஜாதியார் செய்யத் தொடங்கவில்லையா? எதற்கும் ஹிந்து மத விரோதிகளின் பேச்சைக் கேட்கலாமா? (பறையர் - மகாகவி பாரதியார் கட்டுரைகள் - வர்த்தமானன்)

நாயருக்கு நம்பூதிரிகள் சம்பிரதாயம் காரணமாக நியாயமான கோபம் இருக்கலாம். தமிழ்நாட்டிலிருந்து சென்று குடியேறிய பட்டர்கள் திருவாங்கூர்-கொச்சி சமஸ்தான அலுவலகங்களிலும் மலபாரிலும் முக்கியமான பதவிகளை ஆக்கிரமித்துக்கொண்டதால் அவர்கள்மீது மற்ற சாதியினருக்கு எரிச்சல் ஏற்பட்டிருந்தது. அதுவும் நாயர் நினைவுக்கு வந்து அவரது கோபத்தை அதிகரிக்கச் செய்திருக்கலாம். அதையும்விட முக்கியமாக பிராமணர் மீது அசாத்தியமான ஆத்திரத்துடன் இருந்தார் டி.எம். நாயர்.

நீண்ட காலம் திருவல்லிக்கேணி வார்டு வாக்காளர்களான பிராமணர்களால் சென்னை மாநகராட்சிக்குத் தேர்ந்தெடுக்கப்பட்டு வந்த நாயர், பார்த்தசாரதி கோவில் குளத்துக்கு மாநகராட்சித் தண்ணீரை வழங்கக்கூடாது என்று எதிர்ப்பு தெரிவித்ததாலோ என்னவோ, அடுத்து வந்த தேர்தலில் போட்டியிட்டபோது தோற்றுப் போனார். ஆங்கிலேய அரசு உடனேயே அவரை நியமன உறுப்பினராக மாநகராட்சி மன்றத்தில் இடம் பெறச் செய்தது.

அடுத்து, இப்போதுள்ள மக்களவை போன்ற தில்லி இம்பீரியல் சட்டமன்றத்திற்குச் செல்ல விரும்பினார் நாயர். அவர் போட்டியிட விரும்பியது, சென்னை ராஜதானி சட்ட ஆலோசனை சபை உறுப்பினர்கள் தேர்ந்தெடுத்து அனுப்பவேண்டிய உறுப்பினர் பதவிக்கு. வெற்றி உறுதி என நம்பியிருந்தவர் வெறும் நான்கே வாக்குகள் பெற்றுப் படுதோல்வி அடைந்தார். பிராமணர்கள் தான் காலை வாரிவிட்டார்கள் என்று அவர் உறுதியாக நம்பினார். கோபம் காங்கிரஸின்மீதும் பாய்ந்தது. காங்கிரஸில் பிராமணர் ஆதிக்கம் கொடிகட்டிப் பறப்பதாகக் குற்றம் சாட்டிவிட்டு வெளியேறினார். அதன் பிறகே அவர் நடேச முதலியாரின் இடையறாத முயற்சியால் பிட்டி தியாகராயருடன் கை கோத்து நீதிக் கட்சியைத் தொடங்கினார்.

கட்சியின் சார்பில் தொடங்கப்பட்ட ஜஸ்டிஸ் ஆங்கில இதழின் ஆசிரியராகப் பொறுப்பேற்றுக்கொண்ட நாயர் மனம் போன படியெல்லாம் அதில் எழுத ஆரம்பித்தார்.

1917-ம் ஆண்டு நவம்பர் 9-ம் தேதி ஜஸ்டிஸ் இதழில் டாக்டர் டி.எம். நாயர் தென்னிந்தியாவில் உள்ள நான்கு மொழிப் பிரதேசங்கள் அடங்கிய பகுதி மத்திய அரசிலிருந்து விலகி தனிக் கூட்டாட்சியாக இயங்கவேண்டும் என்பதற்காகவே தங்கள் கட்சி

தொடங்கப்பட்டதாகவும் அதற்காகவே பாடுபடப் போவதாகவும் எழுதினார் என்று நீதிக் கட்சிப் பிரமுகரும், திருச்சியிலிருந்து வெளிவந்த 'நகர தூதன்' இதழின் ஆசிரியருமான மணப்பாறை ரெ. திருமலைசாமி பதிவு செய்துள்ளார்.

தென்னிந்திய லிபரல் கூட்டமைப்பு தொடங்கப்பட்டபோது இயற்றப்பட்ட நோக்கங்கள், விதிமுறைகளில் அப்படியொரு லட்சியம் எதுவும் தெரிவிக்கப்படவில்லை.

நீதிக் கட்சி அதிகாரப்பூர்வமாக வெளியிட்ட 'Justice Year Book 1929'-ல் CONSTITUTION என்ற தலைப்பின்கீழ் அறிவிக்கப்பட்டுள்ள குறிக்கோள்கள்:

1. எவ்வளவு விரைவாகச் சாத்தியமோ அவ்வளவு விரைவாக, அமைதியான முறையிலும் சட்டரீதியாகவும் நியாயமாகவும் பிரிட்டிஷ் பேரரசின் ஓர் அங்கமாக இந்தியா சுயாட்சி பெறச் செய்யவேண்டும்.

2. தென்னிந்தியாவில் உள்ள பல்வேறு பிராமணரல்லாத வகுப்பினருக்கும் போதிய அளவு பிரதிநிதித்துவம் கிடைக்கச் செய்து அதன் மூலம் அவர்களின் நலன்களைக் காத்து, அவர்களிடையே ஒற்றுமையும் நல்லெண்ணமும் வளரச் செய்யவேண்டும். சமூக அமைப்பில் அனைத்துச் சாதியினரையும் மேம்படுத்தி, நாளடைவில் எல்லாச் சாதிகளையும் ஒருங்கிணைக்கவேண்டும்.

3. கல்வி, சமூகம், பொருளாதாரம், தொழில்கள், விவசாயம், அரசியல் எல்லாவற்றிலும் தென்னிந்தியாவில் உள்ள எல்லா பிராமணரல்லாத வகுப்பினரையும் முன்னேற்றுதல்.

4. அனைவரின் ஒப்புதலுக்கும் உரியதாக இருக்கவேண்டிய எல்லாவிதமான விவகாரங்களிலும் சிறந்த முறையில் பொதுக் கருத்தை உருவாக்குதல்; முக்கியமான விஷயங்களில் தென்னிந்திய பிராமணரல்லாதார் அனைவரின் சார்பில் அதிகாரப்பூர்வமாகக் குரல் கொடுத்தல்.

5. மேற்சொன்ன நோக்கங்களை நிறைவேற்றச் சரி என்று தோன்றும் அனைத்து நடவடிக்கைகளையும் விரைந்து எடுத்தல்.

இந்த ஐந்து குறிக்கோள்களைத்தான் தென்னிந்திய லிபரல் கூட்டமைப்பு வகுத்துக்கொண்டு தொடங்கப்பட்டது. நடேச முதலியார், பிட்டி தியாகராயச் செட்டி, பானகல் அரசர் பி. ராமராயநிங்கர், ஜே.எம். நல்லுசாமிப் பிள்ளை உள்ளிட்ட 26 பேர் சேர்ந்து ஆரம்பித்த இக்கட்சியின் நிறுவன உறுப்பினர் எவருமே ஆரிய- திராவிட வேற்றுமை பேசிப் பிரிவினைக் கோரிக்கையை எழுப்பக் கருதியதில்லை. கட்சியில் இருந்த மிகப் பெரும் பாலான நிறுவன உறுப்பினர்கள் மட்டுமின்றி கட்சி தொடங்கப் பட்டபிறகு சேர்ந்த பலரும் ஹிந்து மத உணர்வு உள்ளவர்களே. பிராமணரல்லாதவருக்கு நியாயமாகக் கிடைக்கவேண்டிய நலன்களைக் கோருவதற்கான அமைப்பு என்பதாலேயே அதில் தம்மை இணைத்துக்கொண்டனர்.

உண்மை நிலை இவ்வாறு இருக்க, டி.எம். நாயர் தமது ஆசிரியர் பதவியை துஷ்பிரயோகம் செய்து எவரையும் கலந்தாலோசிக் காமல் கட்சியின் அதிகாரப்பூர்வ இதழில் மனம் போன போக்கில் பிரிவினைக் கோரிக்கையை எழுப்பி, அதற்காகத்தான் கட்சி பாடுபடப்போவதாக அறிவித்தார்.

நாயரின் எடுத்தேன் கவிழ்த்தேன் போக்கையும் அந்தந்த நேரத் தில் என்ன தோன்றுகிறதோ அதை முன்பின் யோசியாமல் அட்ட காசமாக அறிவிக்கும் சுபாவத்தையும் நன்கு அறிந்திருந்த மற்ற தலைவர்கள், அவர் திடீரென்று கட்சிக்கு உடன்பாடு இல்லாத ஒரு கொள்கையை அறிவித்ததை ஒரு பொருட்டாகக் கொள்ள வில்லை.

தமது சொந்த வட்டாரத்தில் உள்ள முறைகேடுகளைக் களை வதற்கான முயற்சி எடுப்பதற்கு மாறாக சென்னையில் வந்து உட்கார்ந்துகொண்டு கைதட்டல் பெறுவதற்காகவே சண்ட மாருதமாக வரம்புகளை மீறிப் பேசுவதும், தம்மிச்சையாக ஒரு கொள்கையைக் கட்சியின் லட்சியம் என அறிவிப்பதுமாக இருந்த ஒருவரை, திராவிட இயக்கத்தவர் தமது முன்னோராகக் கொள்வது பொருத்தம்தானா?

20. ஈ.வே.ரா. விரும்பிய விஷப் பரீட்சை

'ராமசாமி நாயக்கர் (ஈ.வே.ரா) ஒத்துழையா இயக்கத்தில் உள்ளும் புறமும் ஒன்றுபட உழைத்தவர். தமிழ்நாட்டில் கதரைப் பரப்பிய பெருமை அவருக்கே உண்டு. தீண்டாமைப் பேயை ஓட்ட அவர் பட்ட பாட்டை ஆண்டவனே அறிவன். நாட்டு விடுதலையைக் குறிக்கொண்டு பலமுறை நண்ணியவர். அவர் பணியின் நேர்மையே அவர் நெஞ்சில் மாறுதல் நிகழ்த்தியது என்று கருதலானேன். உண்மை உழைப்புக்கு ஊறு நிகழுங்கால் சிலர் பொறுமை வகிப்பர். சிலர் துறவு மேற்கொள்வர். சிலர் பிற்போக்காளராவர். இவை ஜீவ இயல்புகள்.'

இது, திரு.வி. கலியாணசுந்தரம் தன் வாழ்க்கைக் குறிப்பின் முதல் பகுதியில் (வசந்தா பதிப்பகம்) எழுதியது. திரு.வி.க மேலும் தொடர்கிறார்:

'நாயக்கர், 'சுயராஜ்யக் கட்சி ஒத்துழையாமை உணர்வையே போக்கிப் பட்டம் பதவிக் கட்சியாகும்' என்பர். 'தற்போது காங்கிரஸில் உற்றுள்ள சோர்வை நீக்கிப் பழைய ஒத்துழையாமையை உயிர்ப்பிக்கச் சுயராஜ்யக் கட்சியை ஒரு கருவியாகப் பயன்படுத்தல் வேண்டும்' என்று யான் சொல்வேன். 'மீண்டும் ஒத்துழையாமை எழுமா' என்று அவர் கேட்பார். 'அஃது எழுந்தே தீரும். வேறு வழியில்லை' என்று யான் உரைப்பேன். 'சுயராஜ்யக் கட்சியால் பிராமணர்க்கு ஏற்றமும் மற்றவர்க்கு இறக்கமும் உண்டாகும்' என்று இராமசாமியார் கூறுவார். யான் அதை மறுப்பேன். அவர் உள்ளம்

ஜஸ்டிஸ் கட்சியை வருடுவதை யான் குறிப்பால் உணர்வேன். 'ஜஸ்டிஸ் கட்சியில் கருத்தை இருத்தாதேயுங்கள். வேண்டு மானால் சமூகச் சீர்திருத்தத்தில் நாட்டஞ் செலுத்துங்கள்' என்று எச்சரிக்கை செய்வேன். இவ்வாறெல்லாம் அவரும் யானும் நட்பு முறையில் வாதம் புரிவோம். நடக்கும்போதும், இருக்கும் போதும், சாப்பிடும்போதும் பேசுவோம். குடியரசு என்றொரு பத்திரிகை அவரால் தோறுவிக்கப்பட்டது. அதன் வாயிலாக அவர் தம் மனத்திலுற்ற மாறுதல்கள் சிறிது சிறிதாக வெளி வரலாயின' என்று மேலும் எழுதுகிறார் திரு.வி.க.

போர்க்குணம் மிக்க ஈ.வே.ரா., களத்தில் போராடியே தாம் விரும்பும் மாற்றங்களைக் கொண்டுவரக் கருதியவர். ஜனநாயக நடைமுறைப்படித் தாமே பதவி ஏற்று அதிகாரத்தைக் கையில் எடுத்து மாற்றங்களை விளைவிப்பதைவிட அதிகாரப் பதவியில் இருப்பவர்களை நிர்பந்தித்துக் காரியம் சாதித்துக்கொள்ள வேண்டும் என்பதுதான் எப்போதுமே அவரது வழிமுறையாக இருந்துவந்தது. பதவியில் இருப்பவர்களைத் தமக்குக் கட்டுப் பட்டவர்களாகவும் தமது ஆதரவைச் சார்ந்து இருப்பவர்களாக வும் வைத்திருக்கச் செய்வதே அவரது செயல் திட்டம்.

பட்டம் பதவி என்று போகத் தொடங்கினால் அதில் ருசி கண்டு பதவியில் நீடிக்கப் பல சமரசங்களைச் செய்துகொள்ள நேரிடும்; அதிகாரத்தைச் சுயநலனுக்காகப் பயன்படுத்திக்கொள்ளும் பலவீனம் ஏற்பட்டுவிடும்; காலப் போக்கில் பதவி சுகத்துக்காக வும் அதிகார அகங்காரத்துக்காகவும்தான் கட்சி என்று ஆகிவிடும் என்பதில் அவருக்குச் சந்தேகமில்லை. அரசியல் நிலவரங் களையும் நாட்டு நடப்புகளையும் காண்கையில் ஈ.வே.ரா.வின் மதிப்பீடு எவ்வளவு சரியாக உள்ளது என்று ஒப்புக்கொள்ளத்தான் வேண்டும்.

அதிகாரப் பதவி ஏதும் இல்லாமல் பதவியில் இருப்போரை ஆட்டுவிப்பதில் ஒரு சௌகரியமும் உள்ளது. தமது நோக்கத் துக்கு இணங்க மேற்கொள்ளப்படும் நடவடிக்கையின் விளை வாக ஏதேனும் கோளாறு ஏற்பட்டால் அதற்குப் பொறுப்பேற்க வேண்டிய சங்கடம் இல்லை.

1925-ல் காஞ்சிபுரத்தில் நடந்த தமிழ்நாடு காங்கிரஸ் மாநாட்டின் விஷயாலோசனைக் கூட்டத்தில் ஈ.வே.ரா. சார்பில் எஸ். ராம நாதன் முன்வைத்த வகுப்புவாரிப் பிரதிநிதித்துவம் தொடர்பான

தீர்மானம் ஒரு சட்ட நுணுக்கத்தின் அடிப்படையில் தள்ளுபடி செய்யப்பட்டது. அப்படிச் செய்யாமல், தீர்மானத்தின் பேரில் மேற்கொண்டு நடவடிக்கை எடுக்கலாம் என்று ஈ.வே.ரா.வைச் சமாதானப்படுத்தியிருந்தால் அவரது பணி காங்கிரஸுக்குத் தொடர்ந்து கிடைத்துவந்திருக்கும். இப்படி நடந்திருந்தால் தமிழ்நாட்டின் அரசியலே திசை மாறிப் போயிருக்கும்.

இவ்வளவுக்கும் 1925 நவம்பர் 21, 22 ஆகிய தேதிகளில் நடந்த தமிழ்நாடு காங்கிரஸ் மாநாட்டுக்குத் தலைமை வகித்தவர் ஈ.வே.ரா. வின் உற்ற நண்பரான திரு.வி.க.தான்.

அந்தக் காலகட்டத்தில் காங்கிரஸின் சார்பு அமைப்பாக சுய ராஜ்யக் கட்சி இயங்கி வந்தது. சுயராஜ்யக் கட்சி சட்ட மன்றங் களில் இடம் பெற்று சட்ட விதிமுறைகளுக்கு இணங்கச் செயல் பட்டு ஆட்சியாளருக்கு முட்டுக்கட்டை போடும். காங்கிரஸ் மகாசபை வெளியில் இருந்துகொண்டு ஆங்கிலேய அரசுடன் போராடும். சுயராஜ்யக் கட்சி சுயேச்சையாக இயங்க காங்கிரஸ் அனுமதித்தது.

காங்கிரஸ்காரர்கள் சுயராஜ்யக் கட்சி என்ற பெயரில் இயங்கு வதை ஈ.வே.ரா. விரும்பவில்லை. பதவி ஆசை அவர்களை வழி தவறிப் போகச் செய்துவிடும் என்று கவலைப்பட்டார். கடைசி யில் அவர் நினைத்ததுபோலத்தான் நடந்தது. ராஜ தந்திரம் என்ற பெயரில் சுயராஜ்யக் கட்சியினர் முறைகேடான அரசியல் செய்யத் தொடங்கிவிட்டனர். ஆட்சிப் பொறுப்பை ஏற்க மாட் டோம் என்று உறுதி கூறிவிட்டு அதை மீறினர். பதிலுக்கு நீதிக் கட்சியும் அதே வழியைக் கையாண்டு நெறிகெட்ட அரசியலை நடத்தியது. பதவி சுகத்தையும் அதிகார கௌரவத்தையும் அனு பவித்துப் பழகியிருந்ததால் இந்த விளையாட்டில் அது மிகவும் ஆர்வமாக இறங்கியது.

முதல் நாள் மாநாடு 21-ம் தேதி பிற்பகல் 1:30 மணிக்குத்தான் ஆரம்பித்தது. சம்பிரதாயமான வரவேற்புரை, தலைவர் தேர்வு முதலான நிகழ்ச்சிகளோடு அன்றைய மாநாடு முடிவடைந்தது. மறுநாள் ஞாயிற்றுக் கிழமை மீண்டும் பிற்பகல் ஒரு மணிக்குக் கூடியபோதுதான் பிரச்னை கிளம்பியது. இதனை முன்கூட்டியே யூகித்த மாநாட்டுத் தலைவர் திரு.வி.க., கருத்து வேறுபாடுகள் பல இருந்தபோதிலும் எல்லாரும் பொறுமையாக நடந்து கொள்ளவேண்டும் என்று கேட்டுக்கொண்டார்.

அதன்பின் விஷயாலோசனைக் கமிட்டியில் நிறைவேற்றப்பட்ட தீர்மானங்களை தமிழ்நாடு மாநில காங்கிரஸ் தலைவர் எஸ். ஸ்ரீநிவாஸ ஐயங்கார் முன்வைத்தார்:

1. பாட்னாவில் கூடிய அகில இந்தியக் கமிட்டிக் கூட்டத்தில் அங்கீகரிக்கப்பட்ட தீர்மானத்தை, 'எப்போதும் கதராடையைக் கட்டாயமாய் உடுத்தவேண்டும்' என்ற மாறுதலுடன் காங்கிரஸ் தீர்மானிக்க வேண்டுமாய் இம்மாநாடு பரிந்துரைக்கிறது.

2. தற்சமயம் சுயராஜ்யக் கட்சியார் நடத்திவரும் அரசியல் திட்டத்தில் குறைவுபடாமல் இன்னும் தீவிரமாக காங்கிரஸ் அரசியல் வேலைத் திட்டத்தை நடத்தி, சட்டசபைத் தேர்தல்களையும் நடத்தவேண்டும் என்றும் இனி தனிப்பட்ட சுயராஜ்யக் கட்சி வேண்டாம் என்றும் இம்மாநாடு கான்பூர் காங்கிரஸ் மாநாட்டுக்குப் பரிந்துரைக்கிறது.

தீர்மானத்தை முன்மொழிந்த ஸ்ரீநிவாஸ ஐயங்கார், காங்கிரஸும் சுயராஜ்யக் கட்சியும் ஒன்றுபட வேண்டியது அவசியம் என்றும் சுயராஜ்யக் கட்சியினர் சுயராஜ்யம் கிட்டும்வரை அரசாங்கத்தோடு ஒருக்காலும் ஒத்துழைக்க மாட்டார்கள், முட்டுக் கட்டை போட்டு அரசை ஸ்தம்பிக்க வைப்பார்கள் என்றும் கூறினார்.

டாக்டர் வரதராஜுலு நாயுடு தீர்மானத்தை ஆதரித்துப் பேசுகையில், காங்கிரஸும் சுயராஜ்யக் கட்சியுமாகப் பிரிந்திருப்பது, அரசாங்கத்தைத் தாக்குவதற்கு பதிலாக ஒருவரோடு ஒருவர் சண்டையிடும் நிலைக்கு வந்துவிட்டது என்றார். சுயராஜ்யக் கட்சியார்தான் அரசாங்கத்தின் கண்களில் விரலைவிட்டு ஆட்டுகிறார்கள்; ஆதலால் காங்கிரஸை அவர்களிடம் ஒப்படைத்து விடலாம். சட்டசபையில் பிராமணர்கள் அதிகமாகப் புகுந்து விட்டால் என்ன செய்வது சிலர் கேட்கிறார்கள். பிராமணர்களுடன் போராடப் பயந்து அதிகாரவர்க்கத்துடனான போராட்டத்தை நிறுத்திவிடக் கூடாது. பிராமணர்கள் எவ்வளவு முயன்றாலும் சில ஸ்தாபனங்களுக்கு மேல் கைப்பற்ற முடியாது; அப்படியொரு நிலை வரும் எனச் சந்தேகம் இருந்தால் ஒரு சமரசக் குழு அமைத்துத் தீர்வு காணலாம் என்றார்.

எம். சிங்காரவேலு செட்டியார் தீர்மானத்துக்கு ஒரு திருத்தம் கொண்டுவந்தார்:

தற்சமயம் சுயராஜ்யக் கட்சியினர் நடத்திவரும் அரசியல் திட்டத்தில் குறைவுபடாமல் இன்னும் தீவிரமாகக் காங் கிரஸ் தனது அரசியல் திட்டத்தை நடத்தி, சட்டசபைத் தேர்தல்களிலும் ஈடுபடவேண்டும். இனி தனிப்பட்ட சுயராஜ்யக் கட்சி தேவையில்லை. சட்டசபைகளில் அதி கார விஷயங்களில் ஒத்துழையாமையைக் கடைப்பிடித்து, அரசாங்கத்தின் நடவடிக்கைகளை ஸ்தம்பிக்கச் செய்ய வேண்டிய முறைகளை காங்கிரஸ் மேற்கொள்ள வேண்டும். காங்கிரஸ் இதனை ஏற்காவிட்டால் சுய ராஜ்யக் கட்சியினர் சட்டசபையோ அரசாங்கமோ நியமிக் கும் கமிட்டி எதிலும் பங்கேற்காமல் ஆட்சியை ஸ்தம் பிக்கச் செய்யவேண்டும். அதுவும் பயன்படா விட்டால் முழு ஒத்துழையாமையை மேற்கொண்டு சுயராஜ்யம் பெறவேண்டும் என்று இம்மாநாடு கான்பூர் காங்கிரசுக்குப் பரிந்துரைக்கிறது.

எடுக்கவோ கோக்கவோ என்பதுபோல் எந்தத் தீர்மானமாக இருந்தாலும் தமது அத்யந்த நண்பர் ஆச்சாரியார், ராஜாஜி என்றெல்லாம் அழைக்கப்படும் சக்கரவர்த்தி ராஜகோபாலாச் சாரியாரிடம் ஆதரித்துப் பேச வேண்டுமா, எதிர்த்துப் பேச வேண்டுமா என்று கேட்டு அவர் விருப்பப்படியே ஆதரித்தோ, எதிர்த்தோ ஆணித்தரமாக, தக்க ஆதாரங்களுடன் பேசும் வழக்க முள்ள ஈ.வே.ரா., இந்தத் தடவை தாமாகவே ஒரு முடிவுக்கு வந்தவராக, தீர்மானம், திருத்தம் இரண்டையுமே எதிர்த்தார்.

பாட்னா தீர்மானத்தை ஆதரிப்பதாக இத்தீர்மானம் கூறு கிறது. ஆனால் பாட்னா தீர்மானம் என்னவென்பதே அநேகருக்குத் தெரிந்திராது. மகாத்மா காந்தி சுயராஜ்யக் கட்சியின் திட்டத்தை அங்கீகரிக்கவில்லை என்பது வெளிப் படை. சுயராஜ்யக் கட்சியார் காங்கிரசின் நிர்மாணத் திட்டம் நடைபெற வொட்டாமல் தடை செய்துகொண்டிருப்பதால் அவர்கள் தனியாகத் தொலைந்துபோகட்டும் என்று விடப்பட்டார்கள். சுயராஜ்யக் கட்சியின் திட்டத்தை மகாத்மாவும் மற்றவர்களும் அங்கீகரித்திருந்தால் சுயராஜ்யக் கட்சி என்று ஒரு தனிக் கட்சியே இருந்திராது. அவர் களுடைய திட்டத்தை காங்கிரஸ் முழுவதும் ஏற்றுக்கொள்வ தென்றால் அதைவிட வேறு அவமானம் இல்லை. பின்னர் காங்கிரசில் ஒத்துழையாமைக்கே இடமிராது. சுயராஜ்யக்

கட்சியின் திட்டத்தை ஒப்புக்கொள்வதற்கு அவர்கள் அப்படி என்ன சாதித்திருக்கிறார்கள்? வரவு செலவுத் திட்டத்தை அவர்கள் நிராகரித்திருக்கலாம். அதனால் ஒரு பைசாவேனும் வரி குறைந்ததா? அமைச்சர் சம்பளங்களை மறுத்தார்கள். அப்பணத்தை ஒரு வெள்ளைக்காரன் கொண்டுபோனான். இரட்டை ஆட்சியைக் குலைத்தார் கள் என்றால் அதன் விளைவாக ஒற்றை ஆட்சி ஏற்பட்டு விட்டது. அதுமட்டுமின்றி, மோதிலால் நேரு, விட்டல் பாய் பட்டேல் முதலானோர் கமிட்டி அங்கத்தினர் பதவிகளையும் தலைவர் பதவிகளையும் ஏற்கத் தொடங்கி விட்டார்கள். எனவே சுயராஜ்யக் கட்சியின் திட்டத்தை காங்கிரஸ் ஏற்பது முற்றிலும் தவறு!

எவ்வளவு அறிவார்ந்த பேச்சு! எத்தனை அனுபவபூர்வமான எச்சரிக்கை! ஈ.வே.ரா. சொன்னதுபோலவே நடந்தது. வெளியே யும் ஒத்துழையாமை இல்லை, உள்ளேயும் ஒத்துழையாமை இல்லை என்ற காங்கிரஸ், 1937 தேர்தலில் அறுதிப் பெரும் பான்மை கிடைத்ததும், ராஜாஜி தலைமையில் அவசர அவசர மாக ஆட்சிப் பொறுப்பை ஏற்றுக்கொண்டது.

ஆனால் இந்தத் தீர்மானத்தின்மீது தமது கருத்தைத் தெரிவிக்கை யில் மட்டும் ராஜாஜியின் பேச்சு வேறுமாதிரியாக இருந்தது. தாமாக எழுந்து எதுவும் பேசாமல் அமைதியாக இருந்து மற்றவர் களின் ஆவலைத் தூண்டினார் ராஜாஜி. இந்த விஷயத்தில் ராஜ கோபாலாச்சாரியாரின் கருத்தை அறியப் பலரும் விரும்பி னார்கள். அதற்குப் பிறகுதான் அவர் பேசினார்.

தீர்மானத்தின் முதல் பகுதி நிறைவேறினால் தமக்கு மகிழ்ச்சி ஏற்படும் என்று கூறிய ராஜாஜி, காந்திஜி கதர் கட்டுவதைக் கட்டாயமாகச் செய்யவேண்டியதில்லை என்று கருதியதாகத் தெரிவித்தார். ஆயினும் தமிழ்நாடு காங்கிரஸ், கதரைக் கட்டாய மாகச் செய்தால் அவருக்கு மிகுந்த மகிழ்ச்சி ஏற்படும். கதரைக் கட்டாயமாகச் செய்யாவிட்டாலும் மோசம் எதுவுமில்லை. முதல் பகுதி நிறைவேறினாலும், நிறைவேறாவிட்டாலும் அவ ருக்கு ஆட்சேபமில்லை; ஆனால் இரண்டாவது பகுதியை அவ ரால் ஆதரிக்க முடியாது என்றார். அவர் மேலும் தொடர்ந்தார்:

இன்றளவும் சட்டசபை விஷயத்தில் எனக்கு நம்பிக்கை இல்லை. என்னைப்போல் நம்பிக்கை இல்லாதவர்கள்

> பெரும்பான்மையினராய் இல்லாவிட்டாலும் பலர் இருக்கின்றனர் என்பது வெளிப்படை. நமக்கு நம்பிக்கை இல்லாத வேலையைப் பற்றியவரையில் இப்படிச் செய், அப்படிச் செய் என்று நாம் ஏன் சொல்லவேண்டும்? அவ்வப்போது சமயோசிதமாகக் காரியங்கள் செய்யும்படியாக சுயராஜ்யக் கட்சியாரை விட்டுவிட வேண்டும். ... நாம் காகித மூலமாகச் சில யோசனைகளைச் சொல்லி அவர்களுக்குத் தொந்தரவு கொடுக்கலாகாது. சுயராஜ்யக் கட்சியினர் இறுதியில் சட்டசபைகளைவிட்டு வெளியேறித் தம்முடன் சேர்ந்து வேலை செய்வார்கள் என்ற நம்பிக்கையால்தான் காந்திஜி அவர்களை ஆதரித்து வருகிறார்...

காங்கிரஸ்-சுயராஜ்யக் கட்சி இடையே ஒற்றுமை ஏற்படும் என்று கருதியே இத்தீர்மானத்தைக் கொண்டுவந்ததாகக் கூறிய ஸ்ரீநிவாஸ ஐயங்கார், தீர்மானத்தால் பிளவு ஏற்படும்போல் தோன்றுவதால் தீர்மானத்தைத் திரும்பப் பெற்றுக்கொள்வதாகக் கூறினார்.

தீர்மானத்தின் இரண்டாம் பகுதியைத் தவிர்த்துவிட்டு, முதல் பகுதியை மட்டும் மாநாட்டுத் தலைவர் வாக்கெடுப்புக்கு விட்டார். தீர்மானம் பெரும்பான்மை வாக்குகள் பெற்று நிறைவேறியது. அதன் பிறகே ஈ.வே.ரா. அவர்கள் தோற்றுவித்த பூகம்பம் மாநாட்டை கிடுகிடுக்கச் செய்தது.

விஷயாலோசனைக் கூட்டத்தின்போதே மாநாட்டுத் தலைவர் திரு.வி.க.வால் நிராகரிக்கப்பட்ட இரு தீர்மானங்கள் புத்துயிர் பெற்று எழுந்தன.

விஷயாலோசனைக் கூட்டத்தில் ஈ.வே.ரா. சார்பில் எஸ். ராமநாதன் பின்வரும் தீர்மானத்தை முன்மொழிந்தார்:

> தேசிய முன்னேற்றம் காண வேண்டுமானால் ஹிந்து சமூகத்தாருக்குள்ளும் பற்பல ஜாதியாருக்குள்ளும் பரஸ்பர நம்பிக்கையும் துவேஷமின்மையும் ஏற்படவேண்டுமானால் அரசியல் அவைகளிலும் பொது ஸ்தாபனங்களிலும் பிராமணர், பிராமணரல்லாதார், தீண்டத்தகாதார் எனக் கருதப்படுவோர் என்ற இம்மூன்று பிரிவினருக்கும் தனித் தனியாக மக்கள் தொகை விழுக்காட்டின் பிரகாரம் இடங்கள் ஒதுக்கித் தத்தம் பிரதிநிதிகளைத் தேர்ந்து

கொள்ள உரிமை அளிக்கவேண்டும் என்று இம்மாநாடு தீர்மானிக்கிறது.

இத்தீர்மானத்தை எஸ்.ராமநாதன் முன்மொழிந்தபின், ஈ.வே.ரா. அதனை ஆதரித்தார். அப்போது கிருஷ்ணசாமிப் பாவலர் என்பவர், நூற்றுக்குத் தொண்ணூறுபேர் பிராமணர் அல்லாதவர்களாக இருக்கவேண்டும் என்று தீர்மானத்தில் சேர்க்கவேண்டும் என்றார். கும்பகோணம் சுப்பிரமணியப் பிள்ளை திரு.வி.க.விடம் ஒரு துண்டுச் சீட்டைக் கொடுத்தார். கையொப்பம் ஏதும் இல்லாத அச்சீட்டில், நூற்றுக்கு எழுபத்தைந்து பேர் பிராமணரல்லாதாராக இருக்கவேண்டும் என்று ஆங்கிலத்தில் எழுதப்பட்டிருந்தது. அதை ஆராய்ந்ததில் கோவை ராமலிங்கம் செட்டியார் தலைமை யில் நடந்த பிராமணரல்லாதார் கூட்டத்தில் எடுக்கப்பட்ட முடிவு அது என்று தெரியவந்தது.

ராமநாதனின் தீர்மானம் விஷயாலோசனைக் கூட்டத்தில் வாக்கெடுப்புக்கு விடப்பட்டு, தோல்வி அடைந்தது. தீர்மானத்தை மாநாட்டில் வலியுறுத்தப்போவதாக ராமநாதன் அறிவித்தார். விஷயாலோசனைக் கமிட்டியில் தீர்மானம் தோல்வி அடைந்து விட்டதால் மாநாட்டில் அதனை வலியுறுத்துவதானால் தீர் மானத்துக்கு ஆதரவாக 25 பேர் கையொப்பம் வேண்டும் என்று தலைவர் நிபந்தனை விதித்தார். அதற்கு இணங்கக் கையொப்பம் பெறப்பட்டது. மாநாட்டில் தீர்மானத்தை வலியுறுத்த ராமநாத னுக்கு அனுமதி வழங்கப்பட்டது.

இரண்டாவது தீர்மானம் விஷயாலோசனைக் கமிட்டியில் ஏற்கப் பட்டு டாக்டர் வரதராஜுலு நாயுடு மாநாட்டில் முன்மொழிவ தாக இருந்தது. தேசிய ஒற்றுமையையும் பற்பல சமூகத்தாரின் நன்மைகளையும் கருதி கான்பூரில் நடக்கவிருக்கும் அகில இந்திய காங்கிரஸ் மகாசபை சட்டசபைத் தேர்தல்களை நடத்து மாறும் அவ்வாறு தீர்மானித்தபின் நமது மாகாணத்தில் அத் தேர்தல்களை நடத்தும் பொருட்டு ஒரு வேட்பாளர் தேர்வுக் குழுவை நியமித்து நடத்திவைப்பது அவசியம் எனவும் அவரது தீர்மானத்தில் குறிப்பிடப்பட்டிருந்தது.

சுயராஜ்யக் கட்சியின் வேலைத்திட்டத்தை காங்கிரசே ஏற்றுக் கொள்ளவேண்டும் என்ற தீர்மானம் திரும்பப் பெற்றுக்கொள்ளப் பட்டுவிட்டதால் வரதராஜுலு நாயுடுவின் தீர்மானத்தை எடுத்துக் கொள்ளவேண்டிய அவசியம் இல்லாமல் போய்விட்டது.

இரு தீர்மானங்களுமே ஒழுங்குமுறைக்கு மாறானவையாக இருப்பதால் இரண்டையும் முன்மொழிய அனுமதி மறுப்பதாக திரு.வி.க. அறிவித்தார்.

தலைவரின் தீர்ப்பை ஈ.வே.ரா. ஆட்சேபித்தார். தீர்ப்புக்குக் காரணம் எதாவது உண்டா அல்லது தலைவரின் எதேச்சாதி காரம்தான் காரணமா என்று கேட்டார்.

தலைவரின் தீர்ப்புக்குக் கட்டுப்படவேண்டும் என்று அவையில் இருந்தவர்கள் கூக்குரலிட்டனர்.

'நான் தலைவரிடம் பேசுகிறேன். அவர் என் கருத்தைச் சொல்ல அனுமதிக்கவும் அடக்கவும் உரிமை உள்ளவர். அவர் உத்தர வின்றி மற்றவர் கலவரம் செய்தால் நான் சும்மாயிருக்க மாட் டேன்' என்று உறுமினார் ஈ.வே.ரா.

'நான் எவ்வித அடக்குமுறையையும் கையாளவில்லை. நாயக்கர் எனது பிரிய நண்பர். ஆனால் தலைவர் என்ற முறையில் என் கடமையைச் செய்யவேண்டியுள்ளது. சட்டசபை வேலையைக் காங்கிரசே மேற்கொள்ள வேண்டும் என்ற தீர்மானம் நிறைவேற வில்லை. அது திரும்பப் பெற்றுக்கொள்ளப்பட்டு விட்டது. சட்டசபைக்குரிய அவ்வேலையைச் செய்ய சுயராஜ்யக் கட்சிக்கே அதிகாரம் கொடுக்கப்பட்டுள்ளது. ஆகவே சட்ட சபைப் பணிக்குரிய வகுப்புவாரிப் பிரதிநிதித்துவம் பற்றி ஆலோசிக்க இம்மாநாட்டுக்கு உரிமை இல்லை. சுயராஜ்யக் கட்சிக் கூட்டத்தில்தான் இதைப்பற்றி ஆலோசித்தல் வேண்டும். எனவேதான் தீர்மானங்களை நிராகரித்துவிட்டேன்' என்றார் திரு.வி.க.

உடனே ஈ.வே.ரா., எஸ்.ராமநாதன், சுரேந்திர நாத் ஆர்யா, சக்கரைச் செட்டியார் ஆகிய நால்வரும் அவையைவிட்டு வெளியேறிச் சென்றனர்.

மாநாட்டுத் தலைவரின் முடிவுரையாக திரு.வி.க. மிகவும் உருக்கமாகப் பேசினார்:

> இம்மாநாட்டில் வகுப்பு வேற்றுமை உணர்ச்சி பெரிதும் தலைகாட்டிற்று. இந்த வேற்றுமையை ஒழித்துவிடும்படி உங்களைப் பெரிதும் கேட்டுக்கொள்கிறேன். என்னைக் கேட்டால் நான் பிராமணன் என்றாவது பிராமணனல்லாத

வன் என்றாவது சொல்ல மாட்டேன். நான் ஓர் இந்தியன் என்றே கூறுவேன். தீண்டாமையும் பிராமணர்-பிராமணர் அல்லாதார் வேற்றுமையும் முழுவதும் ஒழிந்தபின்னரே சுயராஜ்யத்திற்காக உழைக்கவேண்டும் என்று சொன்னால் யான் அதை ஒருக்காலும் ஒப்புக்கொள்ள மாட்டேன். ஒரு பக்கத்தில் வேற்றுமையொழிந்து ஒற்றுமை நிலைப்பதற் காக நாம் பாடுபடல் வேண்டும். மற்றொரு புறத்தில் அதிகார வர்க்கத்தை எதிர்த்தும் போராடிவர வேண்டும்.

தூய தமிழில் இனிய நடையில் எழுதியும் பேசியும் வந்த திரு.வி.க., தம்மைத் தமிழன் என்று கூறிக்கொள்வதற்கு முன் பாக இந்தியன் என்று கூறிக்கொண்டார். அதன் பிறகே அவர், 'தமிழ்நாட்டின் ஒற்றுமைக்கு ஒரே சாதனமாயிருப்பது தமிழ் மொழி என்று மீண்டும் ஒருமுறை கூறுகின்றேன். நாம் அனை வரும் தமிழர்கள் என்ற உணர்ச்சி பெருக வேண்டும். பிராமணர் தமிழர் அல்லர் என்று சிலர் சொல்கின்றனர். இதை நான் ஒப்புக்கொள்ள முடியாது' என்றார்.

காஞ்சிபுர மாநாட்டின் விளைவாக ஈ.வே.ரா. என்கிற சக்தி வாய்ந்த, சாமானிய மக்களின் நெஞ்சில் தைப்பதுபோலக் கருத்துகளைச் சொல்லவல்ல பிரசார பீரங்கியை தமிழ்நாடு காங்கிரஸ் இழந்தது. அவர் முழு மூச்சுடன் மிகவும் வெளிப் படையாக பிராமணர்கள்மீது துவேஷத் தீயைப் பரப்ப வழி செய்துகொடுத்தது.

மாநாட்டுத் தலைவர் திரு.வி.க. தமது முடிவுரையில் 'சுயராஜ்யக் கட்சியாரின் வேலைக்கு யான் எவ்வித இடையூறும் செய்யப் போவதில்லை. ஆனால் தனிப்பட்ட சுயராஜ்யக் கட்சித் தலைவர் கள் தவறு செய்யும்போது அவர்களைக் கண்டிக்க நமக்கு உரிமை உண்டு. இவ்வுரிமையை நான் என்றும் நெகிழவிடப் போவ தில்லை' என்றார்.

என்ன இருந்தாலும் சுயராஜ்யக் கட்சி காங்கிரசுக்குக் கட்டுப் பட்டு இருக்கவேண்டிய அமைப்புதான். அதன் அடிப்படை யிலேதான் திரு.வி.க. அவ்வாறு பேசினார். ஆகவே ஈ.வே.ரா. வின் தீர்மானத்தை சுயராஜ்யக் கட்சியின் பரிசீலனைக்கு அனுப்பு வதாக ஒரு திருத்தத்துடன் நிறைவேற்றியிருந்தால் ஈ.வே.ரா. வைத் திருப்தி செய்திருக்க முடியும். அவரது பணி காங்கிரசுக்குத் தொடர்ந்து கிடைத்துவந்திருக்கும்.

ஆனாலும் இந்த விவகாரத்தில் ஈ.வே.ரா.வின் நிலைப்பாடு முன்னுக்குப் பின் முரண்பாடாகவே இருந்துள்ளது.

'சுயராஜ்யக் கட்சி என ஒன்று காங்கிரசின் சார்பாக சட்ட சபைக்குப் போகவே தேவையில்லை. கட்சியில் பதவி நாட்டம் ஏற்பட அது வழி செய்துவிடும். எதிலும் பங்கெடுக்காமல் ஒத்துழையாமை இயக்கத்தை முழு மூச்சுடன் நடத்தவேண்டும்' என்று வலியுறுத்திய ஈ.வே.ரா., சட்டசபைக்குப் போட்டியிடும் இடங்களை வகுப்புவாரியாக விகிதாசார அடிப்படையில் ஒதுக்க வேண்டும் என்று கூறுவது எப்படிப் பொருந்தும்?

பிராமணரல்லாத பிரிவிலும் தாழ்த்தப்பட்டோர் பிரிவிலும்கூட நிறைய சாதிகள் இருப்பதால் இந்த விகிதாசார முறையில் பகிர்ந்தளிக்கத் தொடங்குகையில் வெகு விரைவிலேயே சாதி களுக்கிடையில் போட்டா போட்டி ஏற்பட்டு அது சாதிக் கல வரங்களாக முற்றத் தொடங்கிவிடாதா?

பிராமணரல்லாதார் என்று ஒரே சாதியாகச் சேர்த்துவைத்து மொத்தத்துக்குமாக விகிதாசரப்படி இடங்களை ஒதுக்குவது எப்படிப் பொருத்தமாக இருக்க முடியும்? இதற்கு பிராமண ரல்லாத பல்வேறு சாதியினர் எப்படி ஒப்புக்கொள்வார்கள்?

சாதிவாரியாக விகிதாசார அடிப்படையில் ஆட்சி மன்றங்களில் இட ஒதுக்கீடு செய்வதாக வைத்துக்கொள்வோம். தமிழ்நாட் டில் இசை வேளாளர் என்கிற சாதியினர் பிராமணர்களையும்விட மிகச் சிறுபான்மையினர் ஆவார்கள். விகிதாசரப்படிப் பார்த்தால் அவர்களுக்கு அங்கெல்லாம் ஓர் இடம் கிடைப்பதே அதிக பட்சம். இந்த ஏற்பாடு நடைமுறையில் இருந்திருக்குமானால் தமிழ்நாட்டின் முதல்வராக ஐந்து முறை பதவி வகிப்பது மு.கருணாநிதிக்குச் சாத்தியமாகி இருக்குமா?

எனவே சட்டசபையில் விகிதார அடிப்படையில் வகுப்புவாரிப் பிரதிநிதித்துவம் வேண்டும் என்று வலியுறுத்திய ஈ.வே.ரா.வை கருணாநிதி ஏற்றுக்கொள்வது எந்த வகையில் பொருத்தமாக இருக்கும்?

21. சாதிகளைச் சரணடைந்த சுய மரியாதை

ஈ.வே.ரா. அவர்கள் 1925-ல் நடந்த காஞ்சிபுரம் மாநாட்டிலிருந்துதான் வெளியேறினாரே அன்றி காங்கிரசிலிருந்து முறைப்படி விலகவோ, கட்சிக்கு பகிரங்கமாக எதிர்ப்பு தெரிவித்தமைக்காக விலக்கப் படவோ இல்லை. கட்சிக் கட்டுப்பாட்டையும் கொள்கையையும் மீறியதாக அவர்மீது நடவடிக்கை ஏதும் எடுக்கப்பட்டதில்லை. அவரும் கட்சியின் போக்கு தமக்கு உடன்பாடாக இல்லாததால் கட்சியிலிருந்து விலகிக் கொள்வதாகப் பதவி விலகல் கடிதம் ஏதும் முறைப்படி எழுதிக் கொடுக்க வில்லை! 1926-லும் அவர் தமிழ்நாடு காங்கிரசில் உறுப்பினராகவே இருந்திருக்கிறார். (The Political Career of E.V. Ramasami Naicker - Dr. E.Sa.Viswanathan)

ஈ.வே.ரா.வின் நண்பர் திரு.வி.க.வும் ஒரு கட்டத் தில் காங்கிரசில் சாதாரண உறுப்பினருக்கான கட்டணம் செலுத்துவதைக்கூட நிறுத்திவிட்டார். அதன்பிறகும் காங்கிரஸ் நிகழ்ச்சிகளில் பங்கேற்று வர அவர் தவறவில்லை.

'(தமிழ்நாடு காங்கிரஸ்) காரியக் (கமிட்டி) கூட்டத்தி னின்றும் விலக உறுதி கொண்டேன். விலகுதற்குக் கடிதம் அனுப்பினேன்... எனது விலகுதல் ஏற்றுக் கொள்ளப்பெற்றபின்னர், நான்கணா சந்தா என்னிடத் திருந்து வாங்கப்பட்டு வந்தது. பின்னே அதுவும் வாங்கப்படவில்லை. யானும் அதன்மீது கவலை

செலுத்தவில்லை. சந்தா செலுத்தாமலே யான் காங்கிரஸ்காரனாகக் காலங் கழித்து வருகிறேன்' என்று எழுதுகிறார் திரு.வி.க. (திரு.வி.க. எழுதி வைத்த வாழ்க்கைக் குறிப்பு).

அவ்வளவு ஏன், காந்திஜியேகூட ஒரு கட்டத்துக்குப் பிறகு சாதாரண உறுப்பினர் கட்டணம் செலுத்தாமலும் எவ்விதப் பொறுப்பும் வகிக்காமலும் காங்கிரசை வழி நடத்திச் சென்றவர் தான்! காங்கிரசை அவ்வப்போது இடித்துரைத்துக் கொண்டிருந்த வருந்தான்!

ஈ.வே.ரா.வையும் முறைப்படி அவர் காங்கிரசிலிருந்து விலகாத வரை காங்கிரஸ்காரர் என்றே கருதலாம்தான். அவருக்கே உரித் தான மிகமிகக் கடுஞ்சொற்களால் காங்கிரசைக் கடுமையாகத் தாக்கிப் பேசி வந்ததையெல்லாம் ஏதோ கோபத்தில் பெற் றோரே குழந்தையை 'கொன்னுடுவேன்' என்று சொல்வதைப் போலச் சொல்லியிருக்கிறார் என்றுகூடச் சொல்ல முடியும்தான். தள்ளாத வயதில் தமது கடைசி அரசியல் நடவடிக்கையாகத் தமிழ்நாடு முழுவதும் அலைந்து திரிந்து 1967 பொதுத் தேர்தலில் காங்கிரசின் வெற்றிக்காக அரும்பாடு பட்டவர்தானே ஈ.வே.ரா!

1967 தேர்தலில் ஆட்சியைக் கைப்பற்றும் அளவுக்கு திமுக வெற்றி பெற்று, 'உங்களுடைய கடும் உழைப்பையும் எதிர்ப்பை யும்மீறி ஆட்சியைக் கைப்பற்றிவிட்டேன் பார்த்தீர்களா' என்று நேருக்கு நேர் சொல்லாமல் சொல்லிக்காட்டுவது போலவும், 'இன்னா செய்தாரை ஒறுத்தல் அவர் நாண நன்னயம் செய்து விடல்' என்கிற குறளுக்கு இணங்க, இந்த ஆட்சியே உங்க ளுக்குக் காணிக்கை என்றும் அண்ணா சொன்னபிறகுதானே ஈ.வே.ரா., 'பிளேட்டைத் திருப்பிப்' போட்டார்!

1967-ல் காங்கிரசே மீண்டும் ஆட்சிக்கு வந்திருந்தால் ஈ.வே.ரா. தொடர்ந்து திமுகவை நாராசமாகத் தூற்றிக்கொண்டும் காங் கிரஸை முழு மூச்சுடன் ஆதரித்துக்கொண்டும்தானே இருந்திருப் பார். காங்கிரசைக் கருவறுப்பேன் என்று அவர் செய்த சபதத்தை ஏதோ ஆத்திரத்தில் சொந்த மகனைச் சபிக்கும் தந்தையாக நடந்துகொண்டார் என்று சொல்லலாம்தானே!

காஞ்சி மாநாட்டிலிருந்து வெளியேறியதுமே சுயமரியாதைச் சங்கம் என்ற அமைப்பை அவர் தொடங்கிவிடவில்லை. ஆனால் மாநாடு நடைபெற்ற 1925-லேயே அவர் சுய மரியாதை இயக் கத்தை ஆரம்பித்துவிட்டதுபோல் எழுதப்படுகிறது. ஆனால்,

1926-ல்கூட ஈ.வே.ரா. காங்கிரசில் இருந்துகொண்டே சுயமரி யாதைச் சங்கம் நடத்தியமைக்குக் குறிப்புகள் உள்ளன.

1927-ல் தஞ்சை மாவட்டம் பேராவூரணியில் சுய மரியாதைக் கூட்டத்தில் பேசிய ஈ.வே.ரா., அந்த அமைப்பைத் தொடங்கி இரு ஆண்டுகள் ஆகிவிட்டன என்று குறிப்பிட்டார் என சமகால வரலாற்று ஆய்வாளரும் நூலாசிரியருமான பழ. அதியமான் தெரிவிக்கிறார். ஆகவே சுய மரியாதை அமைப்பு 1925-ல் தொடங்கப்பட்டதாகவே கொள்ளலாம்.

1925 காஞ்சி மாநாட்டுக்குப் பிறகு ஈ.வே.ரா.வுக்குக் காங்கிரஸ் மீது இருந்த ஈடுபாடு போய்விட்டபோதிலும் அடுத்து மேற் கொள்ளவேண்டிய அரசியல் பணி என்ன என்பது குறித்துத் தீர்மானமான திட்டம் எதுவும் இருக்கவில்லை என்று டாக்டர் ஈ.ச. விசுவநாதன் தமது நூலில் குறிப்பிடுகிறார். சுயமரியாதைச் சங்கத்துக்கு ஆதரவு திரட்ட ஈ.வே.ரா. பிற்பட்ட சாதியினர்மீது குறிவைத்ததாக விசுவநாதன் மேலும் குறிப்பிடுகிறார். நாடார், அகமுடையார், இசை வேளாளர், செங்குந்தர், வன்னியர்கள் ஆகியோரை மட்டுமின்றி தாழ்த்தப்பட்டோரான பறையர், பள்ளர்களையும் சுயமரியாதை இயக்கம் அணுகியது. சுய மரியாதைச் சங்கத்தில் ஈ.வே.ரா. வுக்குத் துணையாக எஸ்.ராம நாதன், சுவாமி கைவல்யம், எஸ். குருசாமி, அய்யாமுத்து ஆகியோர் பணியாற்றினர்.

1929-ம் ஆண்டு ஃபிப்ரவரி 17-ம் நாள் செங்கல்பட்டில் சுய மரியாதைச் சங்கத்தின் முதல் மாநில மாநாடு நடைபெற்றது. மாநாட்டின் தொடக்க உரையை அப்போது சென்னை ராஜதானியின் முதன்மை அமைச்சராக இருந்த பி. சுப்பராயன் நிகழ்த்தினார். இவர் தனது பதவியைத் தக்கவைத்துக்கொள் வதற்காக ஜஸ்டிஸ் கட்சி, சுயராஜ்யக் கட்சி என்று சர்க்கஸ் விளையாட்டுபோல மாற்றி மாற்றி ஊஞ்சலாடிக்கொண்டிருந் தார். சட்டசபையில் அன்று சுயேச்சைகள் என்ற பெயரில் நடேச முதலியார் உள்ளிட்ட பல பழைய நீதிக் கட்சியினர் சுப்பராயனை ஆதரித்துக்கொண்டிருந்தனர். சுயராஜ்யக் கட்சி சுப்பராயன்மீது நம்பிக்கையில்லாத் தீர்மானம் கொண்டுவரும்போது நீதிக் கட்சியும், நீதிக் கட்சி நம்பிக்கையில்லாத் தீர்மானம் கொண்டு வரும்போது சுயராஜ்யக் கட்சியும் அவரை ஆதரித்து தீர் மானத்தைத் தோற்கடித்துக்கொண்டிருந்தன.

சுப்பராயன் முதன்மை அமைச்சர் பதவியில் இருந்துகொண்டு சுயமரியாதை மாநாட்டில் பங்கேற்றது கடும் விமர்சனத்துக்கு உள்ளானது. அதிலும், ஒரு சுயமரியாதைச் சங்க உறுப்பினர் போல அவர் ஹிந்து சமயத்தைக் கண்டித்துப் பேசியது மேலும் கண்டனத்துக்கு உரியதாயிற்று.

முதன்மை அமைச்சரே ஆதரவாளராக இருக்கிறார் என்கிற உற்சாகத்தால்தானோ என்னவோ, சுயமரியாதைச் சங்கம் அதி தீவிரப் போக்கை மேற்கொள்ளத் தொடங்கியது. பிராமணர்களுக்கு வாழ்வளிப்பனவாக ஹிந்து ஆலயங்கள் இருப்பதால் பிராமணரல்லாதார் எவரும் கோவில்களுக்குப் போகக்கூடாது என்ற பிரசாரத்தை மேற்கொண்டது. இது சுயமரியாதையை ஆதரித்த எல்லா சாதியினரையும் திடுக்கிட வைத்தது. குறிப்பாக, சைவ வேளாளர்கள் பதறிப் போனார்கள்.

கோவில்களில் வழிபாடு என்ற பெயரில் ஒரு காசுகூட பிராமணரல்லாதார் செலவழிக்கக் கூடாது, ஒரு காசு பெறுமானமுள்ள பொருளையும் கோவிலுக்குக் கொடுக்கக் கூடாது, புதிதாகக் கோவில் எதுவும் கட்டப்படலாகாது என்றும் மாநாட்டில் தீர்மானங்கள் நிறைவேறின.

கோவில்களுக்கும் மடங்களுக்கும் உள்ள சொத்துகளிலிருந்து வரும் வருமானம் தொழிற் கல்வி அளிக்கவும் தொழில் துறை ஆய்வுகளுக்கும் பயன்படுத்தப்பட வேண்டும் என்றும் தீர்மானம் யோசனை தெரிவித்தது.

கோவில்களில் நடைபெறும் திருவிழாக்கள் உடனடியாக நிறுத்தப்படவேண்டும் என்றும் அதற்கு ஆகும் செலவை பொதுச் சுகாதாரம், உடல் ஆரோக்கியம் போன்றவற்றில் மக்களுக்கு அறிவூட்டும் கண்காட்சிகள் நடத்தப்படவேண்டும் என்றும் இன்னொரு தீர்மானம் வலியுறுத்தியது.

மாநாட்டில் கலந்துகொண்ட நீதிக் கட்சித் தலைவர்கள் ஹிந்துக் கோவில்களுக்கு எதிரான தீர்மானங்களை வன்மையாகக் கண்டித்தனர். புதிதாகக் கோவில்கள் கட்டப்படாவிட்டாலும் இருக்கின்ற கோவில்களைப் பராமரிப்பது மிகவும் இன்றியமையாதது என்று தெரிவித்த டி.வரதராஜுலு நாயுடு என்ற உறுப்பினர், பக்தர்கள் கோவிலுக்குக் காணிக்கை செலுத்தக்கூடாது என்ற தீர்மானத்தைக் கைவிடக் கோரித் திருத்தம் கொண்டு

வந்தார். கே.வி.மேனன் என்ற உறுப்பினர் அதற்கு ஆதரவு தெரிவித்தார். கோவில்கள் தமக்கான தேவைகளுக்கான செலவு களைச் செய்தபின் உபரியாக நிதி இருந்தால் மட்டுமே தொழிற் கல்வி, தொழில் ஆராய்ச்சி போன்றவற்றுக்குப் பயன்படுத்தலாம் என்ற ஒரு திருத்தத்தையும் அவர் முன்மொழிந்தார்.

ஆனால் ஈ.வே.ரா.வின் ஆதரவாளர்களே பெரும் எண்ணிக்கை யில் திரண்டிருந்ததால் எவ்விதத் திருத்தங்களும் ஏற்கப்படா மலேயே தீர்மானங்கள் நிறைவேற்றப்பட்டன.

1927-லிருந்தே ஈ.வே.ரா. நீதிக் கட்சியினருடன் உறவாட ஆரம் பித்திருந்தார். கட்சியின் விஷயாலோசனைக் கூட்டங்களில் பங்கேற்று வந்தார். அவரது சுயமரியாதைச் சங்கத்தின் மத விரோதப் பிரசாரத்தை நீதிக் கட்சி ஊக்குவிப்பதாகத் தமிழ்நாடு காங்கிரஸ் கட்சியின் முக்கிய உறுப்பினர் எம்.பக்தவத்சலம் கண்டனம் தெரிவித்தார்.

சுய மரியாதைச் சங்கம் தனது மத விரோத நடவடிக்கைகளைக் கைவிடுமாறு அரசாங்கம் கட்டுப்படுத்தவேண்டும் அல்லது அந்தப் பொறுப்பை தமிழ்நாடு காங்கிரஸ் உறுப்பினர்களிடம் விட்டுவிடவேண்டும் என்று 'தேசபந்து' என்ற இதழ் எழுதியது. சுயமரியாதைச் சங்கத்தினருக்கு அரசியல் முதிர்ச்சியோ மக்களின் கலாசார மரபு பற்றிய புரிதலோ இல்லை என்பதை மாநாட்டுத் தீர்மானங்கள் புலப்படுத்துகின்றன என்று 'தமிழ் நாடு' இதழ் குறிப்பிட்டது.

கோவில்களுக்குச் செல்லக்கூடாது என்று தீர்மானம் நிறை வேற்றிய சுய மரியாதைச் சங்க மாநாடு, தீண்டத்தகாதோர் என ஒதுக்கி வைக்கப்பட்டுள்ளவர்களை கோவில்களில் அனுமதிக்க வேண்டும் என்றும் ஒரு தீர்மானம் நிறைவேற்றியது.

1929-ம் ஆண்டு மார்ச் மாதம் 29-ம் தேதி நடைபெற்ற திருநெல் வேலி சைவ சித்தாந்த மாநாடு, சைவ நெறியைக் கடைப் பிடிக்கும் தாழ்த்தப்பட்டோர் சைவ ஆலயங்களில் அனுமதிக்கப் படுவர் என சுயமரியாதைச் சங்கத்துக்குப் பதிலடி கொடுப்பது போல் அறிவித்தது.

1930-ம் ஆண்டு சுயமரியாதைச் சங்கத்தின் இரண்டாம் மாநில மாநாடு நடைபெற்றது. அதிலும் சுப்பராயன் கலந்துகொண்டார். ஆனால் மிகவும் ஜாக்கிரதையாக, மத சம்பந்தமான விஷயங்

களைத் தவிர்த்துவிட்டு சமூகச் சீர்திருத்தங்கள் பற்றி மட்டுமே பேசினார். மாநாட்டில் வரவேற்புரை நிகழ்த்திய ஆர்.கே. சண்முகம் செட்டியார், சுயமரியாதைச் சங்கத்தினர் மதத்தின் பெயரால் நடைபெறும் முறைகேடுகளையும் சுரண்டல்களையும் எதிர்க்கிறார்களே அன்றி அவர்கள் நாத்திகர்கள் அல்ல என்றார். 'எப்போதுமே நாத்திகத்தைப் பிரசாரம் செய்வது எமது நோக்கமாக இருந்ததில்லை, இனியும் என்றும் இருக்காது' என்று உறுதி கூறினார். அவரது கூற்றை ஈ.வே.ரா.வும் அவரது சகாக்களும் ஆதரிக்கவும் இல்லை, எதிர்க்கவும் இல்லை. அதைக் கண்டுகொள்ளாமலே தொடர்ந்து நாத்திகராகக் கடவுளை மறுத்து, மதவிரோதக் கருத்துகளைப் பிரசாரம் செய்துகொண்டுதான் இருந்தார்கள். அவர்களின் போக்கு கண்டு ஆர்.கே. சண்முகம் செட்டியாரும் மேலும் சில பிராமணரல்லாதாரும் விரைவிலேயே சுய மரியாதைச் சங்கத்திலிருந்து விலகிக்கொண்டார்கள்.

நீதிக் கட்சியில் பிராமணர்களைச் சேர்த்துக்கொள்வது பற்றி அவ்வப்போது கோரிக்கை எழுந்துகொண்டேதான் இருந்தது. 1928-ல் நீதிக் கட்சியின் தூணாக இருந்த பானகல் ராஜா ராம நிங்கராயர் மறைந்தது ஏற்கெனவே பின்னடைவில் இருந்த நீதிக் கட்சியை மேலும் தளர்வுறச் செய்தது. ஈ.வே.ரா. 1928-லிருந்தே நீதிக் கட்சியின் உள்விவகாரங்களில்கூடப் பங்கேற்கத் தொடங்கி யிருந்தார். பானகல் ராஜா இருக்கும்போதே, கட்சியின் அதிகாரப் பூர்வமான பத்திரிகையாகத் தமிழில் வெளிவந்துகொண்டிருந்த திராவிடன் இதழை நீதிக் கட்சிக் கொள்கையைப் பரப்பும் பத்திரிகையாகத் தொடர்ந்து நடத்தவேண்டும் என்ற நிபந்தனை யுடன் ஈ.வே.ரா.விடம் அனுபோக உரிமை ஒப்பந்தத்தின் அடிப்படையில் ஒப்படைத்திருந்தார். ஆனால் ஈ.வே.ரா. அதை ஜஸ்டிஸ் கட்சி இதழாக நடத்தாமல் தமது சொந்தக் கருத்துகளை வெளியிடுவதற்கான பத்திரிகையாகப் பயன்படுத்திக்கொள்ளத் தொடங்கிவிட்டார்.

கடவுள் நம்பிக்கையுள்ளவர்களாகவும் ஹிந்து மதப் பற்றாளர் களாகவும் இருந்த மூத்த நீதிக் கட்சியினர் இது குறித்து மிகவும் அதிருப்தியடைந்தனர். அவரைக் காட்டிலும் பொருத்தமான நபரிடம் பத்திரிகையை ஒப்படைக்கவேண்டும் என்று விரும்பிய போதிலும், ஈ.வே.ரா. செல்வாக்குள்ள ஒரு தலைவராக விளங்கி வந்ததால் அவருக்கு எதிர்ப்புத் தெரிவிக்கத் தயங்கினர். இதற்கிடையில் பானகல் ராஜாவும் மறைந்துவிட, நீதிக் கட்சி

யின் தமிழ் மொழி இதழ் திராவிடனைத் தம்மிச்சையாக நடத்தும் வாய்ப்பு ஈ.வே.ரா.வுக்குக் கிடைத்துவிட்டது.

பானகல் ராஜா மறைந்தபின் நீதிக்கட்சித் தலைமை, திருத் தணியைச் சேர்ந்த கம்மா சாதிக்காரரான திவான் பகதூர் பி. முனுசாமி நாயுடுவின் பொறுப்புக்கு வந்தது. சமரச மனப் பான்மையுள்ள அவர், 1930-ம் ஆண்டு ஜூலை 15-ம் தேதி கட்சி யின் செயற்குழுவைக் கூட்டி, பிராமணர்களைக் கட்சியில் சேர்த்துக்கொள்ளத் தடையாக இருந்த விதிமுறைகளையெல் லாம் நீக்கினார். தமிழ்நாடு காங்கிரசில் இருந்த எஸ். சத்திய மூர்த்தி, ஸ்ரீநிவாஸ ஐயங்கார் ஆகியோர் நீதிக் கட்சியின் விதி முறைகளில் மாற்றம் செய்யப்பட்டதை வரவேற்றுப் பாராட்டி னர். ஆனால் நீதிக் கட்சியின் சார்பில் திராவிடன் இதழை நடத்தி வந்த ஈ.வே,ரா. அதை வன்மையாகக் கண்டித்து, கட்சித் தலைமை உடனடியாக மாற்றப்படவேண்டும் என்று அந்த இதழில் வற்புறுத்தினார்.

ஈ.வே.ரா., சுயமரியாதைச் சங்கத்தின் கொள்கையாக விடு தலைப் போராட்டத்தைக் கண்டித்தும் போரட்டத்தை மூர்க்கத் தனமாக அடக்கி ஒடுக்கும் அதிகார வர்க்கத்தைப் பாராட்டியும் வந்தது சங்கத்தில் இருந்த இளைஞர்கள் பலரை வெறுப்படையச் செய்தது. சுயமரியாதைச் சங்கம் அரசியல் அல்லாத சமூகச் சீர்திருத்த அமைப்பு என்றே சொல்லப்படுகிறது; ஆகவே காங் கிரஸ் கட்சி நடத்தும் கிளர்ச்சிகள் குறித்து எதுவும் தெரிவிக்க வேண்டாம் என்று அவர்கள் ஈ.வே.ரா. விடம் வேண்டினர். ஆனால் அவர் அதைப் பொருட்படுத்தாமல் தொடர்ந்து காங்கிரசின் போராட்டங்களைக் கண்டித்து எழுதியும் பேசியும் வந்தார். சலிப்படைந்த இளைஞர்கள் சுய மரியாதைச் சங்கத்தி லிருந்து வெளியேறி, தேசிய சுயமரியாதைக் கட்சி என்ற ஒன்றைத் தொடங்கினார்கள். இவர்களில் பெரும்பாலானவர்கள் நாடார் சாதியினரும் முகமதியர்களும் ஆவார்கள். இவர்கள் தொடங்கிய போட்டி சுய மரியாதை நீண்டநாள் நிலைக்க வில்லை. 'தமிழர் தலைவர்' என்ற தமது நூலில் சாமி. சிதம்பரம் இத்தகவலைப் பதிவு செய்துள்ளார்.

நீதிக் கட்சியின் தலைவரான முனுசாமி நாயுடுவோ, காங்கிரசின் கொள்கைகளைப் பாராட்டுபவராக இருந்தார். தமது கட்சியின் கொள்கைக்கு மாறான பூரண சுதந்திரம் என்ற நோக்கத்தை வரவேற்றார்.

1930-ம் ஆண்டு நடந்த தேர்தலில் காங்கிரஸ் கட்சி போட்டி யிடாததோடு காங்கிரஸ்காரர் எவரும் தனிப்பட்ட முறையில் போட்டியிடத் தடையும் விதித்தது. ஆகையால் நீதிக் கட்சிக்கு வெற்றி வாய்ப்பு எளிதாகி விட்டது. அனைவரும் எதிர்பார்த்தது போலவே நீதிக் கட்சி வெற்றி பெற்று அதன் தலைவர் முனுசாமி நாயுடு முதன்மை அமைச்சரானார்.

முனுசாமி நாயுடு ராஜதானியில் இருந்த ஜமீன் விவசாயிகளின் துயரைக் களையவும் அவர்களுடைய சமூகப் பொருளாதார நிலையை மேம்படுத்தவும் எஸ்டேட் நிலச் சட்டத்தில் திருத்தம் கொண்டுவந்தார். நீதிக் கட்சியில் பெரும்பாலானவர்கள் ஜமீந்தாரர்களே. விவசாயிகளுக்கு பாத்தியதை உரிமை வழங்கி அவர்கள் வேளியேற்றப்படும் நிலைக்கு ஆளாகாமல் பாதுகாப்பு பெறும் வகையில் திருத்தம் அமைந்ததைக் கண்டு ஜமீந்தாரர்கள் ஆத்திரம் அடைந்தனர். முனுசாமி நாயுடுவைப் பதவியிலிருந்து இறக்க முனைந்தனர். ஈ.வே.ரா. ஜமீந்தாரர்களின் முயற்சிக்கு ஆதரவளித்தார்.

1932-ல் தஞ்சாவூரில் நடந்த நீதிக் கட்சி மாநாட்டில் நாயுடுவுக்கும் ஜமீந்தாரர்களின் பிரதிநிதியான பொப்பிலி ராஜாவுக்கும் இடையே பலப் பரீட்சை நடந்தது. அந்தச் சமயத்தில் ஈ.வே.ரா. எஸ்.ராமநாதன் துணையுடன் ஐரோப்பாவில் சுற்றுப் பயணம் மேற்கொண்டிருந்தார். ஆனாலும் அவரது சுயமரியாதை அமைப்பினர் தங்கள் தலைவரின் கருத்துக்கு ஏற்ப ஜமீந்தார்கள் பக்கம் நின்றனர். நல்ல மனிதர் நாயுடு தோற்றுப் போனார். சீமான் பொப்பிலி வென்றார். அவரே சென்னை ராஜதானியின் முதன்மை அமைச்சராகவும் பதவி ஏற்றார்.

ஐரோப்பாவில் சுற்றுப் பயணம் செய்த ஈ.வே.ரா. ரஷ்யாவுக்கும் சென்று கம்யூனிசத்திடம் மனத்தைப் பறிகொடுத்தார். அவ ருடைய சுய மரியாதைச் சங்கம் சமதர்மக் கட்சியாக அவதாரம் எடுத்தது. பிராமண துவேஷப் பிரசாரம் செய்துவந்த ஈ.வே.ரா. அதோடு பொதுவுடைமைக் கருத்துகளையும் முழு மூச்சுடன் பரப்பலானார். எல்லாவிதமான தனியார் உடைமைகளும் பறிக்கப்பட்டு ரஷ்ய பாணியில் அரசாங்கம் அமையவேண்டும் என்று அவர் பிரசாரம் செய்யலானார். இப்போதுள்ள அரசாங்கம் தூக்கி எறியப்படவேண்டும் என்று தமது குடியரசு இதழில் எழுதினார். விளைவு ஈ.வே.ரா.வுக்கு 1933 டிசம்பர் 30 -ம் நாள்

ஒன்பது மாத சிறைத் தண்டனையும் ரூ. 300 அபராதமும், கட்டத் தவறினால் மேலும் ஒரு மாதச் சிறைத் தண்டனையும் விதிக்கப்பட்டது.

அந்தச் சமயத்தில் உப்பு சத்தியாக்கிரகத்தில் பங்கேற்றதற்காக ராஜாஜியும் சிறைத் தண்டனை விதிக்கப்பட்டு கோயமுத்தூர் சிறையில் இருந்தார். அவரை ஈ.வே.ரா. சந்தித்துப் பேசினார். மீண்டும் காங்கிரசுக்கு வந்துவிடும்படி அவரை ராஜாஜி அழைத்தார். ஒரு பொதுவான செயல்திட்டத்தின்படி காங்கிரசை ஆதரிக்க ஈ.வே.ரா. ஒப்புக் கொண்டார். இருவருமாகச் சேர்ந்து ஒரு திட்டம் தயாரித்து காந்தியின் ஒப்புதலுக்கு அனுப்பிவைத்தார்கள். மக்கள் பிரதிநிதித்துவம் உள்ள எல்லா அமைப்புகளிலும் வகுப்புவாரியாக இடம் ஒதுக்கப்படவேண்டும் என்ற அம்சம் அவர்கள் திட்டத்தில் இடம் பெற்றிருந்தது ஆச்சரியம்தான்!

காந்தி அந்தத் திட்டத்தை ஏற்கவில்லை. ஈ.வே.ரா.வும் திரும்ப காங்கிரசுக்குள் வரவில்லை. நீதிக் கட்சி இதை அறிந்து அக மகிழ்ந்தது. ஈ.வே.ரா.வின் சுய மரியாதைச் சங்கம் தொண்டர் பலம் மிக்க சங்கமாகவும் மக்களிடையே நேரடித் தொடர்புள்ள அமைப்பாகவும் விளங்கியதால் வரவிருக்கும் தேர்தலைக் கருத்தில் கொண்டு அவருடன் உறவு கொள்வதில் அது ஆர்வமாக இருந்தது.

ஈ.வே.ரா.வும் சமதர்ம ஆதரவில் உள்ள சங்கடங்களை உணர்ந்தவராக, வழக்கமான, ஆபத்தில்லாத பிராமண துவேஷப் பிரசாரத்தையும் நீதிக் கட்சி ஆதரவையும் தொடர்ந்தார்.

நீதிக் கட்சியில் பிராமணர்களைச் சேர்ப்பது குறித்து முனுசாமி நாயுடு கட்சியின் விதிமுறைகளில் திருத்தம் செய்ய செயற்குழுவின் ஒப்புதலைப் பெற்றபோதும் அது ஒரு முற்றுப் பெறாத பிரச்னையாகவே இருந்தது.

1934-ம் ஆண்டு அக்டோபர் மாதம் நீதிக் கட்சியின் 13-வது ஆண்டு மாநாட்டில் பிராமணர்களைச் சேர்த்துக்கொள்வது ஒரு முக்கிய விஷயமாக இருந்தது. பிராமணர்கள் வாய்ப்பைப் பயன்படுத்திக் கொள்கிறார்களோ இல்லையோ, கட்சியின் மதிப்பு கூடுதலாகும் என்பதால் பிராமணர்கள் கட்சியில் சேர்வதற்கு உள்ள தடை நீக்கப்படவேண்டும் என்று பாத்ரோ வாதாடினார். நெல்லூர் மாநாட்டிலிருந்தே இதனை அவர் வலியுறுத்தி வந்தார்.

சுயமரியாதைக்காரர்களான ராமநாதன், பாலசுப்பிரமணியம் ஆகியோர் முதலில் அதற்கு எதிர்ப்பு தெரிவித்தபோதிலும் அரசியல் தேவையை முன்னிட்டு அதனை ஆதரிப்பதாகப் பின்னர் தெரிவித்தனர். விவாதத்தில் பங்கேற்ற ஈ.வே.ரா.வும் பிராமணர்களை நீதிக் கட்சியில் சேர்த்துக்கொள்ள இன்னும் காலம் கனியவில்லை என்றாலும் வரவிருக்கும் தேர்தலை முன்னிட்டு ஒரு சோதனை முயற்சியாக நீதிக் கட்சியில் பிராமணர்களைச் சேர்த்துக்கொள்வதற்கு உள்ள தடையை நீக்கலாம் என்றார்.

ஈ.வே.ரா.வின் துவேஷப் பிரசாரத்துக்குச் சமாதானம் சொல்வது போல, சமூக அநீதியை எங்கு கண்டாலும் கொதித்து எழும் சுயமரியாதைக்காரர் என்கிற பிம்பம் ஈ.வே.ரா.வுக்குத் தொடக்க முதலே உருவாக்கப்பட்டு வந்துள்ளது. இது எந்த அளவுக்குச் சரி என்று சிறிது பார்ப்போமா?

காங்கிரஸ் கட்சிப் பிரசாரத்துக்கு ஈ.வே.ரா.வுடன் ஊர் ஊராகச் சென்ற அனுபவங்களைத் தமது வாழ்க்கைக் குறிப்பில் விரிவாகப் பதிவு செய்திருக்கிறார் திரு.வி.க. அதில் ஓர் சம்பவம்:

> உடுமலைப்பேட்டையில் நாங்கள் தங்கிய இடத்தில் ஒரு செல்வர் முன்னே ஓர் ஏழை மகன் எதையோ முறையிட்டான். செல்வர் அவன் கன்னத்தில் பளீர், பளீர் என்று அறைந்தார். அவ்வறை என்னை நாயக்கரை (ஈ.வே.ரா.) உற்று நோக்கச் செய்தது. 'ஊர் வழக்கம்; பொறுமையாய் இருங்கள்' என்றார் நாயக்கர். (திரு.வி.க. வாழ்க்கைக் குறிப்பு, தொகுதி 1)

சமய சந்தர்ப்பங்களுக்கு ஏற்ப முறைகேடுகளைக் கண்டு கொள்ளாமல் இருந்துவிடுபவர்தான் ஈ.வே.ரா.!

ஈ.வே.ரா.வின் சுய மரியாதைக் கால அரசியலை ஆராயும்போது எதிலும் உறுதியான நிலைப்பாட்டை எடுக்க இயலாதவராகவே அவர் காணப்படுகிறார். அந்தந்த நேரத்துக்கு ஏற்ப முடிவு எடுக்கும் சந்தர்ப்பவாதியாகவே அவர் தெரிகிறார். தேர்தலில் நீதிக் கட்சிக்கு பாதிப்பு ஏதும் வந்துவிடக்கூடாது என்பதற்காக பிராமணர்களைக் கட்சியில் சேர்த்துக்கொள்வதற்கு இருந்த தடையை நீக்கிவிட ஒப்புக்கொள்கிறார். அதற்கு முன்பேகூட

சட்டசபை நீதிக் கட்சியில் மட்டும் பிராமணர்களைச் சேர்த்துக் கொள்ள இணங்குகிறார். கம்யூனிசத்தைத் தூக்கிப் பிடித்து சமதர்மக் கட்சியை ஆரம்பிக்கிறார். பிரிட்டிஷ் அரசாங்கம் கம்யூனிஸ்ட் கட்சியிடம் மிகவும் கண்டிப்பாக நடந்துகொள்வதைக் கண்டு சமதர்மக் கட்சியைத் தொடங்கிய வேகத்திலேயே மூடு விழாவும் நடத்திவிடுகிறார். சிறையில் ராஜாஜியைச் சந்தித்து சேதமில்லாத பாரதத்துக்குப் பூரண சுதந்திரம் கோரும் காங்கிரசில் மீண்டும் சேரச் சம்மதிக்கிறார். வகுப்புவாரிப் பிரதிநிதித்துவம் கிடைத்தால் மட்டும் போதுமா? அவரது ஆரிய-திராவிட இனப் பிரிவினை என்ன ஆவது?

22. ஹிந்திக்கு எதிர்ப்பா ஊக்குவிப்பா?

'தமிழ்நாட்டில் ஆண்டு தோறும் தட்சிண பாரத் ஹிந்தி பிரசார் சபா நடத்தும் ஹிந்தி மொழிக்கான தேர்வுகளில் ஆறு லட்சம்பேர் பங்கேற்கிறார்கள். ஹிந்தி தேர்வுகள் எழுதுவோர் எண்ணிக்கை ஆண்டுக்கு ஆண்டு 20 சதம் அதிகரித்து வருகிறது.'

-சி.என்.வி. அண்ணாமலை, பொதுச்செயளாளர், தட்சிண் பாரத் ஹிந்தி பிரசார் சபா, சென்னை (ஆதாரம்: ஃபோர்ப்ஸ் இந்தியா செய்தி ஃபிப்ரவரி 22, 2010)

★★★

கேள்வி: *அந்தக் காலத்தில் ஹிந்தியை எதிர்த்துப் போராட்டமெல்லாம் நடத்தினீர்களே, இப்போது ஏன் சும்மா இருக்கிறீர்கள்?*

பதில்: *அப்படியா? மன்னிக்கணும். இப்ப இந்தி எங்கே இருக்கு? தெரியாமத்தான் கேக்கறேன், சொல்லுங்க!*

கே: *ஹிந்திதான் ஆட்சி மொழியாக வந்துவிட்டதே!*

ப: *எங்கே வந்துடிச்சு? ஒனக்குத்தான் இங்கிலீஷ் இருக்கே! இந்தியா ஒண்ணா இருக்கணும்னா ஆட்சி மொழின்னு பொதுவா ஒண்ணு இருக்கணும்தானே? இந்திக்காரன் உங்களப் போல இங்கிலீஷை நெனைக்கலியே! இங்கிலீஷை இழிவா நெனக்கிறானே! தமிழ் நாட்டுக்காரன் சொல்றபடி நடக்குமா? அதான் ஜன நாயகமா?*

கே: ஒருநாளைக்கு இல்லாவிட்டாலும் ஒருநாளைக்கு ஹிந்தி வரத்தானே போகிறது?

ப: நல்லாருக்கே! ஒரு நாளைக்கில்லாட்டியும் ஒரு நா சாவு வரத்தானே போகுதுன்னு எவனாச்சும் இப்பவே கெணத்துல விழுவானா? அப்படியே ஒருவேளை இந்தி வந்துட்டா நானும் உயிரோட இருந்தா அதை எதிர்க்கப் போறவன் நாந்தானே!

கே: ஹிந்தி வந்துவிட்டால் நாமெல்லாம் இரண்டாந்தாரக் குடி மக்களாக ஆகிவிடப் போகிறோம். நாம் ஏன் இரண்டாம் தரம் ஆக வேண்டும்?

ப: நீ ரெண்டாந்தரக் குடிமகனாயிடுவேன்னு சொன்னா இங்கி லீஷே இருந்தா நா மூணாந்தரக் குடிமகனாயிடுவேன்னு இந்திக் காரன் சொல்லுவான்!

கே: மும்மொழித் திட்டப்படி நாம ஹிந்தி கற்றுக்கொள்ள வேண்டி வரலாம் அல்லவா?

ப: மும்மொழித் திட்டம்னா என்னன்னு கொஞ்சம் நீங்கதான் சொல்லுங்களேன், வெளங்கலே. (கேள்வி கேட்பவர் விளக்கிக் கூறியபின்) ஊம், சரியாப் போச்சு. எதாச்சும் வேற மொழி படிக்கணும்னா அது இந்தியாவே இருந்துட்டுப் போவட்டுமே! படிக்கணும்னு கட்டாயப் படுத்தறாங்களா?

கே: இப்போது கட்டாயம் இல்லை. இனி வந்தால்?

ப: வரப்பப் பார்த்துக்கலாமே! இப்ப அதுக்கு என்ன?

கே: மத்திய அரசில் வேலை கிடைக்க ஹிந்தி தேவையில்லை என்று சொன்னாலும் வேலையில் சேர்ந்த பிறகு படிக்கச் சொல் கிறார்களே!

ப: படிச்சிட்டுப் போயேன். தாசில்தார் ஆபீஸ்ல வேலைக்குப் போறவங்க ஸர்வே பண்ணக் கத்துக்கறதில்லே? அது மாதிரி இந்தியைப் படிச்சுக்கறது! அவனோட நேரத்துல அவங் கொடுக் கற சம்பளத்துல நீ இன்னொரு பாஷையப் படிச்சுக் கத்துக்கப் போறே! இது மிச்சந்தானே!

கே: அடுத்தாற் போல் எதாவது இயக்கம் நடத்தப் போகி றீர்களா?

164

ப: நடத்தணும். எது நடத்தினாலும் அது ஆட்சிக்கு எதிரா நடத்த வேண்டியிருக்கு. அப்படியே நடத்தினாலும் அது எதிர்க்கட்சிக் காரங்களுக்கு உதவறாப்பல ஆயிடும். அதனால யோசிச்சுத்தான் முடிவு பண்ணணும்.

மேலே உள்ள உரையாடல் ஒரு பத்திரிகையில் வெளியானது.

'இந்தியா ஒண்ணா இருக்கணும்னா ஆட்சி மொழின்னு ஒண்ணு இருக்கணும்தானே? இந்திக்காரன் உங்களைப் போல இங்கிலீஷை நெனைக்கலியே! இழிவா நெனைக்கறானே! தமிழ் நாட்டுக்காரன் சொல்றபடி நடக்குமா? அதான் ஜனநாயகமா?'

இப்படி ஹிந்திக்கு ஆதரவாக வாதாடியவர் யார் தெரியுமா?

'இந்தி வந்து விட்டது! இனி என்ன? ஒரு கை பார்க்க வேண்டியது தான்!' (8-5-1938)

'(பார்ப்பன ஆதிக்கத்திலிருந்து) தமிழ் மக்கள் தப்பிக்கவேண்டும் என்பதைக் குறிக்கோளாகக் கொண்டே இந்த இந்தி போரை நடத்த வேண்டுமே ஒழிய இந்தி ஒழிந்தால் போதும் என்ற அற்ப ஆசையால் அல்ல. இந்தி போரானது பார்ப்பன ஆதிக்கத்தை ஒழிக்க, தமிழனின் தன்மானத்தைக் காக்கக் கிடைத்த ஒரு ஒப்பற்ற ஆயுதம் என்பதாகக் கூறி ஒவ்வொரு தமிழனும் அதில் பங்கு கொண்டு அந்த ஆயுதத்தைப் பயன்படுத்திக் கொள்ள வேண்டும்.' (15-5-1938)

'தமிழா, என்ன செய்யப் போகிறாய்? இந்தி வந்தேவிட்டது! தலை வணங்கி வரவேற்கப் போகிறயா? எதிர்த்து நின்று விரட்டி அடிக்கப் போகிறாயா? இதில்தான் தமிழன் இருப்பதா இறப்பதா என்ற முடிவு இருக்கிறது.' (15-5-1938)

'தமிழர் போர் மூண்டுவிட்டது! எதற்காக? தமிழுக்காக! தமிழா உன் கடமை என்ன? வீரத்துடன் வெளியில் வந்து மார் தட்டு! உன் உயிரைக் கொடு!' (29-5-1938)

இப்படியெல்லாம் தமது 'குடியரசு' இதழில் எழுதி, தமிழர்களை உசுப்பிவிட்டு 1938-ல் முதல் ஹிந்தி எதிர்ப்புப் போருக்கு ஆள் சேர்த்த அதே ஈ.வே.ரா.தான், 1965-ல் 'இந்தியா ஒண்ணா இருக்கணும்னா ஆட்சி மொழின்னு ஒண்ணு இருக்கணும்தானே!' என்று ஆனந்த விகடனுக்கு (11-4-1965) அளித்த பேட்டியில் ஹிந்திக்கு ஆதரவாகப் பேசியிருக்கிறார்!

1938-ல் நடந்தது காங்கிரஸ் ஆட்சி. 1965-ல் நடந்ததும் காங்கிரஸ் ஆட்சி. ஒரு வித்தியாசம் 1938-ல் காங்கிரஸ் ஆட்சிக்குத் தலைமை வகித்தவர் பிரதம மந்திரி ராஜாஜி என்கிற சக்கரவர்த்தி ராஜ கோபாலாச்சாரி என்கிற பார்ப்பனர். 1965-ல் ஆட்சி செய்தது எம். பக்தவத்சலம் என்ற பார்ப்பனர் அல்லாதார் என்றாலும் ஈ.வே.ரா.வின் கருத்துப்படி 'பச்சைத் தமிழன்' காமராஜர் மேற் பார்வையிட்ட ஆட்சி!

மேலும், ஈ.வே.ரா. தமது பரம வைரியாகக் கருதி, பெயரைக் கூடச் சொல்ல விரும்பாமல் 'கண்ணீர்த் துளிப் பசங்க' என்று அழைத்துவந்த திமுகவின் கை ஓங்கிவிடுமோ என்ற அச்சம் காரணமாகவும் ஹிந்திக்கு ஆதரவான நிலைப்பாட்டை அவர் எடுக்கவேண்டியிருந்தது.

ஈ.வே.ரா. கண்ணோட்டத்தின்படி 1938-ல் நடந்தது பார்ப்பன ஆரிய ஆட்சி. 1965-ல் நடந்தது பிராமணரல்லாத பச்சைத் தமிழர் சார்பு திராவிட ஆட்சி!

1938-லேயே இதைப் பச்சையாக ஒப்புக் கொண்டவர்தானே, ஈ.வே.ரா.

'(இந்தி எதிர்ப்புப் போரை நடத்துவது) இந்தி ஒழிந்தால் போதும் என்ற அற்ப ஆசையால் அல்ல. இந்தி போரானது பார்ப்பன ஆதிக்கத்தை ஒழிக்க, தமிழனின் தன்மானத்தைக் காக்கக் கிடைத்த ஒரு ஒப்பற்ற ஆயுதம்' என்று அவர் எழுதவில்லையா?

ஹிந்தி எதிர்ப்புப் போர் நமக்குக் கிடைத்த பாக்கியம் என்றே கூடப் பேசியவர்தான் ஈ.வே.ரா.

உண்மையில் ஈ.வே.ரா. ஹிந்தி எதிர்ப்பு என்ற போர்வையில் 1938-ல் நடத்தியது அவரது வழக்கமான பிராமண துவேஷ அரசியல்தான்.

அதேபோல் 1965-ல் அவர் ஹிந்திக்கு ஆதரவாகப் பேசியதும் அவரது வழக்கமான ஆரிய-திராவிட, அத்துடன் கண்ணீர்த்துளி எதிர்ப்பு அரசியல்தான்!

ஹிந்தி என்பது அரசியல் நடத்த அவரே ஒப்புக்கொண்டதுபோல் அவருக்குக் கிடைத்த ஓர் ஆயுதம், அவ்வளவுதான்!

1938-ல் நடந்த ஹிந்தி எதிர்ப்புக் கிளர்ச்சியை பார்ப்பனர்களுக்கு எதிராக ஈ.வே.ரா. தூண்டிவிட்ட போதிலும், ராஜாஜி என்கிற

பார்ப்பனர் பள்ளிகளில் கட்டாயப் பாடமாக்கிய ஹிந்தியைப் பல பார்ப்பனர்களே எதிர்த்தார்கள்.

மகா கனம் ஸ்ரீநிவாச சாஸ்த்ரி, முன்னாள் நீதிமன்ற நீதிபதி சி.வி. விசுவநாத சாஸ்த்ரி, மகா மகோபாத்யாய உ.வே.சாமிநாத ஐயர், காஞ்சிபுரம் பரவஸ்து ராஜகோபாலாச்சாரி (நம்புங்கள், இவர் ஜஸ்டிஸ் கட்சி உறுப்பினருங்கூட!), மும்பை இந்தியன் சோஷல் ரிஃபார்மர் ஆசிரியர் கே. நடராஜன், முன்னாள் அட்வகேட் ஜெனரல் டி.ஆர். வெங்கட்ராம சாஸ்த்ரி, சென்னை ப்ரஜா உரிமைச் சங்கத் தலைவர் கே.பாஷ்யம், எம்.எல்.ஏ., ஹரிஜன சேவா சங்கத் தலைவர் திவான் பகதூர் பாஷ்யம் ஐயங்கார், வி.வி. ஸ்ரீநிவாச ஐயங்கார், சாரநாத ஐயங்கார் இப்படிப் பல பிராமணர் கள் ஹிந்தித் திணிப்பை எதிர்த்துக் குரல் கொடுத்தார்கள்.

ஆன்மிகத் துறவிகளான சுவாமி விபுலானந்தர், சுவாமி விமலா னந்தர், சாமி அற்புதானந்தர், சுவாமி சண்முகானந்தர், சிவஞான தேசிகர், நாராயண தேசிகர் மடாலய சுவாமி அருணகிரி நாதர், ஸ்ரீதர சுவாமிகள் எனப் பலர் ஹிந்தி கட்டாய பாடமாவதை எதிர்தார்கள்!

தமிழ் அறிஞர்களான மறைமலை அடிகள், சோமசுந்தர பாரதியார், கா. சுப்பிரமணிய பிள்ளை, கரந்தை தமிழ்ச் சங்க உறுப்பினர்கள், திருவையாறு அரசர் கல்லூரி தலைமைத் தமிழ்ப் பேராசிரியர் வெங்கடாசலம் பிள்ளை, பிற பேராசிரியர்கள், இன்னும் பலர் பள்ளிகளில் ஹிந்தியை நுழைப்பதற்குக் கண்டனம் தெரிவித்தார்கள்.

எம்.சி.ராஜா (தொடக்கத்தில் நீதிக் கட்சியில் சேர்ந்து அதன் பிறகு தாழ்த்தப்பட்டோர் நலனில் நீதிக் கட்சிக்கு அக்கறை இல்லை எனக் குற்றம் சாட்டி வெளியேறியவர்), என். சிவராஜ், மீனாம் பாள் சிவராஜ், இரட்டைமலை சீனிவாசன் போன்ற தாழ்த்தப் பட்டோர் பலரும் கட்டாய ஹிந்தியை எதிர்த்தனர். (தகவல்: தமிழன் தொடுத்த போர் - முதல் இந்தி எதிர்ப்புப் போராட்ட வரலாறு - மா. இளஞ்செழியன்)

1937-ல் நடைபெற்ற சட்டமன்றத் தேர்தலில் கிடைத்த வெற்றியை ஒட்டி, ராஜாஜி தலைமையில் காங்கிரஸ் கட்சி சென்னை ராஜதானியில் ஆட்சி அமைத்தது. 1937 ஜூலை மாதம் ராஜதானியின் பிரதமராகப் பொறுப்பேற்ற ராஜாஜி, ஆகஸ்ட்

மாதமே வரும் கல்வி ஆண்டு 1938-39 முதல் பள்ளிக்கூடங்களில் ஆறு, ஏழு, எட்டாம் வகுப்புகளுக்கு (முதல், இரண்டாம், மூன்றாம் ஃபாரங்கள் என்று அன்று அழைக்கப்பட்ட வகுப்புகளுக்கு) ஹிந்தி கட்டாயப் பாடமாகும் என்று அறிவித்தார்.

ஹிந்தி மொழியைப் பரப்புவது காங்கிரஸ் மகாசபையின் நிர்மாணத் திட்டங்களில் இடம் பெற்றிருந்தது. ஈ.வே.ரா.வே காங்கிரசில் இருந்தபோது ஈரோட்டில் ஹிந்தி கற்க ஏற்பாடு செய்து தமிழ்நாட்டில் முதல்முதலில் ஹிந்திக்கு வாசல் கதவைத் திறந்து வைத்தவர்தான். என்றாலும், ஹிந்தியைப் பள்ளிக்கூடங்களில் கட்டாயப் பாடமாக வைக்கவேண்டும் என்று காங்கிரஸ் நிர்பந்தம் செய்ததில்லை.

காங்கிரசின் 1937 தேர்தல் அறிக்கையில் ஹிந்தியை அறிமுகம் செய்ய முயற்சிகள் மேற்கொள்ளப்படும் என்று பொதுவாகக் குறிப்பிடப்பட்டிருந்தபோதிலும் ஆட்சிக்கு வந்தால் பள்ளிக் கூடங்களில் ஹிந்தி கட்டாயப் பாடம் ஆக்கப்படும் என்று அறிவிக்கப்படவில்லை. அப்படியிருந்தும் ராஜாஜி எதற்காக அந்த முடிவை எடுத்து, தேவையின்றி சட்டம்-ஒழுங்கு சீர்குலையச் செய்தார் என்பது விளங்கவில்லை.

ராஜாஜி மந்திரிசபையில் கல்வி அமைச்சராகப் பதவி வகித்து ஹிந்தியைக் கட்டாயப் பாடம் ஆக்கியவர் பி.சுப்பராயன்! ஆம், சென்னை ராஜதானியின் முதன்மை அமைச்சராக இருக்கையில் சுயமரியாதை மாநாட்டில் பங்கேற்று அதன் கொள்கைகளை ஆதரித்துப் பேசிய அதே சுப்பராயன்தான்!

ஹிந்தி கட்டாய பாடம் ஆக்கப்பட்டதைக் கண்டித்து மறியல், கண்டனக் கூட்டம் என்றெல்லாம் நடந்து, ஈ.வே.ரா. உள்ளிட்ட பலர் சிறைத் தண்டனை பெற்றபிறகும் ராஜாஜி பிடிவாதமாக ஹிந்தியைக் கட்டாயப் பாடம் ஆக்கும் திட்டத்தைத் தொடர்ந்தார். 1939-ல் காங்கிரஸ் கட்சி ஆட்சிப் பொறுப்பில் உள்ள காங்கிரசார் அனைவரும் பதவியைத் துறக்கவேண்டும் என்று முடிவெடுத்ததற்கு இணங்க ராஜாஜியின் அமைச்சரவை பதவி விலகியது. அவர் கொண்டு வந்த ஹிந்தி கட்டாயப் பாடமும் 1940 கல்வி ஆண்டு தொடக்கத்தில் ஆளுநர் ஆட்சியில் கைவிடப்பட்டது.

ஹிந்தி எதிர்ப்பை நீதிக் கட்சியில் இருந்த பி.டி.ராஜன் உள்ளிட்ட பலர் விரும்பவில்லை. ஹிந்தி எதிர்ப்புக் கிளர்ச்சி நீதிக் கட்சியின்

சார்பில் நடத்தப்படவும் இல்லை. தனிப்பட்ட சில நீதிக் கட்சிப் பிரமுகர்கள் ஹிந்திக்கு எதிர்ப்பு தெரிவித்ததுபோலவே வேறு சில நீதிக் கட்சியினர் ஹிந்தியை எதிர்க்கத் தேவையில்லை என்றும் சொன்னார்கள். குறிப்பாக ஆந்திரம், தென் கர்நாடகம், மலபார் ஆகிய சென்னை ராஜதானிக்கு உட்பட்ட பகுதிகளில் ஹிந்திக்கு எதிராக எவ்விதச் சலசலப்பும் எழவில்லை.

தமிழ்நாட்டிலும்கூட ஹிந்திக்கு ஆதரவாகப் போட்டி ஊர்வலங்கள் நடந்தன. சென்னையில் நீதிக் கட்சி ஆதரவாளரும் தொழிற் சங்கத் தலைவருமான சி.பாசுதேவ் தலைமையில் 5,000 பேர் பங்கேற்ற ஹிந்தி ஆதரவு ஊர்வலம் நடைபெற்றது. வீதியோரங் களில் நின்ற ஜஸ்டிஸ் கட்சி ஆதரவாளர்கள் அவர்களை நோக்கி, 'கூலிப் படைகள்', 'தமிழ்த் துரோகிகள்', 'பிராமண அடிமைகள்' என்றெல்லாம் கூச்சலிட்டனர். தமிழ்நாட்டில் பல இடங்களில் ஹிந்தி ஆதரவு ஊர்வலங்கள்மீது கற்கள் வீசப்பட்டன. சட்டம் ஒழுங்கு சீர்குலைவைச் சமாளிக்க ஹிந்தி எதிர்ப்பு, ஹிந்தி ஆதரவு ஆகிய இரு தரப்பு ஊர்வலங்களுக்கும் மறியல்களுக்கும் தடை விதிக்கப்பட்டது.

தமிழ்நாட்டில் மாறுபட்ட கருத்துள்ள பல்வேறு தரப்பினரும் சேர்ந்து நடத்தியதுதான் ஹிந்தி எதிர்ப்புக் கிளர்ச்சி. அதிலும் பலர் ஹிந்தியைப் பள்ளிக்கூடங்களில் கட்டாயப் பாடமாக வைப்பதற்குத்தான் எதிர்ப்பு தெரிவித்தார்கள். ஹிந்தி விருப்பப் பாடமாக இருக்கலாம் என்றே அவர்கள் சொன்னார்கள்.

மேலும், எதிர்ப்பில் பங்கேற்ற அனைவரும் ஈ.வே.ரா. சொன் னதுபோல் ஆரியப் பார்ப்பனரை ஒழிப்பதற்கான ஆயுதமாக ஹிந்தி எதிர்ப்பைக் கருதவில்லை. முஸ்லிம் லீகினர் மட்டும் அவர்களின் மதக் கண்ணோட்டத்துடன் ஹிந்தியை ஹிந்துக் களின் மொழியாகப் பாவித்து அந்த மொழி முகமதியப் பிள்ளை கள்மீது திணிக்கப்படுவதாக எதிர்ப்பு தெரிவித்தார்கள்.

பிரிட்டிஷ் ஏகாதிபத்தியம் இந்தியர் சம்மதமின்றியே இந்தியா வை இரண்டாம் உலகப் போரில் ஈடுபடச்செய்ததைக் கண்டித்து காங்கிரஸ் மகாசபை தனது மந்திரிசபைகளையெல்லாம் விலக உத்தரவிட்டது. சென்னையில் ராஜாஜியின் மந்திரிசபையும் அதற்கு ஏற்பப் பதவி விலகியது. அத்துடன் 1940-ம் ஆண்டு ஹிந்தி கட்டாயப் பாடமாக இருக்கும் திட்டத்துக்கும் முடிவு ஏற்பட்டது.

1948-ம் ஆண்டு சென்னை ராஜதானியில் ஓமாந்தூர் ராமசாமி ரெட்டியார் தலைமையில் நடைபெற்ற காங்கிரஸ் ஆட்சியின் போதும் ஒரு ஹிந்தி எதிர்ப்புக் கிளர்ச்சி நடைபெற்றது. அப்போது கல்வி அமைச்சராக இருந்தவர் அவினாசி லிங்கம் செட்டியார்.

இந்தக் கிளர்ச்சியும் திரு.வி. கலியாணசுந்தரம், மறைமலை அடிகள், ம.பொ. சிவஞானம் எனப் பல தரப்பினரும் சேர்ந்து நடத்தியதாகத்தான் இருந்தது. அப்போது திராவிடர் கழகத் தலைவர் ஆகிவிட்டிருந்த ஈ.வே.ரா., 'நாங்கள் மட்டுமல்ல; வேறு பலரும் ஹிந்தியை எதிர்க்கிறார்கள்' என்று தமக்கு பலம் சேர்த்துக்கொண்டார்!

எதிர்ப்பின் விளைவாக, பள்ளிக்கூடங்களில் ஹிந்தி விருப்பப் பாடமாக மட்டுமே இருக்கும் என்றும், அதில் பெறும் மதிப் பெண், தேர்வுகளில் வெற்றி தோல்விக்குக் கணக்கிடப்பட மாட்டாது என்றும் அரசு அறிவித்தது. கிளர்ச்சியும் ஓய்ந்தது.

தமிழ்நாட்டில் நடைபெற்ற முதல் இரண்டு ஹிந்தி கிளர்ச்சி களுக்கும் இன்றைக்கு இருக்கும் திராவிடர் கழகமோ, திராவிட முன்னேற்றக் கழகமோ உரிமை கொண்டாட முடியாது. தமிழை யும் தமிழனையும் பாதுகாப்பதற்காக நடந்த கிளர்ச்சி என்றும் அவற்றைச் சொல்ல முடியாது. ஏனெனில் 'நான் ஹிந்தியை எதிர்த்தது, ஆங்கிலத்தை அது அகற்றிவிடும் என்பதற்காகத்தான்; தமிழைக் காப்பாற்றுவதற்காக அல்ல' என்று ஈ.வே.ரா.வே வாக்குமூலம் அளித்திருக்கிறார்!

'தமிழ் படிப்பதனாலாவது, தமிழ்த் தாய்ப் பற்றினாலாவது மனிதனுக்குத் தன்மான உணர்ச்சியும் பகுத்தறிவு உணர்ச்சியும் வருமா என்று ஐயப்பட வேண்டியிருக்கிறது' என்று 20-1-1939 குடியரசு இதழில் எழுதியும், சென்னையில் 14-8-1948 அன்று 'தமிழைவிட ஆங்கிலத்தைக் கட்டாயப் பாடமாக்கினால் அதற்கு வாக்களிப்பேன்' என்று பேசியும் தமது கவலை தமிழைக் குறித்தல்ல, ஆங்கிலம் பற்றித்தான் என்று உறுதி செய்திருக்கிறார் ஈ.வே.ரா. (பெரியார் ஈ.வே.ரா. சிந்தனைகள், மூன்றாம் தொகுதி)

அரசியல் சாசன சபை தயாரித்த அரசியல் சாசனம் நடை முறைக்கு வரும் நாளிலிருந்து பதினைந்து ஆண்டுகள் அவகாசம் அளித்து அதன்பிறகு நாடு முழுவதும் ஹிந்தி தொடர்புமொழி

யாகவும் மத்திய அரசின் ஆட்சிமொழியாகவும் இருக்கும் என்று சாசனத்திலேயே குறிப்பிடப்பட்டிருந்தது. அரசியல் சாசனத்தை உருவாக்கித் தந்த பெருமைக்குரியவர் என்று டாக்டர் அம் பேத்கர் பாராட்டப்படுவதால், ஹிந்தியை நாட்டின் தொடர்பு மொழியாகவும் மத்திய அரசின் ஆட்சிமொழியாகவும் விதித்த தும் அவரே எனலாம். ஆனால், 'நமது நாட்டின் தொடர்பு மொழியாகவும் மத்திய ஆட்சிமொழியாகவும் இருக்கத் தகுதி வாய்ந்தது சமஸ்கிருதம்' என்று சொன்னவர் அவர்.

நமது அரசியல் சாசனம் 1950-ம் ஆண்டு ஜனவரி 26-ம் நாள் நடைமுறைக்கு வந்தது. ஆகவே 1965 ஜனவரி 25-ம் நாளோடு பதினைந்து ஆண்டு முடிவடைந்து, மறுநாள் முதல் ஹிந்தி, நாடு முழுவதற்குமான தொடர்பு மொழியாகவும் மத்திய அரசின் ஆட்சி மொழியாகவும் செயல்பாட்டுக்கு வரவேண்டும். ஆனால் 1960 வாக்கிலேயே ஹிந்தி மொழியைத் தாய் மொழியாகக் கொள்ளாதவர்கள் விரும்பும்வரை ஹிந்தியுடன் ஆங்கிலமும் தொடர்புமொழியாகவும் மத்திய அரசின் ஆட்சிமொழியாகவும் தொடரும் என்று பிரதமர் ஜவாஹர்லால் நேரு வாக்குறுதி அளித்துவிட்டிருந்தார். அப்படியிருந்தும் 1965 ஜனவரி 26 முதல் ஹிந்தியே நாடு முழுவதும் தொடர்புமொழியாகவும் மத்திய அரசின் ஆட்சிமொழியாகவும் திணிக்கப்பட்டுவிடும் என்பது போல் திராவிட முன்னேற்றக் கழகம் புரளியைக் கிளப்பிவிட்டு, மாணவர்களிடையே அச்ச உணர்வைத் தோற்றுவித்து அரசியல் செய்தது.

1965 ஜனவரி 26 அன்று தங்களது துக்கத்தைத் தெரிவிக்கக் கறுப்புக் கொடிகளை ஏற்றுவது, கறுப்பு பேட்ஜ் அணிவது, கண்டனக் கூட்டங்கள் நடத்துவது என்றெல்லாம் திமுக செயற்குழு முடிவெடுத்தது.

பொதுத் தேர்தல் நெருங்கி வருவதால் காங்கிரஸ்மீது இப்போதிலிருந்தே ஓர் எதிர்ப்புணர்வைத் தோன்றச் செய்துவிடலாம் என்று கருதியோ என்னவோ, 1938-ல் காங்கிரஸ் பிரதமராகச் சென்னை ராஜதானியில் ஹிந்தியைக் கட்டாயப் பாடமாகத் திணித்த ராஜாஜியும், 1965-ல் சுதந்தரா கட்சியின் தலைவராக திமுகவுடன் சேர்ந்துகொண்டு ஹிந்திக்கு எதிர்ப்பு தெரிவித்தார்! ஆட்சி மொழிச் சட்டம் ஹிந்தியைத் தாய் மொழியாகக் கொண்டவர்களுக்குச் சாதகமாகவும் மற்ற மொழியினருக்கு பாதகமாகவும், குறிப்பாகத் தமிழர்களுக்கு மிகவும் பின்னடைவு

அளிப்பதாகவும் இருக்கும் என்று விமர்சித்த ராஜாஜி, ஹிந்திக் காரர்களே எல்லாத் துறைகளிலும் எளிதாக முன்னேறுவதற்குத் தான் ஆட்சி மொழிச் சட்டம் என்று வாதிட்டார்.

மாணவர்களின் ஹிந்தி எதிர்ப்புணர்வு 1965 ஜனவரி 26 முதல் பற்றி எரியத் தொடங்கியது. கட்சிச் சார்பின்றி தமிழ்நாட்டைச் சேர்ந்த மாணவர்கள் அனைவரும் ஒன்றுசேர்ந்து நடத்திய ஹிந்தி எதிர்ப்புக் கிளர்ச்சி மாநிலம் முழுவதும் தீயாகப் பரவி வன்முறை வெறியாட்டமாக உருவெடுத்தது. இதுபோன்ற கலவர நிலவரங் களுக்காகவே காத்திருக்கும் சமூக விரோதக் கும்பல்கள் சந்தர்ப் பத்தை நன்கு பயன்படுத்திக்கொண்டன. காவல் துறையினர்மீது தாக்குதல் நடந்தது. பதிலுக்குத் துப்பாக்கிச் சூடுகள் நிகழ்ந்தன. கலவரங்களை அடக்கத் துணை ராணுவம் வரவேண்டிய தாயிற்று.

திமுக வின் சாரதி அண்ணா, மாணவர்களின் எதிர்ப்பு இந்த அளவுக்குத் தீவிரமடையும் என்று எதிர்பார்க்கவில்லை. பதறிப் போன அவர், போராட்டத்தைக் கைவிடுமாறு மாணவர்களுக்கு வேண்டுகோள் விடுத்தார்.

'பூனை கோணிப் பைக்குள்ளேயிருந்து வெளியே வந்துவிட்டது' என்று அதை விமர்சித்தார் ஈ.வே.ரா. மாணவர்களைத் தூண்டி விட்டது திமுகதான் என்று அறிவித்தார் அவர்.

திமுகவின் ஹிந்தி எதிர்ப்பு ஜனவரி 26-ம் தேதியுடன் முற்றுப் பெற்றுவிட்டது; இப்போது நடந்துவரும் மாணவர் கிளர்ச்சிக் கும் திமுகவுக்கும் சம்பந்தமில்லை என்று மாணவர்களைக் கை கழுவிவிட்டார், அண்ணா. வன்முறை தாண்டவமாடிய ஹிந்தி எதிர்ப்புக் கிளர்ச்சிக்குப் பொறுப்பேற்க அவர் விரும்பவில்லை. மாணவர்களும் அவரது வேண்டுகோளைப் பொருட்படுத்த வில்லை.

ஹிந்திக்கு எதிராகப் பெரிய அளவில் நீடித்து நடந்த மாணவர் கிளர்ச்சி சூடு பிடித்தபோது அந்தச் சூட்டைத் தாங்க முடியாமல் அதற்கும் தனக்கும் சம்பந்தமில்லை என்று விலகிக்கொண்ட திமுக, இப்போது 2012-ல் அதன்மீது உரிமை கொண்டாட இயலாது.

திராவிடர் கழகத்துக்கோ, அந்தப் போராட்டம் குறித்துப் பேசவும் இப்போது தகுதி இல்லை!

அந்தக் காலகட்டத்தில் ஈ.வே.ரா. காங்கிரசின் தீவிர ஆதரவாள ராக இருந்தார். ஆகவே ஹிந்தி எதிர்ப்பில் கலந்துகொள்ளவோ அதனை ஆதரிக்கவோ அவர் முன்வரவில்லை என்பதோடு வன்மையாகக் கண்டிக்கவும் தவறவில்லை. இது குறித்து தமது விடுதலை நாளிதழில் 1965 மார்ச் முதல் தேதி விளக்கம் அளித்தார் ஈ.வே.ரா.

> 'நீதானே முன்பு இந்தியை எதிர்த்தாய்? இப்போது ஏன் இப்படிச் சொல்கிறாய்' என்று கேட்பீர்களேயானால் இப்போதும் சொல்கிறேன், நான் இந்தியை எதிர்க்கத்தான் செய்கிறேன். ஆனால் நீங்கள் சொல்வதுபோல் தமிழ் கெட்டுவிடுமே என்று அல்ல. இனிமேல் கெடத் தமிழில் என்ன மிச்சம் இருக்கிறது? ஆனால் நமக்கு ஆங்கில அறிவு தேவை என்பதால் இந்தியை எதிர்க்கிறேன். இந்தி எதிர்ப்பு மொழிச் சிக்கல் அல்ல. அரசியல் சிக்கல்.

1938-ல் ஹிந்தியின் தீவிர ஆதரவாளர் ராஜாஜி. 1965-ல் ஹிந்தியின் திவிர அபிமானி ஈ.வே.ரா! இருவரும் இடம் மாறி உட்கார்ந்து கொண்டார்கள், அவ்வளவுதான். ஆக, தமிழ்நாட்டில் ஹிந்தி எதிர்ப்பு என்பது வெறும் அரசியல் என்பதல்லாமல் வேறு என்ன?

பல தலைமுறையினர் அவரவர் பள்ளிக்கூடத்திலேயே ஹிந்தி கற்றுக்கொள்ள இயலாமல் போனதுதான் இதனால் கண்ட பலன்!

1967-ல் திராவிட முன்னேற்றக் கழகம் ஆட்சிப் பொறுப்பேற்ற பிறகும் 1968-ல் முதலும் முடிவுமாக மாணவர்களால் ஒரு ஹிந்தி எதிர்ப்புப் போராட்டம் நாலாவது ஹிந்தி எதிர்ப்புக் கிளர்ச்சியாக நடந்தது.

ஒருவேளை திமுகவினரே அதை மறைமுகமாகத் தூண்டியிருக் கலாம். ஏனெனில் அது மாணவர்களின் பெயரால் நடந்தது. தேவைப்படுகிறபோதெல்லாம் மாணவர்களை பலிகடா ஆக்கு வது திராவிடர் கழக, திராவிட முன்னேற்றக் கழக சம்பிரதாயம்!

நாலாவது ஹிந்தி எதிர்ப்பின்போதும் போராட்டம் என்ற பெய ரால் கல் வீச்சு, கடைகள்மீது தாக்குதல் பொதுச் சொத்துகளுக்குச் சேதம், கல்லூரிகளுக்கு எவரையும் போகவிடாமல் தடுத்தல்

என்றெல்லாம் முறைகேடுகள் வழக்கம்போல் மாணவர் பெயரால் நடத்தப்பட்டன.

அண்ணா இதை எதிர்பார்க்கவில்லை. திணறிப் போய்விட்டார். நிலைமை மேலும் மோசமாவதற்குள் மாணவர் போராட்டத்துக்கு முடிவுகட்ட முன்வந்தார்.

மாணவர் கோரிக்கைகளாக முன்வைக்கப்பட்டவை நான்கு:

1. என்.சி.சி.யில் ஹிந்தி கட்டளைச் சொற்கள் பயன்படுத்துவதை நிறுத்தவேண்டும். (ஆனால் அதற்கு பதிலாகத் தமிழில் கட்டளைச் சொற்கள் வேண்டும் என்று கேட்கவில்லை.)

2. தமிழ்நாட்டுப் பள்ளிக்கூடங்களில் விருப்பப் பாடமாகக் கூட ஹிந்தி இருக்கக் கூடாது. பள்ளிக் கல்வியில் இருமொழிக் கொள்கையே பின்பற்றப்படவேண்டும்.

3. தமிழ்நாட்டில் ஹிந்தித் திரைப்படங்கள் வெளியிடப் படுவதோ ஹிந்திப் படப் பாடல்கள் ஒலிபரப்பப் படுவதோ கூடாது.

4. தட்சிண் பாரத் ஹிந்தி பிரசார் சபா இழுத்து மூடப்பட வேண்டும்.

நான்கு கோரிக்கைகளில் ஒன்றே ஒன்றுதான் நடைமுறைக்குச் சாத்தியம் என்றார் அண்ணா. தனக்கு அதிகாரம் உள்ள அரசுப் பள்ளிக்கூடங்களில் ஹிந்தியை விருப்பப் பாடமாகக்கூட அனுமதியாமல் ஒரேயடியாக ஒழித்துக் கட்டுவதுதான் அது. அதை அவர் ஒழுங்காகச் செய்தார். அதனால், ஹிந்தி கற்பிப்பதை மட்டும் அறிந்திருந்த ஆசிரியர்கள் பாதிப்புக்கு உள்ளானார்கள். வேலையில் நிரந்தரமாகியிருந்த ஆசிரியர்களுக்கு மட்டும் பள்ளியிலேயே மாற்று வேலை அளிக்கப்பட்டது. நூலகத்திலோ, பள்ளி அலுவலகத்திலோ உதவியாளர்களாக நியமிக்கப் பட்டனர். சிறு கைத்தொழில் தெரிந்தவர்கள் அவற்றைக் கற்பிக்குமாறு பணிக்கப்பட்டனர். நேற்றுவரை ஆசிரியராக மற்ற ஆசிரியர்களுடன் சரிசமமாக இருந்துவிட்டு இப்போது திடீர் என்று ஆசிரியர் என்கிற மரியாதையை இழந்ததால் அவர்கள் மனம் குமைந்து சிறுமைப்பட்டுப் போயினர்.

அடுத்து, மாநில அரசின் கட்டுப்பாட்டில் என்.சி.சி இல்லாததால் ஹிந்தியில் கட்டளைச் சொற்களை அகற்ற முடியாது, வேண்டுமானால் என்.சி.சியையே புறக்கணித்துவிடலாம் என்றார் அண்ணா. அதனால் தமிழ்நாட்டுக் கல்லூரி மாணவர்கள் ராணுவக் கட்டுப்பாடுகளுடன் வாழும் வாய்ப்பையும் ராணுவத்தில் சேருவதற்கான முன்தகுதியையும் இழக்க நேர்ந்தது.

அரசுப் பள்ளிகளில் ஹிந்தி கற்கும் வாய்ப்பை இழந்த மாணவர்கள் தனியார் பள்ளிகளில் ஆங்கிலத்தைப் பயிற்றுமொழியாக எடுத்து இரண்டாவது மொழியாக ஹிந்தி படிக்கும் வாய்ப்பைப் பெற முடிந்தது.

தட்சிண பாரத் ஹிந்தி பிரசார் சபா இன்றுவரையில் உள்ளது. தமிழ்நாடு முழுவதும் ஹிந்தி படித்துத் தேர்வு எழுதுவோர் தொகை ஆண்டுக்கு ஆண்டு 20 சதம் அதிகரித்து வருவதாகத் தகவல் தருகிறது!

23. நீதிக் கட்சி அபகரிப்பு!

நாடு முழுவதும் விடுதலை வேட்கை மிகுந்திருந்த தோடு காங்கிரஸ் கட்சி ஆட்சிப் பொறுப்பேற்க வேண்டும் என்ற விழைவும் மக்களிடையே இருந்த தால் 1937 தேர்தலில் போட்டியிட அகில இந்திய காங்கிரஸ் மகாசபை முடிவு செய்தது.

வரப் போகும் 1937 தேர்தலில் நீதிக் கட்சி படு தோல்வி அடையப்போகிறது என்பதற்கான துர் நிமித்தங்கள் முன்னதாகவே தோன்றத் தொடங்கி விட்டன.

ஓராண்டு முன்பே ஜில்லா போர்டு தேர்தல்களில் நீதிக் கட்சி தோல்வி அடைவதும் காங்கிரஸ் கட்சி வெற்றி வாகை சூடுவதும் முன்னறிவிப்பாக இருந் தது. இதில் வேடிக்கை, வெற்றி பெற்ற காங்கிரஸ் காரர்களில் பலரும் கடைசி நேரத்தில் காற்று எந்தப் பக்கம் வீசுகிறது என்று பார்த்து நீதிக் கட்சிக்குத் தலைமுழுகியவர்கள்தான். ஜில்லா போர்டுகள் கைவசம் ஆனால் போதும் என்று காங்கிரசும் தயக்க மின்றி அவர்களைக் கட்சியில் சேர்த்துக்கொண்டு, தேர்தலில் போட்டியிட வாய்ப்பும் கொடுத்தது. வெற்றி பெற்றவர்கள் பிராமணரல்லாதவராக இருந்தால் சரி என்று நீதிக் கட்சியும் ஆறுதல் கூறிக் கொண்டது! (The Mail, ஜனவரி 20, 1936)

1937 தேர்தலின்போது நீதிக் கட்சித் தலைவர்களில் ஒருவரான பித்தாபுரம் மகாராஜா திடீரென பீப்பிள்ஸ் பார்ட்டி (மக்கள் கட்சி) என்ற பெயரில்

தனிக் கட்சி தொடங்கி, கொஞ்சநஞ்சமிருந்த நீதிக் கட்சியையும் பிளந்தார்.

நீதிக் கட்சியின் நிறுவனத் தலைவர்களில் ஒருவரான டாக்டர் நடேச முதலியார், நீதிக் கட்சியின் எதிர்காலம் குறித்து வெளிப்படையாக சந்தேகம் தெரிவித்து, கட்சியைப் பேசாமல் காங்கிரசுடன் சேர்த்துவிடலாம் என்று பேசத் தொடங்கினார். இணைவதற்குப் பரிசாக இருபதே ஆண்டுகளுக்கு மட்டும் அரசுப் பணிகளில் வகுப்புவாரி பிரதிநிதித்துவம் இருக்க காங்கிரஸ் ஒப்புக்கொண்டால் போதும் என்றார். அவரது கருத்தை ஏற்றுக் கொண்ட ஈ.வே.ரா., 1936 ஜூன் 2-ம் தேதி ராஜாஜியைச் சந்தித்து நீதிக் கட்சியை காங்கிரசில் இணைப்பது குறித்துப் பேசினார். அரசுப் பணிகளில் 20 ஆண்டு வகுப்புவாரிப் பிரதிநிதித்துவத்துக்கு ராஜாஜியும் தமிழ்நாடு காங்கிரசும் இணங்கவில்லை. கொள்கை அடிப்படையிலாவது அதனை ஏற்றால், தாம் காங்கிரசில் சேருவதாக ஈ.வே.ரா. சொல்லிப் பார்த்தார். பயனில்லை (The Mail and The Hindu, ஜூன் 3, 1936)

தேர்தலில் போட்டியிடக் கருதியிருந்த நடேச முதலியார், அதற்கு முன்பே 1937 பிப்ரவரி மாதம் காலமாகிவிட்டார். நீதிக் கட்சி ஒரு சிறந்த பிரசாரகரை இழந்து மேலும் பலவீனப்பட்டுப் போனது.

1937-ம் ஆண்டு நாடு முழுவதிலும் ஏழு மாகாணங்களில் நடந்த தேர்தலில் ஆறு மாகாணங்களில் காங்கிரஸ் அமோக வெற்றி பெற்றது. அவற்றில் சென்னை மாகாணமும் ஒன்று.

இனித் தலையெடுக்க முடியாது என்று நீதிக் கட்சியினர் சோர்வடையும் அளவுக்குத் தோல்வி படு மோசமாக இருந்தது. தலைவர்கள் பலர் காங்கிரசில் சேர மனு போட்டு வரிசையில் நின்றனர்.

புதிய அரசியல் சாசனச் சீர்திருத்தத்துக்கு இணங்க, பிரதம மந்திரி என்ற பெயருடன் 1937 ஜூலை மாதம் ராஜாஜி சென்னை ராஜதானியின் ஆட்சிப் பொறுப்பை ஏற்றுக்கொண்டார்.

நீதிக் கட்சித் தலைவர் பொப்பிலி ராஜா ரவுஸ்வேத சலபதி ராமகிருஷ்ண ரங்க ராவ் தோல்வியால் ஏற்பட்ட மனப் புண்ணை ஆற்றிக்கொள்ள ஐரோப்பிய உல்லாசப் பயணம் மேற்கொண்டார். 1938-ல் அவர் திரும்பி வந்தபோது ஹிந்தி எதிர்ப்புக் கிளர்ச்சி

தீவிரமாக நடந்துகொண்டிருப்பதைக் கண்டார். காங்கிரஸ் ஆட்சிக்குத் தொல்லை கொடுத்து நீதிக் கட்சிக்குப் புத்துயிரூட்ட ஒரு வாய்ப்பு தானாக வந்திருப்பதைக் கண்டுகொண்டார். ஹிந்தி எதிர்ப்புக்குத் தமது ஆதரவைத் தாமதமின்றித் தெரிவித்தார்.

பொப்பிலி ராஜாவை அரசியலிலிருந்தே ஒதுங்கிக்கொள்ள வைக்கும் துருப்புச் சீட்டு ராஜாஜியின் கையில் இருந்தது. ஜமீந் தாரி ஒழிப்புச் சட்டம்! எஸ்டேட் நிலங்கள் வரம்புச் சட்டத்தில் திருத்தம் கொண்டுவருவதன்மூலம் ஜமீந்தார்களிடம் காலங்கால மாகச் சிக்கிக் கிடந்த ஏராளமான நிலபுலன்களை அரசாங்கம் கைப்பற்றி விவசாயத்தில் நேரடியாக ஈடுபட்டிருப்பவர்களிடம் ஒப்படைத்துவிடுவது சாத்தியமாகிவிடும். உண்மையில் நிலத் தில் இறங்கி உழைக்கும் விவசாயத் தொழிலாளிக்கும் இன்றி, நிலத்தின் உடைமையாளருக்கும் இன்றி இடைத் தரகர் போன்ற குத்தகைதாரர்களுக்குப் பயன்படும் திருத்தம்தான் அது. இந்தத் திருத்தத்தைத் கொண்டுவருவது குறித்து காங்கிரஸ் அரசாங்கம் ஆலோசித்து வருகிறது என்று தெரிந்ததுமே ஜமீந்தார்கள் தமக்குள் ஒரு குழுவை அமைத்துக்கொண்டு அரசாங்கத்துடன் பேச்சு நடத்தத் தயாரானார்கள்.

சந்தர்ப்பத்தைச் சரியாகப் பயன்படுத்திக்கொள்ள ராஜாஜி தயார் ஆனார். ஜமீந்தார்கள் பொப்பிலி ராஜாவை நெருக்கி அரசாங்கத் துக்கு இசைவாக நடந்துகொள்ளுமாறு வற்புறுத்தினார்கள். ராஜாஜியும் தம் பங்குக்கு அவர்மீது தமது அஸ்திரத்தைப் பிரயோ கித்தார். பொப்பிலி ராஜா ரங்கா ராவ் அரசியலே வேண்டாம் என்று திடீரென நீதிக் கட்சியின் தலைவர் பதவிக்கு முழுக்குப் போட்டுவிட்டார் (Nilkan A. Perumal - Bobbili).

இதற்குள் ஈ.வே.ரா. ஹிந்தி எதிர்ப்புக் கிளர்ச்சியில் வழக்கைச் சந்தித்து சிறை செல்லக் காத்திருந்தார். தலையில்லாத முண்ட மாகிப்போன நீதிக் கட்சியின் செயற் குழு உறுப்பினர்கள், பிரபல மாக இருந்த ஒவ்வொரு பிரமுகரையும் அணுகி தலைவர் பதவியை ஏற்குமாறு வேண்டினார்கள். ஸர் கே.வி. ரெட்டி நாயுடு, ஸர் ஏ.பி. பாத்ரோ போன்ற செல்வாக்குள்ள தெலுங்கர் களிடம் முதலில் போனார்கள். கலகலத்துப்போன கட்சியின் தலைமையை ஏற்க அவர்கள் யாரும் தயாராக இல்லை. தமிழர் களான ராஜா ஸர் முத்தையச் செட்டியார், பன்னீர் செல்வம், பி.டி. ராஜன் ஆகியோரிடம் சென்றனர். அவர்களும் தலைமைப் பதவியை ஏற்க மறுத்துவிட்டனர்.

இப்போதைய சோதனையான சந்தர்ப்பத்தில் மக்களிடையே செல்வாக்கும் வரவேற்பும் பேச்சுத் திறமையும் மிக்க ஈ.வே.ரா.தான் தலைவராகப் பொறுப்பேற்கத் தகுதியானவர் என்ற பேச்சு எழுந்தது. மிட்டாதார் பி.எல். ராமசாமி இது தொடர்பாக ஸண்டே அப்ஸர்வர் பத்திரிகைக்கு ஒரு நீண்ட கடிதம் எழுதினார். சாமானிய மக்களின் தலைவர் என ஈ.வே.ரா.வைத் தமது கடிதத்தில் வர்ணித்த மிட்டாதார், நீதிக் கட்சி தற்போதைய அரசியல் சீர்குலைவிலிருந்து மீண்டு வரவேண்டுமானால் கட்சியை அவர்தான் வழி நடத்திச் செல்ல முடியும் என்று வலியுறுத்தினார். செயற்குழுவினரால் ஒரு முடிவுக்கு வர இயலவில்லை. 1938 நவம்பர் 29-ம் தேதி சென்னையில் ஒரு கூட்டுக் குழுவின் கூட்டம் ராவ் பஹதூர் ஏ. துரைசாமி முத லியார் தலைமையில் நடந்தது. இதற்குள் தமிழ்ப் பகுதிகளிலிருந்து ஈ.வே.ரா.வைக் கட்சித் தலைவராக ஏற்குமாறு தந்திகளும் கடிதங்களும் செயற் குழுவுக்குப் பறந்து வந்தன.

ஈ.வே.ரா.வை நீதிக் கட்சித் தலைவராகத் தேர்ந்தெடுக்க வேண்டும் என்ற தீர்மானத்தைக் கூட்டுக் குழுக் கூட்டத்தில் முத்தையச் செட்டியார் முன்மொழிய, ஏ.டி.பன்னீர் செல்வமும், வரவேற்புக் குழுத் தலைவர் கே.ஸி. சுப்பிரமணியச் செட்டியா ரும் வழிமொழிந்தனர். இவ்வாறாக, எவரும் தலைவர் பதவியை ஏற்க முன்வராத நிலையில், நிராதரவான நீதிக் கட்சிக்கு ஈ.வே.ரா. தலைவர் ஆனார்.

வருகிற டிசம்பர் மாதம் நீதிக் கட்சியின் வருடாந்தர மாநாடு நடைபெறவேண்டுமாதலால் அதுவரை சிறை சென்றுவிடாமல் இருக்க அரசாங்கம் தொடுத்துள்ள வழக்கை எதிர்த்து வழக்காடு மாறு செயற் குழுவினர் ஈ.வே.ரா.விடம் வேண்டினர். ஈ.வே.ரா. அதற்கு ஒப்புக்கொள்ள மறுத்துவிட்டார்.

1938 டிசம்பர் 5-ம் தேதி நீதிமன்றத்தில் குற்றப் பத்திரிகை தாக்கல் செய்யப்பட்டது. பெண்களை மறியல் செய்யத் தூண்டிவிட்டார் என்பது குற்றச்சாட்டு. ஈ.வே.ரா. எதிர் வழக்காடவில்லை. ஆனால் தன் தரப்பு நியாயத்தைத் தாக்கல் செய்தார். மாஜிஸ் திரேட் அவருக்கு ஒரு வருடக் கடுங்காவல் தண்டனையும் ஆயிரம் ரூபாய் அபராதமும் விதித்தார். அபராதம் கட்டத் தவறினால் மேலும் ஆறு மாதக் கடுங்காவல். ஆனால் தண்டனை ஏக காலத்தில் அனுபவிக்கத் தக்கதாகத் தீர்ப்பளிக்கப்பட்டது.

ஈ.வே.ரா.வுக்கு விதிக்கப்பட்ட தண்டனைக்குக் காங்கிரசி லேயே கண்டனம் எழுந்தது. பி. வரதராஜுலு நாயுடுவும் ஸ்ரீநிவாஸ ஐயங்காரும் கடும் எதிர்ப்பு தெரிவித்தனர்.

1938 டிசம்பர் 6-ம் தேதி ஈ.வே.ரா. சிறைக்கு அனுப்பப்பட்டார். நீதிக் கட்சி செயற் குழுவில் அவர் ஒருமனதாகத் தலைவர் பதவிக்குத் தேர்வு செய்யப்பட்டுவிட்ட போதிலும் முறைப்படி சிறப்புக் கூட்டத்தில் தலைவராகத் தேர்ந்தெடுக்கப்படவேண்டி யிருந்தது. அந்தக் கூட்டம் டிசம்பர் 22 அன்று நடைபெறுவதாக இருந்தது. அதை 8-ம் தேதியே நடத்தி ஈ.வே.ரா.வின் தலைவர் பதவியை உறுதி செய்தனர்.

சிறை சென்ற ஈ.வே.ரா. நோய்வாய்ப்பட்டார். அவரை விடு தலை செய்யக் கோரி தமிழ்நாடெங்கும் கூட்டங்கள் நடைபெற லாயின. ஈ.வே.ரா.வை ஓசைப்படாமல் தெலுங்குப் பிரதேச மான பெல்லாரி சிறைக்கு மாற்றியது அரசு. அவரது விடு தலையை எதிர் நோக்கியிருந்தவர்கள் இந்தச் செய்தி அறிந்து ஆத்திரமடைந்தனர். ஈ.வே.ரா.வை விடுதலை செய்யும்படி எல்லாத் தரப்புகளிலிருந்தும் கோரிக்கை வரத் தொடங்கி யிருந்ததால் அவர் எவ்வித நிபந்தனையுமின்றி 1939 மே மாதம் 22 அன்று விடுதலை செய்யப்பட்டார். அவரது விடுதலையைத் தொடர்ந்து ஹிந்தி எதிர்ப்புக் கிளர்ச்சியில் தண்டனை பெற்றுச் சிறையில் இருந்த அனைவருமே ஜூன் மாத முதல் வாரத்தில் விடுதலை செய்யப்பட்டனர். ராஜாஜி ஹிந்தியைக் கட்டாயப் பாடம் ஆக்குவதில்லை என்ற முடிவுக்கு வந்தார். இவை யெல்லாம் நீதிக் கட்சியில் ஈ.வே.ரா.வின் செல்வாக்கை உயர்த்தின. கட்சியில் தமிழர்களின் செல்வாக்கு அதிகரித்தது. தெலுங்கர்களின் பிடி தளர்ந்தது.

ஈ.வே.ரா. விரைவிலேயே அவரது சுபாவப்படித் தம்மிச்சை யாகக் கட்சியை நடத்திச் செல்லத் தொடங்கிவிட்டார். அவர் தலைவர் ஆன 1938 டிசம்பர் மாதமே கட்சியில் விரிசல் விட ஆரம்பித்துவிட்டது. இப்போது அந்த விரிசல் பிளவாக மாறத் தொடங்கியது. ஈ.வே.ரா வின் எதேச்சாதிகாரப் போக்கும் தாம் சொல்வதுதான் கட்சியின் கொள்கை என்பதுபோல் நடந்து கொள்வதும் அவர்மீது பலருக்கு அதிருப்தியைத் தோற்றுவித்தன.

கட்சியின் செயலாளராகச் சிறப்பாகப் பணியாற்றிவந்த கி.ஆ.பெ. விசுவநாதம் வெகு விரைவில் ஈ.வே.ரா.வுடன் கருத்து வேறுபாடு

கொண்டு பதவியிலிருந்து விலகுவதாகக் கடிதம் கொடுத்தார். பி.டி.ராஜன் முதலியோர் தலையிட்டு விலகல் கடிதத்தைத் திரும்பப் பெற்றுக்கொள்ளச் செய்தனர்.

ஹிந்தி எதிர்ப்புக் கிளர்ச்சியின்போது பிரபலமடைந்தவர் பிற் காலத்தில் அண்ணா என்று அழைக்கப்பட்ட சி.என். அண்ணா துரை. தொடக்கத்தில் அவருக்குத் தொழிற்சங்கத்தில்தான் ஈடுபாடு இருந்தது. தொழிற்சங்கத் தலைவர் பாசுதேவிடம் நெருங்கிப் பழகலானார். ஆனால் நீதிக் கட்சித் தலைவர் பி. பாலசுப்பிரமணியம் அவரை எப்படியோ நீதிக் கட்சிக்குத் தள்ளிக் கொண்டு வந்துவிட்டார்.

ஹிந்தி எதிர்ப்புப் போராட்டத்தின்போது ஈ.வே.ரா.வுக்கு உறு துணையாக இருந்து கிளர்ச்சிக்கு ஆதரவு திரட்டுவதில் அண்ணா முன்னின்றார். கிளர்ச்சியில் பங்கேற்றுச் சிறைத் தண்டனையும் அடைந்திருந்தார். ஹிந்தி எதிர்ப்புக் கிளர்ச்சிக்கு முன்பே ஈ.வே.ரா.வின் நம்பிக்கையைப் பெற்றுப் பிரபலமடையத் தொடங்கியிருந்தார்.

தமிழ்நாட்டில் நீதிக் கட்சியின் முக்கியத் தலைவர்களில் ஒருவ ரான பி.டி.ராஜனுடன் ஈ.வே.ரா.வால் ஒத்துப்போக முடிய வில்லை. ஹிந்தி எதிர்ப்புக் கிளர்ச்சி விவகாரத்திலேயே ராஜன் கருத்து வேறுபாடு கொண்டிருந்தார். இது தொடர்பாக அவர் வெளியிட்ட அறிக்கை குறித்து விவாதிக்க செயற் குழு கூடிய போது ராஜன் அதைப் புறக்கணித்தார். அது ஈ.வே.ரா.வுக்குச் சாதகமாக அமைந்தது. அவர் தம்மிச்சையாக எல்லாக் குழுக் களுக்கும் தமது ஆதரவாளர்களை நியமிக்கலானார்.

விசுவநாதம் பொதுச் செயளாளர் என்ற முறையில் கட்சிப் பணிகள், கட்சித் தலைமை நிர்வாகம் இரண்டையுமே சிறப் பாகக் கவனித்து வந்தார். அவரது வேலைப் பளு இதனால் அதிகரிப்பதாகவும் இரண்டு துறைகளும் மேலும் சிறப்பாக நடைபெற கட்சிப் பணி, நிர்வாகம் இரண்டையும் பிரித்து இன் னொருவரையும் செயலாளராக நியமிப்பதாகவும் கூறிய ஈ.வே.ரா., மிகவும் புத்திசாலித்தனமாக கட்சியின் அமைப்புச் செயலாளராக அண்ணாதுரையை நியமித்துவிட்டார்!

ராஜாஜி மந்திரிசபை பதவி விலகிவிட்டதால் இடைக்கால அமைச்சரவை அமைக்க நீதிக் கட்சிக்கு வாய்ப்பு கிட்டியது.

அமைச்சரவை அமைப்பது குறித்து முத்தையச் செட்டியார் மாளிகையில் ஓர் ஆலோசனைக் கூட்டம் நடந்தது. ஈ.வே.ரா. வின் போக்கால் அதிருப்தி அடைந்திருந்த முத்தையச் செட்டியார் கூட்டிய கூட்டத்தில் சட்டசபை நீதிக் கட்சி உறுப்பினர்களும் கட்சியின் செயற் குழு உறுப்பினர்களும் கலந்துகொண்டனர். அவர்கள் அனைவருமே ஈ.வே.ரா.வுக்கு எதிரான நிலைப் பாட்டை எடுத்திருந்தனர். ராஜனும் அவர்களுக்கு ஆதரவாக இருந்தார். அவர்கள் அனைவரும் இடைக்கால அமைச்சரவை அமைக்க விரும்பினார்கள். ஆனால் அவர்கள் கரம் ஓங்கி விடாமல் இருக்க அதற்கு முட்டுக்கட்டை போட்டுவிட்டார், ஈ.வே.ரா. பெரும்பான்மை மக்களின் வாக்குகளைப் பெறாமல் ஆட்சி அமைக்கக் கூடாது என்று கூறிவிட்டார்.

கட்சியில் திராவிட நாடு பிரசாரத்தை முடுக்கிவிட்டு ஆதரவாளர் களைத் திரட்டுவதில் ஈ.வே.ரா.வும் அவருடைய துணைவர் களும் மும்முரமாக இறங்கி, கட்சியில் தங்கள் பிடியை இறுக்கிக் கொண்டனர். கட்சியில் உள்ள மூத்தவர்கள் பிடி தளர்ந்தது. எனவே ஈ.வே.ரா.வால் மிக எளிதில் மீண்டும் கட்சித் தலைவர் ஆகிவிட முடிந்தது. 1940 ஆகஸ்ட் 24 அன்று திருவாரூரில் நடை பெற்ற 15-வது நீதிக் கட்சி ஆண்டு மாநாட்டில் அவர் இரண்டா வது முறையாக நீதிக் கட்சித் தலைவர் ஆனார்.

திருவாரூர் மாநாட்டில் கட்சியினருக்கு உற்சாகமூட்ட இரு முக்கியத் தீர்மானங்கள் நிறைவேற்றப்பட்டன. முதல் தீர்மானம், பிராமணர் அல்லாதாருக்குத் தனித் தொகுதிகளை ஒதுக்குமாறு அரசை வற்புறுத்தியது. இரண்டாவது, மத்திய மாநில அரசுகளில் பிராமணர் அல்லாத சாதியினருக்குக் கூடுதல் வேலை வாய்ப்பு கிட்டும் வகையில் இட ஒதுக்கீடு சதவீதத்தை அதிகரிக்கக் கோரியது. ஆனால் இளம் கட்சியினரை அவை திருப்தி செய்யவில்லை. வாய்ச் சாதுரியமாகப் பேசுவதால் மட்டும் இத் தீர்மானங்கள் நடைமுறைக்கு வந்துவிடாது; அரசியல்ரீதியாக அதற்கு வழி காணவேண்டும் என்றனர்.

மாநாட்டில் இரு சிறப்புக் குழுக்கள் நியமிக்கப்பட்டன. ஒரு குழு, இன்னும் பிறக்காத திராவிட நாட்டுக்கு அரசியல் சாசனம் தயாரிக்கப் பணிக்கப்பட்டது. இன்னொன்று 1937 தேர்தல் தோல்விக்குப் பிறகு ஒதுங்கியிருக்கும் பிரமுகர்களையெல்லாம் திரட்டி மீண்டும் செயல்பட வைத்து, கட்சியை பலப்படுத்த

உரிய நடவடிக்கைகளை மேற்கொள்ளுமாறு பணிக்கப்பட்டது. ஆனால் இக்குழுக்கள் அமைக்கப்பட்டதோடு சரி. ஒரு தடவை கூடக் அவை கூடிப் பேசவில்லை.

இரண்டு குழுக்களுக்கும் தலைவரான ஈ.வே.ரா. குழுக்களைக் கூட்டவேண்டும் என்று பி.பாலசுப்பிரமணியம், கி.ஆ.பெ. விசுவநாதம் இருவரும் வேண்டினர். ஆனால் ஈ.வே.ரா. அதைப் பொருட்படுத்தவில்லை.

கட்சியின் தலைவராக இருந்துகொண்டு மனம் போன போக்கில் ஈ.வே.ரா. பேசுவது பலரையும் திகைக்க வைத்தது. 1940 டிசம்பர் 4 அன்று சேலத்தில் நடைபெற்ற கூட்டத்தில் பேசும்போது, ஆட்சி அதிகாரத்தில் பிராமணரல்லாதாருக்கு உரிய பங்கு அளிப்பதாக உறுதி கூறினால், அனைவரும் காங்கிரசில் சேர்ந்து விடத் தயார் என்று அறிவித்தார். அப்போது நீதிக் கட்சியின் எதிர் கால அரசியல் நிலை என்ன ஆகும், திராவிட நாடு கொள்கை என்ன ஆவது என்றெல்லாம் அவர் யோசிக்கவில்லை!

அடுத்து அரசாங்கத்தின் போர் முயற்சிகளுக்குத் துணை செய்யும் பொருட்டு திராவிடநாடு கோரிக்கையைக் கட்சி நிறுத்திவைக் கிறது என்று அறிவித்தார்! முதலில் திராவிட நாடு கோரிக்கையே அடிப்படை நீதிக் கட்சியினருக்கு உடன்பாடானதல்ல. டி.எம். நாயர் தனிப்பட்ட முறையில் அவ்வாறு பேசியதும் எழுதியதும் உண்டே தவிர கட்சி அதனைத் தனது கோரிக்கையாக ஏற்று அறிவித்ததில்லை. ஈ.வே.ரா. கட்டுப்பாட்டில் கட்சி வந்தபிறகு தான் பிரிவினைக் குரல் எழலாயிற்று.

கட்சியில் ஈ.வே.ரா. தலைமைக்கு எதிர்ப்பு அதிகரிக்கலாயிற்று. பொதுச் செயலாளர் விசுவநாதம் மிகக் கடுமையாகத் தலைவர் போக்கை விமர்சிக்கலானார். ஒரு கட்சியின் தலைவருக்கு உரிய நெறிமுறையுடன் பேசம் பழக்கம் இல்லாத ஈ.வே.ரா.வுக்கு பதிலாக விவரமுள்ள, அரசியல் நெறிமுறையுடன் பேசவும் எழுதவும் தெரிந்த ஆர்.கே. சண்முகம் செட்டியாரைத் தலைவ ராகத் தேர்ந்தெடுத்தால் கட்சியின் கௌரவம் நிலைக்கும் என்று பி. பாலசுப்பிரமணியம் போன்றவர்கள் கருதலானார்கள். ஆனால் கட்சியில் குவிந்திருந்த சுய மரியாதைக்காரர்களின் கண் மூடித்தனமான ஆதரவு என்னும் பலத்தில் ஈ.வே.ரா. கட்சியில் காலூன்றி நின்றார்.

ஈ.வே.ரா.வின் தலைமையை மாற்ற விரும்புவோர் இளம் நீதிக் கட்சி என்று தங்களை அழைத்துக்கொண்டனர்.

ஈ.வே.ரா.வைத் தலைவர் பதவியிலிருந்து அகற்றக் கருதும் முன்னணி நீதிக் கட்சியினர் 1942-ல் பாத்ரோவின் இல்லத்தில் கூடிப் பேசினர். இளம் நீதிக் கட்சியினரும் அதே நாள் அதே இடத்தில் கட்சித் தலைமையை மாற்றுவது குறித்துக் கூடி ஆலோசித்தனர். இரு தரப்பினரும் ஈ.வே.ரா. வைத் தலைமைப் பதவியிலிருந்து நீக்கவேண்டும் என ஒரு தீர்மானத்தையும் அவருக்கு பதிலாக சண்முகம் செட்டியார் தலைவர் பொறுப்பை ஏற்கவேண்டும் எனக் கோரும் இன்னொரு தீர்மானத்தையும் பொதுக் கூட்டம் நடத்தி நிறைவேற்ற முடிவு செய்தனர்.

1942 மே 19 அன்று சென்னை ராயப்பேட்டையில் இளம் நீதிக் கட்சியினரின் செயற்குழு கூடி அதையே பொதுக்கூட்டமாக அறிவித்தது. திருத்தி அமைக்கப்பட்ட இரு தீர்மானங்களும் ஒருமனதாக நிறைவேற்றப்பட்டன.

முதல் தீர்மானம் ஈ.வே.ரா. கட்சித் தலைவராகத் தங்கள் எதிர் பார்ப்புக்கு ஏற்றவிதமாகச் செயல்படவில்லை என்பதால் அவரது தலைமையை மாற்றவேண்டிய கட்டாயம் ஏற் பட்டுள்ளது என்றது. இதற்குச் சான்றாக ஈ.வே.ரா. முறை கேடாக நடந்துகொண்ட நிகழ்ச்சிகள் பல தெரிவிக்கப்பட்டன.

இரண்டாவது தீர்மானம், ஆர்.கே. சண்முகம் செட்டியாரைக் கட்சித் தலைவர் பொறுப்புக்குப் பரிந்துரைத்தது. இத்தீர் மானத்தை பி.பாலசுந்தரம் முன்மொழிந்தார். இரண்டு தீர்மானங் களும் ஒருமனதாக நிறைவேறின. வெகு விரைவில் புதிய தலை வரைத் தேர்ந்தெடுப்பதற்கான மாநாட்டைக் கூட்டவேண்டும் என்றும் முடிவு செய்யப்பட்டது.

அதே சமயம், ஈ.வே.ரா.வின் தலைமை தொடரவேண்டும் என வலியுறுத்தும் கூட்டங்களும் நடைபெறலாயின. ஈ.வே.ரா. வுக்கு எதிராகவும் ஆதரவாகவும் கூட்டங்கள் நடைபெறத் தொடங்கி நிலைமை சிக்கலாவதைத் தொடர்ந்து அண்ணா இந்த முரண்பாட்டில் தலையிடாமலேயே தமது 'திராவிட நாடு' இதழில் ஒரு கட்டுரை எழுதினார். ஆர். கே. சண்முகம் செட்டி யார் கட்சித் தொண்டர்களின் நம்பிக்கையையும் ஈ.வே.ரா. அவர்களின் நம்பிக்கையையும் ஒருங்கே பெற்றவர் என்றும் அவர் கட்சித் தலைமையை ஏற்க முன்வந்தால் ஈ.வே.ரா.

மிகவும் மகிழ்வார் என்றும் திராவிட நாடு பத்திரிகையின் 1942 மே 31 இதழில் எழுதினார். இரு தரப்பினரில் தனது சார்பு யார் பக்கம் என்று அவர் தெரிவிக்காத போதிலும் சண்முகம் செட்டியார் தலைமைப் பதவி ஏற்பதற்குச் சாதகமாக அவரது கருத்து இருப்பதாகத் தோன்றியது.

கருத்து மாறுபாடு முற்றிய நிலையில் விசுவநாதம் ஈ.வே.ரா. மீது பதினான்கு குற்றச்சாட்டுகளைக் கூறிவிட்டு 1942 ஜூன் மாதம் தமது பதவியை ராஜிநாமா செய்தார். ஈ.வே.ரா. அதற்காகவே காத்திருந்தது போல் விசுவநாதத்தின் ராஜிநாமாவை ஏற்றுக் கொண்டு அந்த இடத்துக்கு அண்ணாவை நியமித்துவிட்டார். அண்ணாவும் உடனடியாக அந்தப் பொறுப்பை ஏற்றுக்கொண்டு தனது ஆதரவு யார் பக்கம் என்பதைத் தெளிவுபடுத்தினார். மக்கள் ஆதரவை எளிதில் திரட்டும் திறமை மிக்க ஈ.வே.ரா.வின் சார்பே தனது அரசியல் வளர்ச்சிக்குத் துணை செய்யும் என அவர் புரிந்துவைத்திருந்தார்.

கட்சியின் ஆண்டு மாநாட்டைக் கூட்டுவதைத் தள்ளிப்போட்டுக் கொண்டே வந்த ஈ.வே.ரா., அதன் காரணமாக 1944 மத்தியில் கடும் விமர்சனத்துக்கு இலக்கானார். இனியும் தாமதிப்பதற் கில்லை என்ற நிலையில் அதே ஆண்டு ஆகஸ்ட் மாதம் கட்சியின் 16-வது மாநாடு நடைபெறும் என அறிவித்தார்.

ஈ.வே.ரா.வைக் கட்சித் தலைமைப் பதவியிலிருந்து அகற்று வதற்கு மாநாட்டைப் பயன்படுத்திக்கொள்ள முடியும் என மகிழ்ந்த எதிர்ப்பாளர்கள் பி.டி.ராஜனைச் சூழ்ந்துகொண்டு தமது முயற்சிக்கு அவரது ஆதரவைக் கோரினர். தமிழ்நாடு முழுவதும் சுற்றுப் பயணம் செய்து ஈ.வே.ரா.வை நீக்கும் நட வடிக்கைக்கு ஆதரவு திரட்டுமாறு அவர் ஆலோசனை கூறினார். அதனை அவர்கள் ஏற்றுக்கொண்டு சுற்றுப் பயணம் மேற் கொண்டனர். அதை முறியடிக்க அண்ணாவும் சுற்றுப்பயணம் செய்யப் புறப்பட்டார்.

ஈ.வே.ரா.வின் நண்பர்களான சவுந்திர பாண்டியன், சாமியப்ப முதலியார் போன்ற மூத்த தலைவர்களே ஈ.வே.ரா. வைத் தலைமைப் பதவியிலிருந்து விலக்கி அந்த இடத்துக்கு ஜன நாயகப் பண்பும் அறிவாற்றலும் உள்ள ஒருவரைத் தேர்ந் தெடுப்பதுதான் நல்லது என்று கருதியது கண்டு அண்ணா அதிர்ச்சி அடைந்தார். கட்சியில் ஈ.வே.ரா.வின் தலைமை நீடிக்க

வேண்டுமானால் மாற்றி யோசிக்கவேண்டியதுதான் என்ற முடிவுக்கு வந்தார். அதன் விளைவுதான் அண்ணாதுரை தீர்மானம். நீதிக் கட்சியைக் கைப்பற்றுவதற்காகவே உருவாக்கப்பட்ட திட்டம்தான் அது. மற்றபடி திராவிட மோகத்தினால் அல்ல. அசல் நீதிக் கட்சியினரை வெளியேற்றி ஈ.வே.ரா.வுக்கு நிம்மதி அளிக்கவும் அதில் இடம் இருந்தது.

1. நீதிக் கட்சி உறுப்பினர்கள் ஸர், திவான் பகதூர், ராவ் பகதூர், ராவ் சாகிப் முதலான கௌரவப் பட்டங்களைத் துறக்கவேண்டும்.

2. யுத்த ஆதரவு முயற்சிக்காக அரசாங்கம் உருவாக்கிய பல்வேறு அமைப்புகளிலும் குழுக்களிலும் தரப்பட்டுள்ள கௌரவப் பதவிகளிலிருந்து விலகிவிட வேண்டும். அரசாங்கம் அமைத்துள்ள எந்தத் தொகுதிக்கான தேர்தலிலும் கட்சியின் உறுப்பினர்கள் போட்டியிடக்கூடாது.

3. பெயருக்குப் பின்னால் சாதி அடையாளங்களைத் தெரிவிக்கும் பெயர்களைப் போட்டுக்கொள்ளக் கூடாது.

4. இறுதியாக, தென்னிந்திய நடுநிலைக் கூட்டமைப்பு (நீதிக் கட்சி) என்ற பெயரை நீக்கிவிட்டு திராவிடர் கழகம் என்ற பெயரைக் கட்சிக்குச் சூட்டவேண்டும்.

ஈ.வே.ரா. இந்தத் தீர்மானத்தை மாநாடு நடைபெறுவதற்கு முன்னதாகவே குடியரசு ஆகஸ்ட் 4-ம் தேதி இதழில் வெளியிட்டுவிட்டார். கட்சியின் பிரமுகர்கள் அதைப் படித்துப் பதறிப் போனார்கள். பி.டி.ராஜன் மட்டுமின்றி ஈ.வே.ரா.வின் நண்பர்களே கட்சியின் பெயரை திராவிடர் கழகம் என்று மாற்றுவதற்குக் கடும் எதிர்ப்பு தெரிவித்தனர். தீர்மானத்தை முன்னதாகவே வெளியிட்டது கட்சியில் பிளவைப் பெரிதாகிவிட்டது. கட்சியின் மூத்தவர்கள் ஈ.வே.ரா.வைத் தலைமைப் பதவியிலிருந்து நீக்க இயலாவிடினும் கட்சியின் அடையாளத்தையாவது காப்பாற்றவேண்டும் என்று தவித்தனர். ஈ.வே.ரா.வின் ஆதரவாளர்களோ தீர்மானத்தை எப்படியும் நிறைவேற்றியே தீருவது என்பதில் உறுதியாக இருந்தனர்.

இரு தரப்பினரும் பலப் பரீட்சைக்குத் தயாரான நிலையில் பகிரங்கமான ரசாபாசம் ஏற்படுவதைத் தவிர்க்கும்பொருட்டு

சவுந்திர பாண்டியன் தலையிட்டு இருவருக்கும் இடையே சமரசம் செய்து வைத்தார். இரு தரப்பினரும் மாநாடு நல்லவிதமாக நடந்தேற ஒத்துழைப்பதாக வாக்களித்தனர். ஆனால் ஈ.வே.ரா.வின் ஆதரவாளர்கள் அண்ணாதுரை தீர்மானத்தை எப்படியும் நிறைவேற்றியே தீருவது என ரகசியமாகத் திட்டமிட்டனர்.

நீதிக் கட்சியின் 16-வது ஆண்டு மாநாடு 1944 ஆகஸ்ட் 27-ம் நாள் தொடங்கியது.* ஈ.வே.ரா.வின் ஆதரவாளர்கள் முன்னதாகவே திட்டமிட்டு மாநாட்டின் முன்பகுதியை ஆக்கிரமித்துக்கொண்டனர். அவர்களோடு கூடவே விஷமிகளும் திரண்டு வந்தனர். மாநாடு நடைபெற்ற இடத்தின் பிரதான பகுதிகள் முழுவதும் ஈ.வே.ரா. ஆதரவாளர்களே காணப்பட்டனர். ஈ.வே.ரா.வைத் தலைமைப் பதவியிலிருந்து நீக்கவேண்டும் என்ற நோக்கமுள்ள பி.பாலசுப்பிரமணியம், விசுவநாதம் இருவரையுமே ஈ.வே.ரா. ஆதரவாளர்கள் செயல்பட விடவில்லை.

பாலசுப்பிரமணியம் கட்சிக் கொடியை ஏற்றுவதாக இருந்தார். விசுவநாதம் மாநாட்டுத் திறப்பாளர். அவர்கள் இருவரும் மேடைக்கு வந்ததிலிருந்து, உரை நிகழ்த்தி முடிக்கும்வரை கூட்டம் அவர்கள்மீது வசைமாரி பொழியத் தொடங்கியது. வரவேற்புக் குழுத் தலைவருக்கும் அதே மரியாதைதான் கிடைத்தது. பெருங்குழப்பத்துக்கு இடையே ஈ.வே.ரா. மீண்டும் கட்சியின் தலைவராகத் தேர்ந்தெடுக்கப்பட்டார். அத்துடன் காலை நிகழ்ச்சிகள் முடிவடைந்தன. பிற்பகல் அண்ணா துரையின் தீர்மானத்தை முன்மொழிவதற்கு அனுமதி அளிப்பது குறித்து விஷயாலோசனைக் குழு பரிசீலித்தது. தீர்மானத்தை அனுமதிப்பதா, கூடாதா என்பது குறித்து 35 மணி நேரம் விவாதித்தும் எந்த முடிவும் எடுக்கப்படவில்லை.

தீர்மானம் சில அடிப்படையான முக்கிய மாற்றங்களைச் செய்வது தொடர்பாக இருப்பதால் மாநாட்டுக்கு வந்துள்ள கட்சிக்காரர்கள் அனைவரின் தீர்ப்புக்கும் வைக்கலாம் என்று யோசனை கூறினார் அண்ணா. வந்திருந்தோரில் மிகப்

---

* 1944-ல் நடைபெற்ற நீதிக்கட்சியின் 16-வது மாநாட்டில் அண்ணாதுரை தீர்மானம் தொடர்பாக நிகழ்ந்த சம்பவங்கள் டாக்டர் இ.ச. விசுவநாதன் எழுதிய 'ஈ.வே.ராமசாமி நாயக்கரின் அரசியல் வாழ்க்கை' (The Political Career of E.V.Ramasami Naicker, Ravi & Vasanth Publishers, Madras 600020) என்ற ஆங்கில நூலில் விரிவாகப் பதிவு செய்யப்பட்டுள்ளன.

பெரும்பன்மையினர் ஈ.வே.ரா.வின் ஆதரவாளர்கள் என்பது தெரிந்த விஷயந்தானே! அண்ணாவின் யோசனைக்குக் குழு ஒப்புதல் தந்ததாகத் தெரியவில்லை. ஆனாலும் அடாவடியாகத் தீர்மானம் மாநாட்டுக்கு வந்துள்ளோர் முடிவுக்கு விடப்பட்டது.

'நீதிக் கட்சியின் பெயருக்கு ஆங்கிலேய ஆட்சியின் அடிவருடிகள் என்ற களங்கம் ஏற்பட்டுள்ளது. யுத்த முயற்சிகளுக்கு நாம் உதவுவதால் நமது எதிரிகள் நம்மை ஆங்கிலேயரின் அடிமைகள் எனக் கூறியபோதிலும் நமது கட்சிக்கு ஆங்கிலேய ஆட்சியால் எவ்விதப் பிரதிபலனும் கிட்டுவதில்லை. இதற்கு எதிர்ப்பு தெரிவிக்கும்வகையில் நீதிக்கட்சியினர் தமது கௌரவப் பட்டம் பதவிகளை எல்லாம் துறக்கவேண்டும். கட்சியின் களங்கப்பட்டு விட்ட பெயரை அகற்றிவிட்டு திராவிடர் கழகம் என்ற பெயரைச் சூட்டிக்கொள்ளவேண்டும்' என்று மாநாட்டில் பேசினார் அண்ணா.

அவர் பேசி முடித்ததும் கட்சியின் பெயர் மாற்ற முயற்சிக்கு வரவேற்புக் குழு உறுப்பினர்களான ஸி.ஜி. நெட்டோ, ஏ. கணேச சங்கரன் ஆகியோர் எதிர்ப்பு தெரிவித்தனர். அவர்களின் ஆட்சேபணைகள் கூச்சல், வசைகள், கூக்குரல்கள், குழப்பங்கள் மூலம் அடக்கி ஒடுக்கப்பட்டது. அண்ணாதுரை தீர்மானம் ஐயப்பாட்டுக்குரிய வகையில் போலியாக ஒருமனதாக நிறைவேறியது. மாநாட்டில் பங்கேற்ற சவுந்திர பாண்டிய நாடார், தமது செல்வாக்கைப் பயன்படுத்தி, தீர்மானம் செயல்பாட்டுக்கு வருவதைத் தள்ளிவைக்கச் செய்தார். நீதிக் கட்சிப் பிரமுகர்கள் தமது கௌரவ பதவி பட்டங்களை 1945 மார்ச் 31-க்குள் துறக்க வேண்டும் என அவகாசம் அளிக்கச் செய்தார்.

மாநாட்டு நிகழ்ச்சிகள் களேபரத்தில் நடந்து முடிந்ததும், சி.ஜி. நெட்டோ, ஏ. கணேச சங்கரன், பி. பால சுப்பிரமணியம், எஸ்.என். தீர்த்தகிரி, டி.ஏ.வி. நாதன் ஆகியோர் தனியே கூடி நீதிக் கட்சியின் எதிர்காலம் குறித்து விவாதித்தனர். நீதிக் கட்சியை அதன் பழைய பெயரிலேயே தொடர்ந்து நடத்துவது என ஒருமனதாக முடிவு செய்தனர்.

மாநாட்டில் ஜனநாயகத்துக்குப் புறம்பான முறையில் தீர்மானம் நிறைவேற்றப்பட்டதற்கு எதிர்ப்பு தெரிவித்து ஈ.வே.ரா.வுக்கு

அவர்கள் ஒரு கடிதம் எழுதினர். அவர்கள் எழுதிய அக்கடிதத்தின் நகல் 1944 ஆகஸ்ட் 28-ம் நாள் பத்திரிகைகளுக்கு அனுப்பி வைக்கப்பட்டது.

‘இன்று நடைபெற்ற தென்னிந்திய நடுநிலைக் கூட்டமைப்பின் மாநாட்டில் கட்சியின் பெயரை திராவிடர் கழகம் என மாற்றுவதாக நிறைவேற்றப்பட்ட தீர்மானம் விதிமுறைகளின்படி முன்னதாக எமது கவனத்திற்கு அனுப்பிவைக்கப்படவில்லையாதலால் அது செல்லுபடியாகாது என்பதை அடியில் கையொப்பமிட்டுள்ள நாங்கள் தெரிவித்துக்கொள்கிறோம். நாங்கள் தொடர்ந்து தென்னிந்திய நடுநிலைக் கூட்டமைப்பின் (நீதிக் கட்சி) உறுப்பினர்களாக இருந்து வருகிறோம்’ என்று அக் கடித்தில் தெரிவிக்கப்பட்டிருந்தது.

சவுந்திர பாண்டியன், பி.டி.ராஜன் ஆகியோர் மேற்குறிப்பிட்டோருடன் சேர்ந்து நீதிக் கட்சியைத் தொடர்ந்து நடத்தலானார்கள். காலம் பலவாறு மாறியும் பி.டி.ராஜன் நீதிக் கட்சியைத் தனி நபராக நின்று தொடர்ந்து பிடிவாதமாக நடத்திவந்தார். திராவிடர் கழகத்துக்கும் தி.மு.கழகத்துக்கும் ஒட்டோ உறவோ இல்லை எனத் தமது கட்சியின் தனித் தன்மையைக் காத்தார். மதுரை மீனாட்சி அம்மையின் பக்தரான அவருக்குக் கழகங்களின் அண்மை ஒத்துவரவில்லை. ஆனால் 1967-ல் திமுக ஆட்சியைக் கைப்பற்றியதும் ஈ.வே.ரா.வைப் போலவே அவரும் அதனுடன் சொந்தம் கொண்டாட வந்துவிட்டார்.

நீதிக் கட்சியைச் சொந்தமாக ஏதோ சிறு தொழில் நிறுவனம் போல் நடத்திக்கொண்டிருந்த பி.டி.ராஜன் அதன் ஐம்பதாம் ஆண்டு நிறைவு விழாவை 1968-ல் பொன்விழாவாகக் கொண்டாடப்போவதாகச் சொல்லி முதல்வர் அண்ணாவைப் பங்கேற்க அழைத்தபோது, ‘நீங்கள் ஏன் தனியாக நீதிக் கட்சியின் பொன் விழாவாகக் கொண்டாட வேண்டும்? என்ன இருந்தாலும் நாம் பாட்டன் பேரப்பிள்ளை உறவு முறை உள்ளவர்கள் அல்லவா? நீதிக் கட்சியின் ஐம்பதாண்டு நிறைவை நாம் எல்லோரும் சேர்ந்து திராவிட இயக்கப் பொன்விழாவாகக் கொண்டாடுவோம்’ என்று அண்ணா சொல்லவில்லை.

கசப்பான உண்மை இவ்வாறு இருக்கையில் தி.மு.கழகமோ. திராவிடர் கழகமோ நீதிக் கட்சிக்கு எப்படி உரிமை கொண்டாட முடியும்?

திராவிடர் கழகத்திடமே, 'நாங்கள் தனி முகாம் அமைத்துவிட்டோம், எங்களுடைய முகாம் சிறியதாகவே இருந்தாலும் இனி எப்படி உங்களுடன் சேர்ந்திருக்க முடியும்?' என்று கேட்ட அண்ணாவால் நீதிக் கட்சியிடம் எப்படி உறவு பாராட்ட முடிந்திருக்கும்?

அழைத்த மரியாதைக்காகத் தலையைக் காட்டிவிட்டு வருவதைப் போல நீதிக் கட்சியின் பொன்விழாவுக்குச் சென்று அவர்களின் மன ஆறுதலுக்காக நாலு நல்ல வார்த்தைகள் சொல்லிவிட்டு வந்தார், அவ்வளவுதான்!

24. தலைவர்தான்; பெயரளவில்!

ஹிந்து தர்மத்தின் பரம வைரியாகத் தம்மை வெளிப்படுத்திக்கொண்டவர் ஈ.வே.ராமசாமி. 'கடவுள் இல்லை, இல்லை, இல்லவே இல்லை. கடவுளை வணங்குபவன் முட்டாள். கடவுளைக் கண்டுபிடித்தவன் காட்டுமிராண்டி' என்று பொன் மொழி வெளியிட்டு தமிழ்நாடெங்கும் பவனி வந்தவர் ஈ.வே.ரா.

கடவுள் இல்லை என்று சொல்ல ஈ.வே.ரா.வுக்கு நிச்சயமாக உரிமை உண்டு. ஆனால் கடவுளை வணங்குபவன் முட்டாள் என்று திட்டவோ, கடவுளைக் கண்டுபிடித்தவன் காட்டுமிராண்டி என்று அநாகரிகமாக விமர்சிக்கவோ அவருக்குக் கடுகளவு உரிமைகூட நிச்சயத்திலும் நிச்சயமாக இல்லவே இல்லை!

ஈ.வே.ரா.வின் தளபதியாகவும் தலையாய சீடப் பிள்ளையாகவும் அறியப்பட்டவர் சி.என். அண்ணாதுரை என்கிற அண்ணா.

1949-ல் திராவிட முன்னேற்றக் கழகத்தை அண்ணா தொடங்கியபோது தமது கட்சியின் தலைமை நாற்காலி காலியாக இருக்கும் என்றும், ஏனெனில் அந்த நாற்காலிக்கு என்றென்றும் உரியவராக இருப்பவர் தந்தை பெரியார்தான் (ஈ.வே.ரா.) என்றும் பகிரங்கமாக அறிவித்தார். தாம் உயிர் வாழ்ந்தவரை கட்சியில் அந்த நடைமுறையைக் கடைப்பிடிக்கவும் அவர் தவறவில்லை.

தலைவர் என்று ஈ.வே.ராவுக்கு அண்ணா மரியாதை செய்த போதிலும் அது ஒரு சம்பிரதாயமான மாலை மரியாதையாகத் தான் இருந்தது. ஈ.வே.ரா. வின் கழகத் தளபதியாக அவர் இருந்த காலத்திலேயேகூட!

1943-ம் ஆண்டு வாக்கில் டி.கே.எஸ். சகோதரர்கள் நாடகம் நடத்த ஈரோட்டில் முகாமிட்டிருந்த போது அவர்களது நாடகங் களுள் மிக முக்கியமானதாக இருந்த ராமாயணம் நாடகத்தையும் நடத்துவதாக இருந்தார்கள். அதற்கான விளம்பரங்கள் ஊரெங்கும் செய்யப்பட்டன.

இதைக் கேள்விப்பட்ட ஈ.வே.ரா. பதறிப் போனார். தமது கடும் தாக்குதலுக்குரிய ராமாயணம் தமது ஊரிலேயே நடைபெறு வதா? ராமாயண நாடகம் நடைபெறும் தினத்தில் நாடகக் கொட்டகை வாசலில் மறியல் நடத்துமாறு கழகத் தோழர் களுக்கு ஆணையிட்டார் ஈ.வே.ரா.

டி.கே.எஸ். சகோதரர்கள் ஈ.வே.ரா.மீது மரியாதை உள்ளவர்கள் தான். ஆனால், அவரைக் காட்டிலும் தமது நம்பிக்கைகளிலும் கண்ணோட்டங்களிலும் உறுதி மிக்கவர்கள். என்ன நடந்தாலும் ராமாயண நாடகத்தை நடத்தியே தீருவது என முடிவு செய் தார்கள். நாடகம் நடைபெறும் நாளன்று அசம்பாவிதம் ஏதும் நடந்துவிடக்கூடாது என்பதற்காகக் கூடுதலான போலீஸ் பந்தோபஸ்துக்கும் ஏற்பாடு செய்தார்கள்.

ராமாயண நாடகம் நடைபெறும் நாளும் வந்தது. நாடகக் கொட்டகை வாசலில் மட்டுமின்றி, ஊர் முழுவதுமே ஒருவித தவிப்பும் அமைதியின்மையும் நிலவின. மாலையில் நாடகம் தொடங்கும் நேரமும் நெருங்கியது.

திராவிடர் கழகத் தோழர்கள் அலை அலையாக வந்து கொட்டகை வாசலில் மறியல் செய்வார்கள் என்று எதிர்பார்த்து, காவலர்களும் நிலைமையைச் சமாளிக்கத் தயாரானார்கள். ஆனால் நாடகத்தைப் பார்க்க மக்கள்தான் வந்துகொண்டிருந் தார்களேயன்றி எதிர்ப்பு காட்ட எவரையும் காணவில்லை!

நாடகம் வழக்கம்போல் உரிய நேரத்தில் தொடங்கி இறுதிவரை எவ்வித இடையூறும் இன்றி நிறைவு பெற்றது!

ராமாயண விரோதி ஈ.வே.ரா.வின் சொந்த ஊரான ஈரோட்டில் அவர் ஆணையிட்டபோதிலும் எவ்விதச் சலசலப்பும் இன்றி ராமாயண நாடகம் நடந்தேறிவிட்டது.

திக்கெட்டும் புகழும் ஸ்ரீ ராமனின் திவ்விய கதை விக்கினம் ஏதுமின்றி நடந்தேற முடிந்தது எப்படி என்று தூண்டித் துருவிப் பார்த்தபோது அதன் பின்னணியில் இருந்தவர் அண்ணாதான் என்பது தெரிய வந்தது!

ஈரோட்டுக்கு வந்துள்ள டி.கே.எஸ். சகோதரர்கள் நமது விருந்தினராகக் கருதப்படவேண்டியவர்கள். அவர்கள் நடத்தும் நாடகம் எதுவாக இருந்தாலும் அதற்கு இடையூறு செய்வது நாகரிகமல்ல என்று தோழர்களுக்கு அறிவுறுத்தி மறியல் ஏதும் நடைபெறவொட்டாமல் தடுத்து ராமாயண நாடகம் தடங்கல் இன்றி நடைபெறச் செய்துவிட்டார், திராவிடர் கழகத் தளபதி அண்ணா!

இதேபோல் இன்னொரு சம்பவமும் அதே ஈரோட்டில் நடை பெற்றது. ஈரோட்டில் முகாம் இட்டிருந்த டி.கே.எஸ். சகோ தரர்கள் அங்கு நாடகக் கலை மாநாடு நடத்தவும் திட்டமிட்டார் கள். நாடகக் கலை மாநாட்டுக்குத் தலைமை வகிக்க ஆர்.கே. சண்முகம் செட்டியாரை அழைத்திருந்தார்கள். அப்போது சண்முகம் செட்டியார் தமிழிசை இயக்கத்தில் மிகத் தீவிரமாக ஈடுபட்டிருந்தார்.

தமிழிசை இயக்கம் தனது இலச்சினையாக நடராஜர் திருவுருவை ஏற்றிருந்தது. தமிழிசை இயக்க மேடைகளில் எல்லாம் நடராஜப் பெருமானின் சிற்பம் பிரதானமாகக் காட்சியளிக்கும். இதனால் எரிச்சல் அடைந்த ஈ.வே.ரா., நாடகக் கலை மாநாட்டுக்கு சண்முகம் செட்டியார் தலைமை வகிக்கவிடாமல் தடுக்க விரும்பினார். மாநாடு நடைபெறும் நாளில் சில ஆட்களை முன்வரிசையில் முன்னதாகவே உட்கார ஏற்பாடு செய்து, வழக்கப்படி மாநாட்டுக்குத் தலைமை ஏற்குமாறு செட்டியாரை வேண்டும் தீர்மானம் முன்மொழியப்படும்போது ரகளை செய்ய ஏற்பாடு செய்திருந்தார். இதை முன்கூட்டியே அறிந்த அண்ணா, மாநாடு நடைபெறும் நாளன்று காலையே சண்முகம் செட்டியாரைச் சந்தித்து, விஷயத்தைச் சொல்லி, தீர்மானம் எதுவும் இன்றியே அவர் நேரடியாகத் தலைமைப் பொறுப்பை

ஏற்று, மாநாட்டு நிகழ்ச்சிகளைத் தொடங்கிவிடுமாறு ஆலோசனை கூறினார். செட்டியாரும் அதை ஏற்றுக்கொண்டார்.

மாநாடு தொடங்கியதும் சண்முகம் செட்டியார் தாமாகவே தலைமைப் பொறுப்பை ஏற்று நிகழ்ச்சிகள் தொடங்குவதாக அறிவித்தார். ஈ.வே.ரா. சொற்படி முன்வரிசையில் கேள்வி எழுப்பிக் குழப்பம் விளைவிப்பதற்காகவே வந்திருந்தவர்கள் செய்வதறியாது திகைத்துப் போனார்கள். ஒருவர் சிறிது நிதானம் அடைந்து தலைமைப் பதவி ஏற்குமாறு தீர்மானம் எதுவும் இல்லாமலேயே சண்முகம் செட்டியார் தலைவராக அமர்ந்து விட்டது எப்படிப் பொருந்தும் என்று கேட்டார்.

'அதெல்லாம் தேவையில்லாத சம்பிரதாயம். பகுத்தறிவுக்குப் பொருந்தாத வழக்கங்களையெல்லாம் விட்டுவிடவேண்டும் என்கிற ஈ.வே.ரா. அவர்களின் கொள்கைக்கு ஏற்ப நேரத்தை விரயம் செய்யும் அந்தச் சம்பிரதாயத்தைக் கைவிட்டுவிட்டோம்' என்று அறிவித்து ஆட்சேபம் தெரிவித்தவரின் வாயை அடைத்து விட்டார்கள். மாநாட்டில் எடுத்த எடுப்பிலேயே குழப்பம் விளைவிக்க ஈ.வே.ரா. செய்திருந்த ஏற்பாடு இவ்வாறாக அண்ணாவின் முன்யோசனையால் பிசுபிசுத்துப் போயிற்று.

1968 -ல் முதல்வர் அண்ணா அமெரிக்காவில் சிகிச்சை பெறச் சென்றிருந்தபோது சென்னை பெரியார் திடலில் அவரது பிறந்த நாள் வாழ்த்துக் கூட்டம் நடைபெற்றது. அதில் பேசியபோது தான் டி.கே.சண்முகம் இந்த சுவாரசியமான தகவல்களைத் தெரிவித்தார். 'எங்கள் ராமாயண நாடகத்தை எதிர்த்து நடைபெற விருந்த மறியலைத் தடுத்து நிறுத்தியவர் அண்ணா அவர்கள்தான் என்று அறிந்தபோது மிகவும் மகிழ்ச்சி அடைந்தோம்' என்றார் சண்முகம். இந்தச் சம்பவத்தை திராவிடர் கழகப் பெரியார் திடலிலேயே அவர் வெளியிட்டதுதான் இன்னும் விசேஷம்!

இன்னொரு சம்பவம். திமுகவின் கொள்கை ஈ.வே.ரா.வின் பரம நாத்திகக் கொள்கைக்கு மாறான 'ஒன்றே குலம் ஒருவனே தேவன்' என்ற திருமூலர் வாக்குதான் என்று அண்ணா தெளிவு படுத்தியிருந்த போதிலும் திமுக ஹிந்து கடவுள் நம்பிக்கைகளை மறுக்கும் கட்சிதான் என்ற எண்ணம் நிலவி வந்த 1950-களில், அப்போது திமுகவில் இருந்த கண்ணதாசன், 'மங்கையர் திலகம்' என்ற திரைப்படத்தில் துளசி மாடத்திற்கு பூஜை செய்வதுபோல் வரும் ஒரு காட்சிக்கு 'தாயே துளசி மாதா...' என்ற பக்திப்

194

பாடலை எழுதினார். இதைக் கட்சியில் பெரிய விவகாரம் ஆக்கிவிட்டார்கள். கண்ணதாசன் கட்சிக் கொள்கைக்கு விரோதமாக நடந்துகொண்டுவிட்டார் என்று கண்டனம் எழுப்பப்பட்டது.

கண்ணதாசன் அண்ணாவிடம் சென்று முறையிட்டார். 'நீ மனதார உணர்ந்து விரும்பி அந்தப் பாடலை எழுதினாயா அல்லது காசுக்காக எழுதினாயா?' என்று கேட்டார் அண்ணா. மனதார உணர்ந்து விரும்பி எழுதியதாக ஒப்புக்கொண்டார், கண்ணதாசன். 'அப்படியானால் அதில் தவறில்லை. எனக்கும் உன் கொள்கைதான், போய்விட்டு வா' என்று அனுப்பிவைத்தார் அண்ணா. கண்ணதாசன் எழுதிய சிறு நூல் ஒன்றில் (கண்ணதாசன் பதிப்பகம் வெளியீடு) இச்சம்பவம் பதிவாகியுள்ளது.

ஈ.வே.ரா.வுக்கு ஒவ்வாத இன்னொரு காரியத்தையும் செய்தார் அண்ணா.

1968-ல் அவர் முதலமைச்சராக இருக்கையில் காரைக்குடி ஹிந்து மதாபிமான சங்கப் பொன்விழா நடைபெற்றது. 1918-ல் சுப்பிரமணிய பாரதியார் பங்கேற்றுச் சிறப்பித்த அதே ஹிந்து மதாபிமான சங்கம்தான்.

மாநாட்டில் பங்கேற்க வருமாறு அண்ணாவை அழைத்தார் ராய. சொக்கலிங்கம்.

'நான் முதலமைச்சராக இருக்கிறேன் என்பதால் ஒருவேளை ஒரு சம்பிரதாயத்திற்காகவே நீங்கள் என்னை அழைத்தாலும், முதலமைச்சராக அல்ல, சாதாரண அண்ணாதுரையாக அதில் பங்கேற்கிறேன்' என்று சொன்னார் அண்ணா. சொன்னது போலவே ஹிந்து மதாபிமான சங்கப் பொன்விழாவில் பங்கேற்று அரியதோர் உரையாற்றினார்.

பகவான் ஸ்ரீ ராமகிருஷ்ண பரமஹம்சரையும் அவருடைய தலையாய சீடர் சுவாமி விவேகானந்தரையும் தமது உரையில் வானளாவப் புகழ்ந்துபேசிய அண்ணா, ஹிந்து மதம், ஹிந்து சமூகம் என்கிற நந்தவனத்தில் தம்மை ஒரு துப்புரவாளனாக ஏற்குமாறு வேண்டினார்.

'நந்தவனம் என்றால் குப்பை செத்தைகள் சேரும், அவ்வப்போது அவற்றைப் பெருக்கித் தள்ளி நந்தவனத்தைச் சுத்தமாக வைத்துக் கொள்ளவேண்டும் அல்லவா? சமயத்தின் பெயரால் சமூகத்தில்

நடைமுறைக்கு வந்துள்ளவற்றையும் காலத்திற்கேற்ப மாறுதல் செய்ய முன்வராத சமூகம் சீரழியும்' என்றும் அண்ணா சொன்னார். (தகவல்: இளந்தமிழன் மாத இதழ், செப்டம்பர் 2009).

காமராஜர் ஆட்சிக் காலத்தில் அதன் தீவிர ஆதரவாளராக இருந்த ஈ.வே.ரா., காமராஜரிடம் வலியுறுத்தாத ஒரு பணியை நிறைவேற்றுமாறு முதல்வர் அண்ணாவிடம் வற்புறுத்தினார். அரசு அலுவலகங்களில் ஹிந்து கடவுள் திரு உருவப் படங்களை அரசு அலுவலர்கள் வைத்திருப்பதாகவும் அவற்றை எடுத்து விடுமாறு ஆணை பிறப்பிக்குமாறும் அண்ணாவிடம் சொன்னார் ஈ.வே.ரா. அவர் சொல்கிறாரே என்று மதச் சார்பற்ற அரசின் அலுவலகத்தில் கடவுளர் படங்களை அலுவலர் கள் மாட்டி வைப்பது உசிதமல்ல என்று ஒரு சுற்றறிக்கை அனுப்ப ஏற்பாடு செய்தார் முதல்வர் அண்ணா. கூடவே தலைமைச் செயலர் சிவராம கிருஷ்ணனை அழைத்து, 'This is only a commendation; not an order' (இது பரிந்துரைதான், உத்தரவு அல்ல) என்றும் சொல்லிவிட்டார். இந்த விஷயத்தை செய்தியாளர்களிடம் சொல்லி மகிழ்ந்தார் சிவராம கிருஷ்ணன். 'மதச்சார்பின்மை என்பது மத விரோதம் அல்ல என்பதை நன்கு அறிந்திருப்பவர் நமது முதலமைச்சர் அண்ணா' என்று சொல்லிப் பெருமைப் பட்டார்.

'அரசு அலுவலகத்தில் பெரும்பான்மையாக இருப்பவர்கள் ஹிந்துக்கள்தான். அவர்கள் நம்பும் கடவுளர் படங்களை அலுவலகத்தில் மாட்டி வைத்திருப்பது ஒருவிதத்தில் நல்லதுதான். கடவுளர் படங்களுக்கு எதிரில் தவறாக நடக்கத் தோன்றாது அல்லவா' என்று அண்ணா கேட்டாராம்.

தமிழக அரசின் கடைசி ஐ.சி.எஸ். அதிகாரியான சிவராம கிருஷ்ணன் பாலக்காட்டு பிராமணர். அவரும் அண்ணாவை அண்ணா என்றே அழைத்துக் கொண்டிருந்தார். நேரிலும்கூட.

வெளிப்படையாகச் சொல்லாவிட்டாலும் தமது செயல்களால் திராவிட இயக்கம் என்பது உண்மையில் திராவிட அரசியலே என்று சமயம் வாய்க்கிறபோதெல்லாம் அண்ணா உணர்த்திக் கொண்டுதான் இருந்தார்.

25. இயக்கம் என்பது யாதெனில்...

மக்கள் நலனுக்காக ஆக்கபூர்வமான ஒரு குறிக்கோளை இலக்காகக் கொண்டு மக்களை மிகப் பெருமளவில் திரட்டி அந்த லட்சியம் நிறைவேறும் வரை ஓயாது உழைப்பதே இயக்கம் என்று குறிப்பிடத் தகுதி வாய்ந்த அமைப்பாக இருக்க முடியும்.

தென்னிந்திய நடுநிலைக் கூட்டமைப்பு என்கிற நீதிக் கட்சி, கல்விக்கூடங்களில் பயிலவும் அரசு அலுவலகங்களில் வேலை கிட்டவும் பிராமணரல்லாதாருக்குக் கூடுதல் வாய்ப்பு வேண்டும் என்று அரசாங்கத்திடம் கோரிக்கை வைப்பதற்காகவே தோன்றிய அரசியல் கட்சி. இட ஒதுக்கீடு என்கிற ஓர் அம்சக் கொள்கைக்காகவே ஆரம்பிக்கப்பட்ட கட்சி. அது தொடங்கிவைத்த சாதி அடிப்படையிலான இட ஒதுக்கீடு சதவீதம் தொடர்ந்து அதிகரித்து வந்து இன்று இயற்கைக்கு முரணாக 69 சதவீதத்தில் வந்து நிற்கிறது.

அரசியல் கட்சிகளிடம் வாக்குச் சீட்டைக் காட்டிப் பேரம் பேசி இட ஒதுக்கீடு பெறவேண்டும் என்பதற்காகவே ஜாதிச் சங்கங்கள் புற்றீசல்களாகப் புறப்பட்டு அதற்கு அடுத்த கட்டமாக வெறும் சங்கம் வைத்தால் போதாது என்று ஒவ்வொரு சாதியும் தனக்கென்று ஓர் அரசியல் கட்சியையே தொடங்கும் அளவுக்கு நிலைமை இன்று மோசமாகியுள்ளது. சாதி உணர்வு முன் எப்போதையும்விட இப்போதுதான் பொங்கி வழிகிறது!

வாக்குகளைப் பெறவேண்டும் என்பதற்காகவே அரசியல் கட்சிகள் போட்டி போட்டுக்கொண்டு பிற்பட்டோர் சாதிப் பட்டியலில் புதிது புதிதாகச் சாதிகளைச் சேர்த்துக்கொண்டே போனதில் அந்தப் பட்டியல் வீங்கிப் புடைத்துப்போனது. இட ஒதுக்கீடு பெறும் சாதிகளின் எண்ணிக்கை கூடுதலாகிப் போன தால் வாய்ப்புகளின் அளவும் குறைய நேரிட்டு, அதற்குத் தீர்வாக மிகவும் பிற்பட்டோர் என ஒரு பட்டியலைப் போட்டு அதிலும் சாதிகளின் எண்ணிக்கை நிரம்பி வழியத் தொடங்கி விட்டது.

சாதி அடிப்படையிலான இட ஒதுக்கீடு பட்டியல்களில் இடம் பெறும் சாதிகளின் எண்ணிக்கை அதிகரிக்க, அதிகரிக்க இடங் களைப் பகிர்ந்தளிக்கும்பொழுது ஒவ்வொரு சாதிக்கும் கிடைக்கக்கூடிய இடங்கள் குறைந்துகொண்டே போகும். 'எங்கள் சாதியை இட ஒதுக்கீடு பட்டியலில் சேருங்கள்' என்கிற கோரிக்கைக்குப்பதிலாக அந்தச் சாதியை எங்கள் பட்டியலில் சேர்க்காதே என்று மற்ற சாதிகளிடமிருந்து கோரிக்கை எழத் தொடங்குவதாக மாறி, பிறகு அதுவே சாதிகளுக்கிடையிலான மோதலாக முடியும்.

பிராமணர்கள்மீது மட்டும் துவேஷம் என்ற இப்போதைய நிலை யின் தொடர்ச்சியாக சாதிகளுக்கு இடையே ஒன்றுக்கொன்று துவேஷம் பாராட்டிக்கொள்ளும் நிலைமை உருவாகிவிடும். 'குஜ்ஜார் சாதியை தாழ்த்தப்பட்டோர் பட்டியலில் சேர்த்தால் எங்கள் பங்கு குறைந்துவிடும். ஆகவே அந்தச் சாதியாரை அந்தப் பட்டியலில் சேர்க்கக்கூடாது' என்று ராஜஸ்தானில் மீனா வகுப்பினர் போராடத் தொடங்கியதை ஓர் அபாய அறிவிப்பாக உணரும் முதிர்ச்சி இன்னும் வரக் காணோம்.

காலப் போக்கில் சாதிகளிடையே சச்சரவுகள் மலிந்து பகைமை வளர்ந்துவிடக்கூடிய ஆபத்தை விளைக்கும் சாதி அடிப்படை யிலான இட ஒதுக்கீடு கோரிக்கைக்காகவே தொடங்கப்பட்ட தென்னிந்திய நடுநிலைக் கூட்டமைப்பை வெறும் அரசியல் கட்சியாகக்கூட மதிக்க இயலாதபோது அதை ஓர் இயக்கமாக எப்படிக் கருத முடியும்?

திராவிடர் கழகத்தையோ, திராவிட முன்னேற்றக் கழகத்தையோ இயக்கம் என்று எவ்வாறு அங்கீகரிக்க இயலும்?

திராவிடர் கழகம் இன்று கல்வியை விற்பனை செய்யும் ஒரு வியாபாரத் தலம்.

திராவிட முன்னேற்றக் கழகம் ஆட்சியைக் கைப்பற்ற எத்தகைய முறைகேட்டைச் செய்யவும் தயங்காத ஓர் அரசியல் கட்சி. தனது அடிப்படைக் கொள்கையான திராவிட நாடு பிரிவினைக் கோரிக்கையையே பதவிக்காகக் காற்றில் பறக்கவிட்ட கட்சி அது. கண்களை விற்றுச் சித்திரம் வாங்குவதைப்போல!

இந்நிலையில் திராவிட இயக்கம் என்பது ஒரு புனைவே தவிர நிதர்சனம் அல்ல என்ற முடிவுக்கு வருவோமேயானால் அதில் என்ன தவறு இருக்க முடியும்?

அப்படியோர் இயக்கம் இருப்பதாகச் சொல்லி அதற்கு ஒரு தவறான தேதியையும் குறிப்பிட்டு அந்த இயக்கம் என்கிற பொய்மைக்கு உரிமை கொண்டாடும் பொருத்தமின்மை வெறும் அரசியலே அன்றி வேறு என்னவாக இருக்கக்கூடும்?

நமது தேசத்தின் அரசியல் விடுதலையை முன்னிட்டு காங்கிரஸ் மகாசபை நாடு தழுவிய மாபெரும் இயக்கத்தை முன்னின்று தொடர்ந்து நடத்திவந்தது. அந்நிய ஆட்சியிலிருந்து நாடு விடுதலை பெறுவது உறுதியானதும் இனி காங்கிரஸ் மகாசபையைக் கலைத்துவிடலாம் என்று மகாத்மா காந்தி மிகுந்த நியாய உணர்வுடன் கூறினார்.

ஏனெனில் காங்கிரஸ் நடத்திய விடுதலை இயக்கத்தின் தேவை நிறைவுபெற்றுவிட்டது. அதில் இடம் பெற்றிருந்தவர்கள் விரும்பினால், இனி அவரவர் கொள்கை, செயல்திட்டங்களை வகுத்துக்கொண்டு வெவ்வேறு கட்சிகளாக அரசியலைத் தொடரலாம்.ஆனால் எவரும் விடுதலை இயக்கத்தையும் அதன் சாதனையையும் தங்களுக்கே சொந்தமானது என்று பாத்தியதை கொண்டாட முடியாது. அது அனைவருக்கும் பொதுவான இயக்கமாகும். இதுதான் காந்தி வெளியிட்ட கருத்துக்கு அடிப்படை.

இந்த தார்மிக நியாயத்துடன் 'திராவிட இயக்கம்' என்று சொல்லப்படுவதை அணுகினால், அதன் சாயம் வெளுத்து விடும்.

---

www.ingramcontent.com/pod-product-compliance
Lightning Source LLC
LaVergne TN
LVHW040054080526
838202LV00045B/3633